சந்தியா
பதிப்பகம்

முந்தைய தொகுப்பான சந்தியா வெளியிட்டிருக்கும் ‘நினைவின் தாழ்வாரங்கள்’ என்ற கவனிப்புக்குள்ளான தொகுப்பின் அடுத்த பாகம் இந்தத் தொகுதி என்று கூறலாம். பள்ளிப்பருவமும், பதின்பருவமும் சுழன்று இளைஞராக உருமாறும் கலாப்ரியா, இந்தத் தொகுப்பில் காணப்படுகிறார்.

கதைகளாக உருவாக வேண்டிய பல அழகிய கணங்களை, வண்ணதாசன், வண்ணநிலவன் கதைகளில் காணப்படும் பல அற்புத தருணங்களைக் கலாப்ரியாவின் இந்தக் கட்டுரைகளில் காண முடிகிறது. ஒரு நல்ல அனுபவம். அக் காரணங்களாலேயே இக்கட்டுரைகள் கனவுத்தன்மை கொண்டவையாக பரிமளிக்கின்றன.

பிரபஞ்சன்

உருள் பெருந்தேர்

கலாப்ரியா

சந்தியா பதிப்பகம்
சென்னை - 600 083

உருள் பெருந்தேர்
கலாப்ரியா

முதற்பதிப்பு: 2011 ● இரண்டாம் பதிப்பு: பிப்ரவரி 2020

அளவு: டெமி ● தாள்: 60gsm ● பக்கம்: 232
அச்சு அளவு: 11 புள்ளி ● விலை: ரூ. 225/-
அச்சாக்கம்: அருணா எண்டர்பிரைஸஸ்,
சென்னை - 40.

சந்தியா பதிப்பகம்
புதிய எண் 77, 53வது தெரு, 9வது அவென்யூ,
அசோக் நகர், சென்னை - 600083.
தொலைபேசி: 044-24896979

ISBN : 978-93-81319-76-5

URUL PERUNTHER

KALAPRIYA ©

Printed at Aruna Enterprises.,
Chennai - 40.

Published by
Sandhya Publications
New No. 77, 53rd Street, 9th Avenue, Ashok Nagar,
Chennai - 600 083. Tamilnadu
Ph : 044 - 24896979

Price Rs. 225/-

sandhyapublications@yahoo.com
sandhyapathippagam@gmail.com
www.sandhyapublications.com

SAN-503

ஈரம் முகந்த மேகம்...

பிரபஞ்சன்

கவிஞர்கள் பலருக்கு நல்ல வசனம் கை வந்திருக்கிறது. பாரதியாரின் வசனம், ஒரு நல்ல தொடக்கம். ஒரு பத்திரிகை யாளரும் ஆன பாரதிக்குப் போதுமான தமிழ்ச் சொற்கள், அரசியல் தொடர்பாகக் கிடைக்காமைக்கு அவர் வருந்தியிருக்கிறார். என்றாலும் பாரதியின் வசனம், சிக்கலற்ற, தெளிவான, கலைகள் மேலான அக்கறையும், சுலபத் தன்மையும் கொண்டவை. கண்ண தாசனின் வசனம் மிக ரம்யமானவை. புது மாதிரியானவை. சராசரிக் கவிஞரான நாமக்கல் ராமலிங்கம் பிள்ளை, அவருடைய வாழ்க்கை வரலாறான 'என்கதை' மூலம் நல்ல உரைநடை நூலைத் தந்திருக்கிறார். உ.வே.சாமிநாதையரின் பொது ஜனங்களுக்கான வசனம், மிக அழகியவை. அவரது புலமை நடை மறையும் இடத்தில் மிக அழகான வசனம் தோன்றுகிறது.

கலாப்ரியா, அடிப்படையில் ஒரு கவிஞர். தமிழின் முக்கியமான கவி. திணை எனப்படும் நிலம் தொடர்பான அவர் கவிதைகள் மிகவும் கவனிக்கத் தக்கவை. தாமிரபரணி வற்றிச் சாமியார்கள் கோவணமாகச் சிறுத்துப் போனாலும், அந்த நதி தீரக் கவிஞர்களிடம் எப்போதுமே 'நீர்வளம்' வற்றிப் போக வில்லை. அவர்களின் மனவயல்களில் அந்த நதி பாய்ந்தே அவர்களைச் செழுமைப்படுத்திக் கொண்டிருக்கிறது. புதுமைப் பித்தன் முதல் இன்றைய சங்கர் ராமசுப்ரமணியன் வரை.

சங்க இலக்கியத்தில் ஒரு குறிப்பிட்ட திணையை அதிகமாகப் பாடிய கவிஞர்களை அத்திணையைக் குறித்தே, ஒரு அடை மொழியைப்போல அவர் பெயருடன் சேர்த்துச் சொல்வதுண்டு.

பாலையை அதிகம் பாடிய கடுங்கோ என்பவன், பாலை பாடிய பெருங்கடுங்கோ எனப்படுகிறான். கபிலர் குறிஞ்சியில் தேர்ந்தவராக இருக்கிறார்.

அம்மரபு பற்றிக் கலாப்ரியாவை மருதம் பாடும் கவிஞர் எனலாமா என்றால்; எனலாம். மருதம் என்பது, வயலும் வயல் சார்ந்த இடமும். இது பள்ளி விளக்கம். மருத மரத்தால் பெயர் பெற்ற, பண்படுத்தப்பட்ட பூமி, மருதம். மனிதகுலம், வேட்டை மற்றும் மீன்பிடித் தொழிலுக்கு அடுத்தகட்ட வளர்ச்சியாக ஆற்று நீரைக்கொண்டு. மண்ணைப் பண்படுத்தி வயலாக்கி விவசாயம் செய்யக் கற்று, நிரந்தர இருப்பிடங்கள் கண்டு, குடும்பம் என்ற புதிய அமைப்பைக் கண்டறிந்த பூமி மருதம். அதுகாறும் சமூகத்தில் நிலைபெற்ற பாலியல் சுதந்திரம், குடும்ப நிறுவனத்தால் கட்டுப்படுத்தப்படுகிறது. குடும்பத்துக்குள் இருந்த பெண்கள், குடும்ப அமைப்புக்கு வெளியில் இருந்த பெண்களால் பதற்றத்துக்குள்ளாகிறதைச் சங்கஇலக்கியமும் பதற்றத்துடனேயே பதிவு செய்கிறது. மருதம் ஒரு குறியீடாக மாறுவது இந்த இடத்தில்தான். காமம், ஒரு கடக்க முடியாத விஷயம் என்பது மாத்திரமல்லாமல், கடக்க வேண்டாத விஷயமாகவும் புரிந்து கொள்ளப்படுவது இந்தச் சூழலில்தான். காமப் பிரிவினால் ஏற்படும் ஊடல் என்பது மட்டும்தான் மருதம் என்று குறுகிய அர்த்தம் செய்து கொள்ளப்படுகிறது. அப்படி அல்ல. ஆற்றோர, நீர் நிலை சார்ந்த தட்பவெப்பச் சூழல் காமத்துக்கு உதவும் படியாக இருக்கலாம் என்று ஒரு சார் மக்கள் (மக்கள் – அறிவுலகினர்) கருதி இருக்கலாம். அங்ஙனமாகில் பாலையில் காதல் வராதா என்பதல்ல. வரும்தான். இடம் விஷயமில்லை. காதல், தாமிரபரணி வரண்டாலும் வரும்தான். அது உயிர் எழுச்சி. நிலம், அது மருதமோ, குறிஞ்சியோ, நெய்தலோ, முல்லையோ, பாலையோ, எதுவானாலும் காதல், கூடல், பிரிவு, இரங்கல் எல்லாமும் இருக்கும்தான். நீரின், தன்மை போல, காற்றின் குளிர்ச்சி போல உள்ளார்ந்த காமம், கலாப்ரியாவுக்கு நெல்லை நிலத்தில் லயிக்கிறது என்பதுதான் இக்கட்டுரைகள் சொல்லும் செய்தி. சதுக்கம் தோறும் நிற்கும் பூதங்கள் போல, வீதிகள் தோறும் வீடுகள் தோறும் யாரோ ஒரு பெண் இருந்து கொண்டு அவரின் காமத்தை விசுறுகிறாள். காகிதம் போல, விசிறப்பட்ட காற்றில் அவர் அதைப் பாசாங்கில்லாமல், அத்தியாயம் தோறும் பதிவு செய்கிறார். அம்பிகாபதியின் காமத்தை ஒரு அழகிய பாடல் இப்படிப் பதிவு செய்கிறது. உருகி | உடல் கருகி | உள் ஈரல் பற்றி | எரிவது | அவியாது | என் செய்வேன் | வரி அரவ

| நஞ்சிலே | தோய்ந்த | நளினவழிப் | பெண் பெருமாள் |
நெஞ்சிலே | இட்ட | நெருப்பு.

கலாப்ரியாவும் எரிந்திருக்கிறார். ஆனால், பல பத்தாண்டு களுக்குப் பிறகு அந்த அவஸ்தைகளைப் பற்றி எழுதுவதால், மென்மையும் நிதானமுமாக அந்த வதைகளைச் சொல்ல முடிகிறது. ஆனால், அவை நிகழ்ந்த காலத்து தகிப்பை உணர வைக்க முடிந்திருக்கிறது அவரால். இது முக்கிய விஷயம்.

●

முந்தைய தொகுப்பான சந்தியா வெளியிட்டிருக்கும் 'நினைவின் தாழ்வாரங்கள்' என்ற கவனிப்புக்குள்ளான தொகுப்பின் அடுத்த பாகம் இந்தத் தொகுதி என்று கூறலாம். பள்ளிப்பருவமும், பதின்பருவமும் சுழன்று இளைஞராக உருமாறும் கலாப்ரியா, இந்தத் தொகுப்பில் காணப்படுகிறார்.

ஒரு குழந்தை, தன் குழந்தைமைக்கு எப்போது விடை கொடுக்கிறது? இது முக்கியமான கேள்வி. தன் பாடப் புத்தகத்துப் பக்கங்களுக்குள் வைத்த மயிலிறகு குட்டி போடாது என்று தெரிந்த அந்தக் கணத்தில் குழந்தை, குழந்தைமையை இழக்கிறது. மனித குலத்தின் பேரிழப்பு தொடங்குவது அங்குதான். ஆனாலும் இது தவிர்க்க முடியாததுதான். அந்த இழப்பை எதைக் கொண்டு இட்டு நிரப்பிக் கொள்கிறது அக்குழந்தை? கனவுகளைக் கொண்டுதான். கனவுகளை யார் தருகிறார்கள். நட்பு, சினேகம், தோழமை ஆகிய பண்புகளின் உருவமாக யார் இருக்கிறார்களோ, அவர்களே கனவுகளை அருள்கிறார்கள். அந்த நட்பு, தோழமை சக & எதிர் பாலினர்களிடம் இருந்து வருகிற போதுதான், இழப்புகள் இட்டு நிரப்பப்படுகின்றன. ஒரு ஆணுக்கு அவனது எல்லாப் பள்ளங்களும், எல்லா இழப்புகளும் அந்தப் பெண்ணின் ஒரு பார்வையில், ஒரு உணர்த்தலில் சரி செய்யப்படுகிறது.

கலாப்ரியா என்கிற ஆளுமை இப்படியான பரிசுகளால், விருதுகளால், அங்கீகரிப்பால் உருவாகி இருப்பதன் எழுத்துச் சாட்சியமாக இந்தக் கட்டுரைகள் விளங்குகின்றன.

●

திராவிட முன்னேற்றக் கழகம் வளர்த்தெடுத்த சினிமா அரசியல் (இது உம்மைத் தொகை), அக்கட்சியை 1967இல் ஆட்சியில்

அமர்த்தியது. அந்த ஆண்டுக்கு முன்னும் பின்னுமாக இக் கட்டுரைகளின் அல்லது நினைவுச் சிதறல்களின் அல்லது தன் வரலாற்றுச் சித்திரங்களின் காலம் நிலை கொள்கிறது. கலாப்ரியா, தன் பதின் பருவத்தை மற்றும் இளமைப்பருவத்தைச் சொல்லிச் சென்றாலும், அக்காலத்து வரலாறும் உடன் தட்டுப்பட்டுக் கொண்டே இருக்கிறது. இதன் அர்த்தம் அவர் தன்னை எழுதிச் செல்லும்போது தன் காலத்து, தன் சமூகத்து வரலாற்றையும் எழுதிச் செல்கிறார். இது இப்புத்தகத்தின் முக்கிய பங்களிப்பு. உதாரணத்துக்கு தமிழகத்தின் சில பகுதியில் உருவான தீப்பெட்டித் தொழில் சார்ந்த சிறு வேலைகள். மக்கள் ஜீவனோபாயம் கருதி வீட்டிலிருந்தே செய்த தீப்பெட்டிக்குக் காகிதம் ஒட்டும் வேலை. அது நீலக்கலரில் இருக்கும். அதை யொட்டி பேச்சு வழக்கொன்றே ஏற்பட்டது. 'பெண், நல்ல தீப்பெட்டி கலர்ல சேலையும் ஜம்பரும் போட்டிருக்கா' என்பது போல. கலாப்ரியா இதைக் குறிப்பிடுகிறார். இதன் அரசியல் பின்னணி மிகவும் அவலம் பொருந்தியது. விவசாயம் என்கிற இந்தியாவின் ஜீவாதாரமான தொழிலை இந்திய அரசு பல ஐந்தாண்டுத் திட்டம் தீட்டித் திட்டமிட்டு அழித்துக் கொன்றதன் மறுதலை இந்தத் தீப்பெட்டி, பட்டாசுத் தொழில்களில் ஒரு இளம், முதிய சமுதாயமே தன்னை இணைத்துக்கொண்டது. விவசாயத்தைப் பூண்டோடு அழிக்க மண்ணை அழிக்க வேண்டுமே! அதற்கென்றே அரசால் அறிமுகப்படுத்தப்பட்டன செயற்கை உரமும் பூச்சிக்கொல்லி மருந்துகளும். கொஞ்சம்கூட மனக் குறுகுறுப்பின்றி எப்படி இருக்க முடிகிறது நம் அரசியல்வாதிகளால்? முடிகிறது. ஒரு உபரித் தகவல்.

அரிசிப் பஞ்சம் நேர்ந்து, மக்களுக்கு ரேஷனில் மைதாவும் கோதுமையும் வழங்கப்பட்டபோது, ஒரு சினிமாப்பாடல் இப்படிப் பாடியது.

'ஒரு ஜாண் வயிறே இல்லாட்டா
உலகத்தில் ஏது கலாட்டா
உணவுப் பஞ்சமே வராட்டா - நம்ம
உயிரை வாங்குமா பரோட்டா?'

சினிமாப் பாடல்கள், சினிமாப் பாத்திரங்களுக்கு மட்டும் உரியன அல்ல என்பதையும், ஒரு சமூகத்தின் நடைமுறை வாழ்க்கையின் சாரத்தைக் கட்டமைக்கும் உணர்வூக்கியாகவும் செயல்படுவன என்பதும் நிருபணமான ஒன்று. குறிப்பாக இளமைப்பருவம் பல ரசாயனங்களால் உருவாக்கப்படும் வேதியியல் கூடம். கண்ணுக்குத் தெரியாத அமிலமாகப் பாடல்கள் கலாப்ரியா

உள்ளிட்ட அக்கால இளமையைக் கட்டமைத்துள்ளதைப் பல பக்கங்களில் காணலாம். நான் ஜிப்பா அணியத் தொடங்கும்போது என் மாமன், ‘என்ன மாப்பிளே, காதல் தோல்வியா’ என்றது இதற்கு மேலும் ஒரு உதாரணம். அந்தக் காலத்தில் ஜெமினி. காதல் சிக்கலுக்குள்ளாகும் போது, ஜிப்பா அணிவார். பல ஆண்டுகள் என் கனவில் பத்மினிதான் வந்து கொண்டிருந்தார். தனியாக வந்தார். அவருக்கு அதிர்ஷ்டம் இல்லை, ராமச்சந்திரன் என்றொரு டாக்டரைத் திருமணம் செய்து கொண்டு அமெரிக்கா போனார். அப்புறம் என் கனவுகளில் புருஷனோடு வந்தார் பத்மினி. ‘இனி வேண்டாம்’ என்று நானே சொல்லி அனுப்பி விட்டேன். பல இனிய தருணங்களைப் புருஷர்கள், கலாப்ரியாவுக்கும் கெடுத்தவர்களாக இருக்கிறார்கள். கதைகளாக உருவாக வேண்டிய பல அழகிய கணங்களை, வண்ணதாசன், வண்ணநிலவன் கதைகளில் காணப்படும் பல அற்புத தருணங்களைக் கலாப்ரியாவின் இந்தக் கட்டுரைகளில் காண முடிகிறது. ஒரு நல்ல அனுபவம். அக் காரணங்களாலேயே இக் கட்டுரைகள் கனவுத்தன்மை கொண்டவையாக பரிமளிக்கின்றன.

•

சில மாதத்துக்கு முன், நானும் தொ. பரமசிவமும், கிருஷியும் குறுக்குத் துறை முன் நின்றோம். புதுமைப்பித்தன் கதைகள் உலாவிய இடம்.

ஆறு சிதைந்து இருக்கிறது. தூரத்தில் ஒரு பிள்ளையார் கோவில், சோகமே வடிவாக. ஆறு வற்றிப்போவது. ஈரம் வற்றிப் போவது. ஒரு சமூகம் தன் நெஞ்சின் ஈரத்தை வற்றடித்துக் கொண்டால், எதைக் கொண்டு அதை ஈடு செய்ய முடியும். முடியாது. எனக்கு வருத்தம் மிகுந்தது. காவிரி இரு கரையும் புரள நடந்ததைக் கண்டவன் நான். இன்று தஞ்சைக்குப் போகும் போதெல்லாம் நெஞ்சில் ரத்தம் வடிகிறது. குறுக்குத் துறையிலும் அத்துன்பத்தை அனுபவித்தேன்.

நதியின் பிழையன்று நறும்புனல் இன்மை. கலாப்ரியா, நேற்றிருந்தை எழுதி இருக்கிறார். ஒரு கவியின் இளம்பருவ வரலாறாக மட்டுமின்றி, ஒரு ஐம்பது ஆண்டுகளுக்கு முந்தைய தென் மாவட்டத்து, தமிழக வரலாறாகவும், இது விரிகிறது. ஒரு காலகட்டத்து மனித மனத்தின் வரலாறாகவும் இது தனித்து நிற்கிறது. மனித மனதின் வரலாறாக இது இருப்பதாலேயே,

ஈரம் முகந்த மேகமாக இது அழகாகக் கருத்திருக்கிறது. வானத்துக்கு அழகு செய்வது நிலவு என்று நினைப்பது தப்பு. உண்மையில் வானத்துக்கும் பூமிக்கும் அழகு சேர்ப்பது கருத்த கொண்டல்கள்தாம்.

கலாப்ரியா பொழிகிறார். நனைவோம்.

தேர்திரும்பும் கணங்கள்

ஜெயமோகன்

ஒருவர் தன் வாழ்க்கையனுபவங்களை எழுதத் தேவையானது என்ன என்று கேட்கப்பட்டபோது பெர்னாட் ஷா வாழ்க்கை என்று சொன்னதாக சொல்வார்கள். நான் நேர்மை என்று சொல்வேன். வாழ்க்கை எல்லாருக்கும்தான் இருக்கிறது, நேர்மையாக எழுதுவதுதான் கஷ்டம். நாற்பது ஐம்பது வயதுக்குமேல் ஒருவர் கண்ணாடியில் தன் முகததைக் கொஞ்சநேரம் பார்த்துக் கொண்டிருப்பதே கஷ்டமானது, தன் வாழ்க்கை மொத்தத்தையும் மொழி என்னும் கண்ணாடியில் பார்ப்பதென்பது சாமானிய மானதல்ல.

கலாப்ரியாவின் 'நினைவின் தாழ்வாரங்கள்' நேர்மை ஒன்றினாலேயே பெரிதும் கவனிக்கப்பட்ட நூல். அதில் அவர் தன் இளமைப்பருவத்தை எழுதியிருந்ததை வாசித்த என் மனைவி 'என்ன இது, இவரு தன்னை முட்டாள்னு நிரூபிக்கிறதுக்காகவே எழுதினாரா?' என்றாள். நான் 'முட்டாள்தானே கவிதை எழுத முடியும்... புத்திசாலின்னா வியாபாரத்துக்கோ அரசியலுக்கோ தானே போவான்?' என்றேன். மயங்கவைக்கும் இளமைக்கால அசட்டுத்தனங்களும் எளிமையான குதூகலங்களும் கொண்ட நூல் அது. அந்தக் குதூகலம் காரணமற்றது. குட்டியாக இருக்கும் ஒரே காரணத்துக்காகவே துள்ளிக்குதிக்கும் கன்றுக்குட்டியைப்போல.

கலாப்ரியாவின் 'உருள் பெருந்தேர்' இன்னொரு நினைவுத் தொகை. நெல்லையப்பர் தேரோட்டத்தை சுகா சொல்லி ஒருமுறை சென்று பார்த்தேன். பெரிய தேர் முன்னால் வண்ண எறும்புக் கூட்டங்கள் போல மக்கள் கூடி நின்று கூச்சலிட மலைப்பாம்பு

உயிர்பெறுவதுபோல கனத்த வடங்கள் எழ தேர் கனவுகள் கண்டு நின்றிருந்தது. காலம் முழுக்க அப்படியே நிற்குமென்பதைப்போல. கூச்சல்கள், துண்டுவீசல்கள், சக்கரங்கள் நடுவே நெம்புகோலிட்டு தூக்கினார்கள். தேரின் பாவட்டாக்களில் காற்று சிலுசிலுத்தது.

சட்டென்று எதையோ நினைத்துக்கொண்டதுபோல தேர் திடுக்கிட்டது. கிரீச்சிட்டபடி சில சுற்று முன்னகர்ந்தது. பின்னர் சரசரவென உருண்டோடி தெருமுனைவரை ஒரே வீச்சில் சென்று நின்றது. வடங்கள் தாழ்ந்தன. இழுப்பவர்கள் மேல் தண்ணீரை வீசினார்கள். சிரிப்புகள் வெடித்தன. உருள் பெருந்தேர் தொகுதியின் முதல் நினைவுக்கதையில் அந்த மெல்லிய திடுக் கிடலை உணர முடிந்தது. பள்ளிக்கால நண்பனை பேருந்தில் தற்செயலாக சந்திப்பதன் அந்த அனுபவத்தை எல்லாருமே அனுபவித்திருப்பார்கள். எந்த ஒரு வகுப்பிலும் அப்படி ஒரு பையன் இருப்பான். என்னுடனும் ஒருவன் இருந்தான். ஒரு குடிகாரப் பணம் பிடுங்கியாக வந்து என்னை பார்த்தான். அவனுக்கு நான் அவனுடைய ஏமாளிகளில் ஒருவன் மட்டுமே என்று உணர்ந்த கணம் அவன் என் பாலியகால நண்பனாக தெரியாமலானான்.

அவன் என்னை வந்து சந்தித்துச் சென்ற பின் சாலையில் சிரித்துக் குதூகலித்து பள்ளி சென்று கொண்டிருந்த சின்னக் குழந்தைகளைப் பார்க்கையில் ஒரு பெரும் பீதி வந்து நெஞ்சை அடைத்தது. ஒரு கைப்பிடி விதைகள். என்ன செடி என்ன மரம் என்று தெரியாத விதைகள். ஆலமரங்கள் இருக்கலாம். விஷக்களைகள் இருக்கலாம். மர்மமான எழுத்துக்களில் எழுதப் பட்ட சுவடிகள். ஒரு பெரிய ஆடலுக்காக மர்மப்புன்னகையுடன் அவன் களத்தில் பரப்பி வைத்த காய்கள்.

கல்பற்றா நாராயணனின் ஒரு கவிதையில் பாலியகால நண்பன் ஒருவனை சந்திப்பதைப் பற்றி வரும். உருத்தெரியாமல் மாறி வந்து நிற்கிறான். இருவரும் ஒருவரில் இன்னொருவர் இழந்த இளமைக்காலத்தை தேடுகிறார்கள். இளமைக்காலத்தை நடிக்க முயல்கிறார்கள். சரியாக வரவில்லை. 'சாலையில் செல்லும் பேருந்து தூரத்தில் இருந்து பார்க்கும்போது மரக் கூட்டங்களுக்கு நடுவே மறைந்து மறைந்து தெரிவதுபோல அவன் தெரிந்துதெரிந்து மறைந்துகொண்டிருந்தான்' கலாப்ரியாவின் இந்த அனுபவக்கதை மொத்த நூலுக்கும் ஒரு பாதைக்குறிப்பாக இருக்கிறது. எந்தவிதமான சாராம்ச அர்த்தத்தையும் அளிக்காமல் நேரடியாகவே நிகழ்ந்து

நினைவில் உதிர்ந்துகிடக்கும் வெறும் அனுபவங்கள் இவை. அர்த்தமின்மையை மட்டுமே சாராம்சமாகக் கொண்டவை.

வாழ்க்கையை தொகுத்துப் பார்க்கையில் ஒவ்வொரு தருணத்திலும் உணரப்படும் அர்த்தமின்மையைத்தான் இந்த அனுபவக்கதைகள் மீண்டும்மீண்டும் சொல்லிக் கொண்டிருக்கின்றன. முதன்முறையாக தீவிர வாசிப்பு அறிமுகமாகும் பரவசக் கணம். சாண்டில்யன் வாசிப்புக்காக வாசகசாலைக்கு தண்ணீர் பிடித்துக் கொடுக்கிறார். அயல் மொழியாக்கங்கள் என்னும் கசப்பு மருந்துகளை உண்கிறார். வாசிப்பின் போதைக்கு அப்பாலும் ஒன்றிருக்கிறது என்று காட்டியது ராகுல சாங்கிருத்யாயனின் வால்காவிலிருந்து கங்கை வரை.

ஆனால் வாசிப்பின் பேரின்பத்தை அவருக்குக் காட்டியவர் எதற்காக வாசிக்கிறார் என்பது மொத்தத்தையும் தலை கீழாக்குகிறது. சிட்டிகை பல்பொடியை அடிக்கடி வாய்க்குள் போட்டுக்கொள்கிறார், தீரா வயிற்றுவலிக்கான தற்காலிக மருந்தாக. அதைப்போலவே அவருக்கு வாசிப்பு. செத்த எலியைப் போல வாழ்க்கையின் வளாகத்தில் இருந்து தூக்கி வீசப்பட்ட அவலத்தில் இருந்து ஒரு கனவுலக மீட்பு. இழந்த அல்லது அடையமுடியாத வாழ்க்கையை கற்பனையில் வாழும் பிரமைக்கு அப்பால் வாசிப்பு என்பது என்ன? கலாப்ரியா அதற்குமேல் அந்த வினாவில் நிற்பதில்லை.

இந்தக் கட்டுரைகள் முழுக்க தெரிந்துகொண்டிருக்கும் ஒரு விஷயம் என் நெஞ்சை அடைக்கச்செய்கிறது. ஏனென்றால் இது என் அனுபவமும் கூட. நானும் கலாப்ரியாவின் தலை முறையைச் சேர்ந்தவன். வரண்ட நிலத்தில் உயிர்கள் தாகநீர் தேடி அலைவதுபோல இந்த வாழ்க்கைச்சூழலில் இளம் மனங்கள் கலையனுபவத்துக்காக அலைந்துகொண்டே இருக்கின்றன. திரையரங்க வாசல்களில், ரேடியோ வைத்திருப்பவர்களின் வீட்டு வராந்தாக்களில் காத்து தவித்து நின்று திரைப்பாடல்களை கேட்கிறார்கள். கேட்ட பாடலை நெஞ்சில் அரிய நினைவாக வைத்துக்கொண்டு சுவைக்கிறார்கள். கிழிந்த மட்கிய தாள்களில் பைண்ட் செய்யப்பட்ட தொடர்கதைகளுக்காக அலைந்து கெஞ்சிக் கேட்டுப் பெற்று வாசிக்கிறார்கள்.

சோறுபோல தண்ணீர்போல மானுட வாழ்க்கைக்கு கலையும் இன்றியமையாதது. ஆனால் நம்முடைய சென்ற நூற்றாண்டில் ஒவ்வொரு ஊரிலும் அப்படி ஒன்று தேவை என்ற எண்ணமே

இருக்கவில்லை. பெரியவர்கள் வேலைக்கு போகவேணும், பிள்ளைகள் படிக்கவேண்டும், அவ்வளவுதான். அதற்குமேல் என்ன இருக்கிறது வாழ்க்கையில் என்ற எண்ணம். கோயில் கலைகளும் நாட்டுப்புறக்கலைகளும் தேங்கிவிட்டிருந்தன. இளம் மனம் அவற்றில் புதிய அனுபவங்களைக் கண்டுகொள்ளமுடியாது. புதியகலை என இருப்பது திரைப்படம் மட்டுமே. அதுவோ அன்று செலவேறிய அபூர்வ பொருள்.

நானும் அதற்காக ஏங்கித் தவித்திருக்கிறேன். பேருந்தில் செல்லும்போது டீக்கடையில் நல்லபாட்டு கேட்டால் அங்கேயே இறங்கி நின்று கேட்டிருக்கிறேன். இளையராஜாவின் அன்னக்கிளி பாடல்கள் வந்த காலகட்டத்தில் தினமும் ஒரு டீக்கடை வாசலில் அதை கேட்பதற்காக பலமணிநேரம் காத்துக் கிடந்திருக்கிறேன். கலையனுபவம் மனதை இளகச்செய்து உருகி வழியச்செய்ய தனிமையில் நடந்து சென்று ஆற்றங்கரையில் நின்று அழுதிருக்கிறேன். கலாப்ரியாவின் இந்த அனுபவங்களில் மீண்டும் அந்தக் காலகட்டம் மறுபிறப்பெடுத்து வருகிறது.

அன்றைய தமிழ் இளைஞனுக்கு வெளியுலகமாக காணக் கிடைத்தது, நவீன கலையனுபவமாக அணுகமுடிந்தது சினிமா மட்டுமே. ஆகவே கலாப்ரியாவின் நினைவுகளில் தமிழ் சினிமாவே அந்தக்காலகட்டத்தின் எல்லா அடையாளங்களையும் உருவாக்குகிறது. இன்றும்கூட தன் திருமணத்தை, குழந்தை பிறந்ததை அப்போது வெளியான சினிமாவை நினைவுக்குக் கொண்டு வந்து சொல்பவர்கள்தான் நம்மில் பலர். கலாப்ரியாவின் நினைவுகள் முழுக்க சினிமாத் தகவல்கள். ஆனால் திரும்பிப் பார்க்கையில் அவை அற்புதமான ஒரு வரலாற்றுப்படலமாக அந்த காலகட்டத்தின் உணர்ச்சிகளை அவை இன்று எழுப்பும் விசித்திரமான ஏக்கத்தை பதிவு செய்கின்றன.

1960களில் நெல்லையின் ஒரு பொருட்காட்சித் திடல் எப்படி இருந்திருக்கும் என சாதாரணமாகச் சொல்லிச்செல்லும் நினைவுப்பதிவில் சிவாஜியும் எம்ஜியாரும் நாடகக்குழுக்கள் வைத்து பொருட்காட்சியில் நாடகங்கள் போட்டது வருகிறது. வளையாபதி முத்துக்கிருஷ்ணன் என்பவர் ஊமைத்துரையாக வந்து சிவாஜிக்கு நிகராக வசனம் பேசுவார், அவரை படத்தில் போடக்கூடாதென்று சிவாஜி சொல்லிவிட்டார் என்று சொல்கிறார். வளையாபதி முத்துகிருஷ்ணன் என்ற பேரே ஒரு முகத்தை ஒரு கதையை கண்முன் கொண்டுவருகிறது. ப.சிங்காரத்தின் டாலர்

ராஜாமணி அய்யர் மாதிரி. வளையாபதி நாடகத்தில் நடித்து பேர் வாங்கியிருப்பார் போல.

சென்றகாலம் என்பது முகங்களின் கொந்தளிப்பு. கடல் கோடானுகோடி துளிகளாலானது, ஒரே பெரும்துளியும்கூட. வரலாறு முகங்களால் ஆன மாபெரும் முகம். இந்த நினைவுத் தொகை முழுக்க வந்துகொண்டே இருக்கும் முகங்கள்தான் இதை வரலாற்றுப் பதிவாகவும் ஆக்குகின்றன. ஓரம் கிழிந்த வாயோடு நாவலரின் குரலில் 'உங்கவீட்டுப்பிள்ளை கணபதிக்கு' மைக்கில் இரவுபகலாய் ஓட்டு கேட்கும் அறிவிப்புத்தொழிலாளி, இந்திப் படம் பிரபலமானதும் ஷோலே ஆக பெயர் மாற்றம் பெற்ற சோலை, பெயர்கள் இல்லாத கிராமவாசிகளுக்கு பெயர் சூட்டி வங்கிக்கணக்கு ஆரம்பித்து கூலியில் பாதியை அதில் போடும் வெளிநாட்டு கிறித்தவ அமைப்பைச் சேர்ந்த அம்மையார், அவருக்கு பயந்து திண்ணைகள் முழுக்க பரவி அமர்ந்து கையெழுத்து போட்டு பழகும் கிழவாடிகள், ராணி வந்திருக்காப்ல, காசீம் அவென்யூல இருக்கா என்கிற தகவலைச் சொல்ல வருபவர் நேதாஜி படத்துக்கு ஜெய்ஹிந்த் சொல்லி அடிக்கும் சல்யூட் என காட்சிகளும் முகங்களுமாக நிறைந்து வழிகிறது கலாப்ரியாவின் நினைவுக்கொப்பளிப்பு.

சட் சட்டென்று உக்கிரமான கதைக்கான ஒரு சின்னக் கரு மணலை அள்ளும் விரல்களுக்கு விதை தட்டுப்பட்டு மறைவது போல வந்துசெல்வது இந்தத் தொகுதியை இலக்கியவாசகனுக் குரியதாக ஆக்குகிறது. அழிந்துபோன படவூர் ஜமீனுக்குள் பார்க்கும் அந்த அழகியபெண். ஜமீன்தாரின் அப்பாவின் வைப்பாட்டி மகள், தங்கை முறை. ஆனால் சொத்துக்கு ஆசைப்பட்டு அவளை தாலிகட்டி வைத்து சொத்துக்களை விற்பதற்காக மண்எண்ணை விட்டு கொளுத்திவிடுவேன் என பயமுறுத்தி வதைக்கிறார். எட்டு வரிகளில் வந்து செல்லும் ஒரு சிறுகதை.

சிலசமயம் மொத்த அனுபவமும் துல்லியமான சின்னச் சிறுகதையாக அமைந்துவிடுகிறது, வேனல் போல. அழகிய மனைவி அமைந்தும் ஆழமான ஒரு வைராக்கியத்தால் தன்னை நிரந்தரமான வேனலில் ஆழ்த்திக்கொண்ட சரக்குமாஸ்டரின் கதை. கொதிக்கும் கல்லில் விழுந்து அவர் நெஞ்சு வெந்த சித்திரம் அவருக்குள்ளும் நெஞ்சு எரிந்துகொண்டிருப்பதன் குறியீடாகவே ஆகிறது. சாதாரணமாக சொல்லப்படும் அந்த அனுபவச்சித்திரத்தின் உள்ளே உரையாடல்களாகவும் குறிப்பு களாகவும் உள்ளோட்டமாகச் செல்லும் ஒரு மானுடக் கதை

சொல்லப்படுகிறது. உறவுகளை விளக்க முயலவே எப்போதும் இலக்கியம் எழுதப்படுகிறது. பெரும்பாலும் விளக்கமுடியாமையை சொல்லி நின்றுவிடுகிறது.

பெரும்பாலும் வாழ்க்கையில் தோற்றுக்கொண்டே இருக்கும் மனிதர்களின் கதைகளாகவே நகர்கின்றன இந்த அனுபவக் கதைகள். ஒரு ராட்சதப் பயில்வான் விதவிதமாக மனிதர்களை குத்தி 'நாக் அவுட்' செய்துகொண்டே இருப்பதன் சித்திரங்கள். பெண்ணை சினிமா இயக்குநருக்கு தானம் வார்த்துவிட்டு காணாமல் போகிறவர், மைனர் விளையாட்டுகளுக்குப்பின் உடலின் எல்லை உணர்ந்து சட்டென்று பாலில் நீர் விழுந்தது போல அடங்கிப்போகும் தாஸ், வண்ணதாசனின் அண்ணாவின் இளம்பருவ ஓவிய முயற்சிகள்..

நெல்லையப்பன் தேர் ஒரு முடுக்கு வரும்போது திரும்புவது கடினம் என்று சொன்னார்கள். அங்கே தேரை திருப்ப நெடுநாட்களாக பழகிய தொழில்நுட்பம் இருக்கிறது. இரண்டு வெவ்வேறு சிறு சந்துகளுக்குள் வடத்தைக்கொண்டு சென்றார்கள். அவற்றை இழுக்கையில் மிக அற்புதமான ஒன்று நிகழ்ந்தது. தானாகவே எண்ணம் கொண்டதுபோல தேர் அழகாக திரும்பி மறுசாலை நோக்கி முகம் திருப்பியது. கலையில் அதேபோன்ற கணங்கள் அபூர்வமானவை. அனுபவப் பதிவுகளான இக்கதை களிலேயே பல கதைகளில் அதைச் சாதித்திருக்கிறார் கலாப்ரியா.

கதைகளில் கலாப்ரியா என்ற கவிஞர் எழுதியவை அவை என்பதன் நுண் தடையங்கள் உள்ளன. கவித்துவத்துக்காக முயல்வதில்லை, ஆனால் பழகிய அணில்பிள்ளை தோளில் ஏறி அமர்வதுபோல, பூனைக்குட்டி மடி தேடி வந்துவிடுவதுபோல கவித்துவம் நிகழ்ந்து விடுகிறது. கண்ணுக்குத் தெரியாத சமூகப் புறக்கணிப்பால் முரட்டுத்தனம் கூடிய சின்னவீட்டுப்பிள்ளை ஆறுமுகம் [பிச்சைக்காரனா பொறக்கலாம், வப்பாட்டி மகனா பொறக்கக் கூடாது] அருவியில் குளிக்கும் இடம் அத்தகையது. இதுக்குமட்டும்தான் சின்னவீட்டுப் பிள்ளை பெரியவீட்டு மகன் என்கிற பேதம் இல்லை என்று அருவியில் சென்று நிற்கிறார். குளிர்ந்து கொட்டும் பேரருவி அவர் அனலை அணைக்கமுடியுமா என்று முடியும் கடைசி வரிக்கு இணையானவற்றை தமிழில் சிலரே எழுதியிருக்கிறார்கள்.

நெருநல் நினைவுகள்..

கலாப்ரியா

வாழ்தலுக்கும் சாதலுக்கும் என்ன வித்தியாசம்
வாழ்ந்து விட்டுச் சொல்லுகிறேன் அந்த வித்தியாசம்..

ஜெயகாந்தன்

சமீபத்தில் ஒரு கனவு. எங்கள் பழைய்ய திருநெல்வேலி வீடு., புறவாசலில் உள்ள குச்சுகள் ஒன்றில் புதுமைப்பித்தன் குடியிருக்கிறார். அவருக்குத் தபால்க்காரர் தரும் ஒரு தபாலை எடுத்துக்கொண்டு ஒரு ஏழு எட்டு வயதுப் பையனாகப் புறவாசலுக்கு ஓடுவது போல்.. ஒரு கனவு. என் ஏழு எட்டு வயது உருவம், குரல், அரை டிராயர் எல்லாம் அப்படியே நினைவு போலிருக்கிறது. புதுமைப்பித்தனின் முகம் பிடிபடவில்லை., மசங்கலாக இருக்கிறது.

வீட்டின் புறவாசலில் (புழக்கடை) இரண்டு மூன்று குச்சுகள் உண்டு. அவற்றில் ஒன்றில், நாகர்கோயில்ப் பக்கம் பாரசாலையிலிருந்து வந்த ஒரு பிராமணக் குடும்பம் குடியிருந்தது. அவர் ஜங்ஷன் ‘சந்திர விலாஸ்’ ஹோட்டலில் சரக்கு மாஸ்டராக இருந்தார். அதிகாலையில் போனால் இரவு பதினோரு மணிக்கு வருவார். வாடகை தருவதற்கெல்லாம், ஏகக் கஷ்டம். ஆனாலும் ஏனோ அப்பா அவர்களைக் காலி செய்யச் சொல்வதில்லை. அம்மாவுக்கு அந்த வீட்டு மாமிதான் ஊறுகாய் போட்டுத் தருவாள். அம்மா ஊறுகாய் போட்டால் நாலே நாளில் பூசனம் பூத்து விடும். மாமி, நேந்திரம் பழத்தில் இனிப்புச் சிப்ஸ் மற்றும் சாதாரணச் சிப்ஸ் போடுவதிலும் கைப்பக்குவம் அப்படி மொறு மொறுவெனப் பேசும். அவ்வப்போது நாகர் கோயிலிலிருந்து, நேந்திரங்காய் வாங்கி வந்து, சிப்ஸ் போட்டுத் தருவாள் மாமி. அதுவும், இரண்டு மூன்று சீப்பு, நன்றாக

விளைந்த காய்களைச் சீவி, வருவல் போட்டு ஒரு பிஸ்கட் டின் நிறையத் தருவாள். இல்லாவிட்டால் இங்கே பெரிய வீட்டிற்குக் காணுமா? மற்றப்படி வீட்டுப் பெண்களுக்கு, குச்சு வீட்டுக் காரர்களைக் குறிப்பாகப் பெண்களை அவ்வளவாய்ப் பிடிப்பதே யில்லை. தெருவில் பல வீடுகளின் பின்னாலும் இதே போல் குச்சு வீடுகளும் அதில் 'குச்சு வீட்டு மனிதர்களும்', இதே போன்ற 'மரியாதையுடன்' குடியிருப்பதுண்டு.

அவர் வீட்டுக்கு, ராஜம் கிருஷ்ணனா, அநுத்தமாவா யாரென்று நினைவில்லை, ஒரு பிரபல பெண் எழுத்தாளர், அவர்களது உறவினர், வந்திருந்தார். அம்மா, அக்காவெல்லாம் மாமியின் வீட்டுக்குள் போய் அவரைப் பார்த்து வந்தார்கள். நான் வாசலில் நின்று எட்டிப் பார்த்தேன். அவ்வளவுதான் இடமிருந்தது. அதைப் பற்றிக் கொஞ்ச நாள் முன்பு நினைத்துக் கொண்டிருந்தேன். அதே போல் பாப்லோ நெருதாவுக்கு தபால் கொண்டு தரும் 'போஸ்ட்மேன்' (எல் போஸ்டினோ) படம் பற்றியும் யோசித்துக் கொண்டிருந்தேன். புதுமைப்பித்தன் பற்றி எப்போது யோசித்தேன், நினைவில்லை. எல்லாமுமாகச் சேர்ந்து இந்தக் கனவு வந்திருக்க வேண்டும்.

நான் பத்தாயிரம் மைல்களை 'நடந்து' கடந்தவனும் இல்லை, பத்தாயிரம் நூல்கள் படித்தவனும் இல்லை. (ஒரு பிரபல எழுத்தாள நண்பர் குறிப்பிட்டது போல (!) என் வாசிப்பு என்பது, அதிகமும் சினிமாப் போஸ்டர் மட்டும்தான்.) அங்குமிங்கும் ஆடுகிற ஊஞ்சல் போலத்தான் என் பயண விசாலம். அதில்க் கூட சில துணிச்சல்க்காரக் குழந்தைகள் போல, தலை குப்புற ஊஞ்சலாடியதுமில்லை. ஆனாலும் நான் அசலான சில மனிதர் களையும், அவர்கள் அபிலாஷைகள் நிறைந்த வாழ்க்கையையும் அவர்களது வியர்வை வாசத்தின் நெருக்கத்திலிருந்தபடி அவர்களுடன் வாழ வாய்த்து, உணர்ந்திருக்கிறேன். சில பால்ய காலத் தெரு நண்பர்கள் என்னை ஏனோ புறக்கணித்தபோது – அது ஒரு செல்லப் புறக்கணிப்புத்தான் – நான் அப்படியொரு அசாதாரண இனஞ்சேரலுடன் அந்த இன்னொரு உலகினரின் அன்புக்குள் அடைக்கலம் கண்டேன். அவர்கள் யார் வீட்டின் அடுக்களை வரைக்கும் சாதாரணமாகப் போவேன். கேட்டும் கேட்காமலும் சாப்பிடுவேன். சுதந்திரமாகவும் அதிகப் பிரசிங்கித் தனமாகவும் அலைந்து திரிந்திருக்கிறேன். எல்லாமும் எல்லாரும் என் கனவிலும் நினைவிலும் நீக்கமற நிறைந்திருக்கிறார்கள். அவர்களுடனான என் இயைபு என் நினைவில் தேர்த்தடம் போல் பதிந்திருக்கிறது..

தேரோட்டத்திலும், திருவிழாவிலும் எல்லோரும், எல்லோரின் கவனமும், கொண்டாட்டம் நிறைந்த முன் பகுதியிலேயே இருப்பார்கள் / இருக்கும். தேர், கை விட்டு நகர்கிற அதன் பின்புறத்தில், வீதியில் அது உண்டாக்கும் அழுத்தமான தடம், மனசுக்குள் ஏதோ ஒரு சோகம் உருள, நம்மை வாய் திறந்து சொல்லவைக்கும், பிரமிக்க வைக்கும், “தேர்ன்னா தேர்தான்”. பார்த்துத் திரும்பிய பலமுறை மனசுக்குள் தோன்றியிருக்கிறது, “கால்வல் நெடுந்தேர்”, ‘உருள் பெருந்தேர்’ என்ற சொற் சேர்க்கைகள். கொண்டாட்டமும் வெறுமையும், தேருக்கு இப்புறமும் அப்புறமுமாய் நிலை கொள்ள, வருடாவருடம் தேர் நகர்கிறது. வருடாவருடம் அது ‘நிலையம்’ சேரவும் செய்கிறது. இரண்டு தேரோட்டங்களுக்கிடையில் என்னவெல்லாமோ நிகழ்கிறது. ஒரு தேரோட்டத்திற்கு இருக்கும் ஒருவன் அடுத்த தேரோட்டத்தில் இல்லாமல்ப் போகிறான். தேருக்கு எதிராகவே பாடையில்ப் போகிறான். போன தேரோட்டத்தின் போது, புறவாசல்க் குச்சு வீட்டில் இருந்த குடும்பம் இந்தத் தேரோட்டத்தின் போது இன்னொரு தெருவிற்கு, இன்னொரு தகரக் குச்சுக்குக் குடி பெயர்ந்து, அதே மத்தியான வேனல்ப் புழுக்கத்தில் புணர்ந்து பெற்ற புதிய, ‘பீத்தொலி’ உரிகிற சிவந்தமேனியுடனான கைச்சிசுவுடன் தேரோட்டம் பார்க்க நிற்கிறது. செயலாக இருந்த குடும்பம் செயலிழந்து நிற்கிறது. தச்சநல்லூர் அண்ணா சிலையின் முன் “குடிக்க மாட்டோம்” என்று உறுதி மொழி எடுத்தவர்களுக்குத் தலைமை ஏற்றவன், ஒரு சிகரெட்டைக் கூடத் தொட்டறியாதவன், அப்படிக் குடிக்கிறான். மெல்ல மெல்ல அரசியல் மாற்றம் நிகழ்ந்து ஆட்சி மாறுகிறது.. எல்லாவற்றுக்கும் மௌன சாட்சியாகவும் சிலவற்றிற்கு நேரடியான சாட்சியாகவும் இருக்க நேர்கிறது..

“தனிமை இனி நிரந்தரக் குத்தகை
துயரக்கனவுகள் எனக்கினி எத்தனை.”

என்ற தேவகோட்டை வா.மூர்த்தியின் கவிதை வரிகளைப் பகிர்ந்து கொண்டபோது “காத்திரு வசந்தம் வராமலே போகாது..” என்று சுப்ரமணிய ராஜு கடிதம் எழுதினது போல், எதற்காகவோ காத்திருந்தேன், கொஞ்சம் அறிவு ஜீவியாக மாறி. ஆனாலும் உள்ளாடை அணியாதவர்கள், கக்கூஸ்பத்தும் சீலைப்பேனும் தொந்தரவு செய்ய தனிச்சையாய்ச் சொறிந்து கொள்ளுபவர்கள், இன்னும் தனிச்சையாய் சொறிந்த கையை முகந்து பார்ப்பவர்கள் இதற்கு நேர் எதிராய் வாசனையில் வாழ்பவர்கள் என்று தனிச்சையான பலருடனுமான என் அணுக்கத்தை நான் விட்டு விடத் தயாராயில்லை.. வீடு , தெரு, என்ற வாழ்க்கை, தேரோடும்

வீதி, அவ்வீதியில் இணையும் தெருக்கள், நூற்றுக்கணக்கான அதன் மனிதர்கள் என்று விரிவடைந்தபோது கண்டவையும் அனுபவித்தவையும் இன்னும் இருக்கின்றன. அவற்றை இன்னொரு வகையில் இன்னொரு சந்தர்ப்பத்தில் சொல்லலாம் என்று தோன்றுகிறது.

இக்கட்டுரைகளை எழுதிக் கொண்டிருக்கும் போது பல பின்னூட்டங்கள், பெரும்பாலும் பாராட்டுரைகளுடன், 'கூடு' இணையதளத்தில் வந்தன. அவற்றில் பலரும் தங்களுக்கு முந்திய தலைமுறையின் நிகழ்வுகளை ஆவணப்படுத்துங்கள் என்று கேட்டிருந்தார்கள்.. அதையும் (வலிந்து செய்யாமல்) செய்திருப்பதாய் நினைக்கிறேன். பின்னூட்டமிட்ட அனைவருக்கும் என் அன்பாந்த நன்றி.

இதில், காலமும் சூழலையும் தவிர்த்து, நிகழ்வுகளை, நினைவு களைப் பெரும்பாலும் புனைவாகவே பதிவு செய்திருக்கிறேன். இதை எழுதுவதற்கு ஊக்கப்படுத்திய. தமிழ்ஸ்டுடியோ.காம் நண்பர்கள் அருண், குணா ஆகியோருக்கு என் மனமார்ந்த நன்றிகள்.

இதை வெளியிடுகிற 'சந்தியா பதிப்பகத்தாருக்கும்' அருமையான முன்னுரை தந்த நண்பர் திரு. பிரபஞ்சனுக்கும் என் கனிவான வணக்கங்கள். விரிவான தன் கருத்துக்களைப் பகிர்ந்து கொண்ட ஜெயமோகனுக்கும் (அருண்மொழி ஜெயமோகனுக்கும்தான்...!) என் அன்பான நன்றி.

வண்ணதாசனின் மூத்த சகோதரர், எங்கள் கலைகளுக்கெல்லாம் முன்னோடியான, ஓவியரும் கவிஞருமான திருவேந்தி என்கிற கணபதியண்ணன் என் எழுத்துக்களின் ஆரம்ப காலத்திலிருந்து என் அகரக்கிறுக்கல்களைக் கூட நல்லாசிரியனாய்ப் பாராட்டி என்னை உற்சாகப்படுத்தியவர்., சமீபத்தில் இறந்து போனார். அவர் திடீரெனக் காலமாவதற்கு இரண்டு நாட்களுக்கு முன்னர் எழுதிய கடிதத்தில் குறிப்பிட்டிருந்தார், "உன் அனுபவங்கள் எவ்வளவு விரிந்தவை! அவையே உன்னை இன்னும் பேனாக் காரனாக வைத்துள்ளது. எழுது; படிக்க நானிருக்கிறேன்" என்று.

இல்லை. அவர் இன்று இல்லை. ஆனால் எங்களுக்கு ஏதேனும் பெருமைகள் இருக்குமானால் அதற்குக் காரணமான அவருடைய அழியாத நினைவுகளுக்கு இந்நூல் ஒரு சிறு சமர்ப்பணம்..

பொருளடக்கம்

ஏற்கெனவே 23 ● அம்மன் அங்கேயே 27
பகலில் பேசும் நிலவு 33 ● கையெழுத்து... 41
வேனல்... 49 ● கூறு 55 ● பிராது 62
ராஜ களவு 69 ● வந்தனோபசாரக் காட்சிகள் 78
அழகென்பதே விஷமாகுமோ 84
பட்டப்பெயர் (அ) பட்டப்பேர் 92
கொணக்கம் 99 ● "லங்கொட கோடா"... 107
நாநா... 117 ● மேல் நோக்கிய பயணம் 124
திரி கருகும் நேரம்... 132
கதையின் முடிவை யாருக்கும் சொல்லாதீர்கள்... 140
தழும்பு 150 ● தீர்த்த யாத்திரை 161
ஒரு சிக்கலில்லாத காதல் கதை... 173
வயது வந்தவர்களுக்கு மட்டும் 184
ஸ்டாப்பில் நிற்காத பஸ்கள் 191
அதிசய ராகம்... 199 ● முகவரி 211
அக்கினி நட்சத்திரம் 216 ● உருள் பெருந்தேர் 224

1

ஏற்கெனவே

பள்ளிக்கூடம் ஒன்பது மணிக்கு ஸ்டடியுடன் ஆரம்பிக்கும். விஜயரெங்கன் சீக்கிரமே வந்து விடுவான். ரங்கனுக்கு கபடி என்றால் கொள்ளைப் பிரியம். அடுத்து கமலஹாசனை ரொம்பப் பிடிக்கும். இந்தக் காலத்து கமலஹாசன் இல்லை. அம்மாவும் நீயே அப்பாவும் நீயே, கமலஹாசன். அந்தப் பாட்டை வெள்ளிக்கிழமைதோறும் நடைபெறும் கடைசிப் பிரீயடான எல்.டி.எஸ் (லிட்டெரரி டிபேட்டிங் சொசைட்டி) பிரீயடில் எப்போதாவது பாடுவான். அவன் தாத்தா நல்ல, வாய்ப்பாட்டுக்காரர். அவர் வீட்டில் தான் இருந்தான்.

அம்மாவும் நீயே தவிர, வாதாபி கணபதிம் பஜே.... பாடல், கட்டபொம்மன் வசனம், “நீர் தான் ஜாக்சன் துரை என்பவரோ”...... என்று, பேசி நடித்துக் காண்பிப்பான். “ஆதௌ கீர்த்தனாரம் பத்திலே....” என்று ஆரம்பித்து தெய்வப் பிறவி படத்தில் வருகிற குசேலன் கதா காலக்ஷேபம் செய்வான். அந்தக் கால கிருஷ்ணன் பஞ்சு படங்களில் இது ஒரு சென்டிமெண்ட், கதாகாலக்ஷேபம் அல்லது ஒரு நாடகம் தவறாமல் இருக்கும். அதை எழுத சுந்தரம் என்றொருவர் உண்டு. எங்கள் தங்கம் படத்தில் எம்.ஜி.ஆர் கூட குடுமி மேக்கப்போடு சந்திர மண்டலத்துக்கு ராக்கெட் விடுவது பற்றி ஒரு காலக்ஷேபம் செய்வார். பீம்சிங் படங்களில் ஒரு குரூப் டான்ஸ் கட்டாயம் இருக்கும், அது மாதிரி கிருஷ்ணன் பஞ்சு படங்களில் இவை.

அந்தப் பள்ளிக்கூடத்தில் இரண்டு பேருக்கு ஒரு பெஞ்ச். பெஞ்ச் ரொம்பக் கனமானது, உறுதியானது, எல்லாம் பல தலைமுறை கண்டவை. இரண்டு மூன்று பேர் சேர்ந்தால்தான் நகர்த்தவே முடியும். பை, பாடப் புத்தகம் வைப்பதற்கு கீழே தனியாக ஒரு அடுக்கு இருக்கும். காலையிலேயே வருகிற ரெங்கன், பைக்கட்டையும், சட்டையையும் டெஸ்க்குக் கீழ் அடுக்கில் வைத்து விட்டு, பூணூலை ஞாபகமாய் பனியனுக்குள் கழற்றி விட்டுக்கொண்டு கிரவுண்டுக்கு ஓடி விடுவான்.

ஆள் என்னவோ பொடியன் தான். கபடி நன்றாக விளை யாடுவான். பாடி வருகிறவன் காலை திடீரென்று இறுக்கி மிதித்து கையையும் எட்டிப் பிடித்து விடுவான். அப்போது அவனுக்கு ஒரு அசுர பலம் வந்து விடும். பெரிய பெரிய பையன்கள் கூட இதில் அவனிடம் மாட்டிக்கொண்டு விடுவார்கள். அதே போல் இந்தப் பக்கம் வந்து விட்டு, தனது பக்கம் போகிறவனின் பின்னால் மின்னல் வேகத்தில் சென்று தொட்டுவிட்டுத் திரும்புவதிலும் கில்லாடி. விஜி விஜி என்று அவனை எல்லோரும் கிண்டலாகக் கூப்பிடுவோம்.

எட்டாம் வகுப்பு வரை என்னுடன் படித்தான். அதற்கு மேல் உள்ள வகுப்புக்களுக்கு, பெரிய பள்ளிக்கூடம் என்கிற மெயின் ஸ்கூலுக்குப் போக வேண்டும். அங்கே ஒன்பதாம் வகுப்பிலிருந்து பதினோராம் வகுப்பு வரை உண்டு. அங்கே போனதும் அவன் என் வகுப்புகளில் படிக்கவில்லை. கபடி விளையாடும் மைதானத்தில் எப்பொழுதாவது தென்படுவான். அதை விட ஸ்போர்ட்ஸ் ரூமிலேயே அதிகம் காணப்படுவான். டிரில் சார் சிகரெட்டைப் பாதியாக வெட்டி, பெரிய சைஸ் வெட்டும் புலித் தீப்பெட்டி அல்லது சன் ஃப்ளவெர் தீப்பெட்டியில், தீக்குச்சியுடன் வைத்திருப்பார். சார்வாங்களுக்கென்று உள்ள கக்கூஸில் வைத்து இடைவேளைகளில் அவசர அவசரமாக நாலு இழுப்பு இழுத்துவிட்டு தூர எறிந்துவிட்டு வருவார். அவர் என்றில்லை நிறையப் பேர். ஆனால் இவர்தான் இப்படிப் பாதி பாதியாகப் புகைப்பவர். சிகரெட்டை முடித்ததும், மேஜை டிராயரிலிருந்து ஒரு குத்து கடலையை எடுத்து வாயில் போட்டு மெல்லுவார். அந்த நேரம் யாராவது பையன்கள் வந்து விட்டால், அடி பின்னி விடுவார். இந்தக் கதையை எல்லாம் திருஞான சம்பந்தன் சொன்னான். அவனை டிரில் சார் கூப்பிடுவதாக விஜயரெங்கன், சோஷியல் வகுப்பின் இடையே வந்து கூட்டிப் போனான். அதற்கு முந்திய வகுப்பு டிரில் கிளாஸ். அவன் திரும்ப வந்ததும் சோஷியல் சார் கேட்டார், 'ஏலெ கட்டையன் என்னலெ செஞ்சாரு', என்று. பின்வரிசை மாப்பிள்ளை பெஞ்சில் இருந்து பலத்த சிரிப்பு வந்தது.

அவருக்கு சிகரெட், ப்ளேடு வாங்கி வருவது, ஸ்கூலுக்கு முன்னால் விற்கும் நிலக்கடலைக்காரர்களிடம் கடலை வாங்கி வந்து உடைத்து வைத்திருப்பது, எல்லாம் விஜியின் வேலை. வகுப்புக்கள் நடக்கும் சமயம் ஸ்கூலை விட்டு வெளியே போக முடியாது. ஆனால் விஜி சாதாரணமாகப் போய் வருவான். பத்தாம் வகுப்பு படிக்கும்போது டிரில் சார் சிபாரிசில் அந்த வருடக் கலை இலக்கியப் போட்டிகளில், விஜி பாட்டுப்போட்டியில் கலந்துகொள்ள, தமிழ் சார் அனுமதித்திருந்தார். "தாமரை பூத்த தடாகமடி....." என்ற பாட்டைச் சுருதி சுத்தமாகப் பாடினான். நாகர்கோயில் மஹாதேவன் என்கிற பிரபல பாடகர் ஒரு நடுவராக வந்திருந்தார். டி.ஆர் மகாலிங்கம் நடித்த ஸ்ரீ வள்ளி படத்தில் நாரதராக நடித்தவர். இரண்டாம் பரிசு கொடுத்தார்கள். ஆனால் மாணவர்களின் கைதட்டல் அவனுக்குத்தான் அதிகமிருந்தது.

பள்ளிச் சீருடை டிராயர், எஸ்.எஸ்.எல்.சி லீவில் மூன்றரை முழம் வேட்டியாகி அது பின்னர் நாலு முழம் என்றாகி, பி.யு.சி சேர்ந்ததும் இரண்டு பேண்ட் என்றாகி வயது கூடக்கூட அரும்பு மீசை, முகப்பரு என்று காலம் பலவிதமாகக் கடந்து விட்டது. சில பள்ளிக்கூட நண்பர்களை அதிகம் சந்திக்க முடிந்தது. கால வெள்ளத்தின் சுழற்சியில் விஜயரெங்கன் கண்ணிலேயே படவில்லை.

தென்காசி பஸ்ஸில் ஏறி உட்கார்ந்திருந்தேன். அழுக்கான வெள்ளை வேட்டி, வெள்ளைச் சட்டையுடன் யாரோ கன்னங் கறுப்பாய் ஒரு அரைக் குயர் நோட்டைக் கையில் வைத்துக் கொண்டு, ஒவ்வொருவரிடமும் காட்டி, கொடுப்பதை வாங்கிக் கொண்டு என் இருக்கை நோக்கி வந்தான். "சார், தெப்பொளத் தெரு ஈசானிய விநாயகர் கோயில் கும்பாபிஷேகம், உங்களால ஏண்டதை (இயன்றதை) தாருங்கோ, நூறு ரூபான்னா ரசீது தர்ரேன்", என்று சட்டைப் பையில் சுருட்டி வைத்திருந்த ரசீது புத்தகத்தை எடுத்தான். ரசீது புத்தகம் கசங்கிப் போய் இருந்தது. வாயிலிருந்து அரிஷ்ட வாசனை வந்தது. சுவர் முட்டி அடித் திருப்பான் போல. ரசீது புத்தகத்தை எடுக்கும்போது கீழே விழுந்த பாதி அணைத்த சிகரெட்டை எடுக்கக் குனிந்தான். கண்டக்டர் எனக்குத் தெரிந்தவர். 'கொடுக்காதீங்க' என்று சைகை செய்தார்.

'அம்மாவும் நீயே அப்பாவும் நீயே' என்று கையைக் கட்டிக் கொண்டு பாடுகிறவனா, கபடியில் பெரிய பெரிய திடுமங் காளைகளையெல்லாம் அவுட் ஆக்கியவனா.... ஆச்சரியமாய் இருந்தது. அஸ்வினி, பரணி.. என்று இருபத்தியேழு நட்சத்திரங் களையும் சீர்காழி குரல் போலவே பாடியவனா... தண்டபாணி

தேசிகரின் தாமரை பூத்த தடாகமடி... பாட்டைப் பாடி, பல அரசியலுக்கு இடையிலும் கருத்த பிராமணன் என்று யாரோ சொல்லி, இரண்டாம் பரிசை வாங்கியவனா... என்று அடுக் கடுக்காய்த் தோன்றியது. 'சார் சேஷமமா இருப்பேள், குடுங்கோ' என்று அசட்டுச் சிரிப்பை உதிர்த்தான். கடை வாய் ஓரமெல்லாம் வெள்ளைப் புண், இன்னும் கறுப்பாகக் காட்டியது. நான் இல்லையென்று தலையாட்டினேன். ஜன்னலோரமாய் நகர்ந்து, முகத்தைத் திருப்பி அரை இருட்டுக்குள் பஸ் ஸ்டாண்டை வேடிக்கை பார்ப்பது போலிருந்தேன். "சார், சார் எனக்கு கேக்கலை சார், நல்ல காரியத்துக்காச்சும் கேக்கறேன் சார்", என்று நின்று கொண்டேயிருந்தான்.

கண்டக்டர், "வேய் மாமா கீழே இறங்கும், வண்டி போகப் போகுது"... என்றார். அவரை ஏசிக்கொண்டே இறங்கினான். கண்டக்டர், "அண்ணேன், நீங்க நோட்டை வாங்கிப் பாக்கலியே, உள்ளெ நாலைஞ்சு ஃபிகர் படம் வச்சுருப்பான், ஆளு ஏமாந்தா அந்த வேலையும் பாப்பான், மூணு ரூவா கெடச்சாப்போதும் கூவை அடிக்க பாலத்துக்குக் கீழ போயிருவான்". என்றார். அய்யோ பாவம், ஒரு ரூபாயாவது கொடுத்திருக்கலாமோ என்று தோன்றியது. கீழே யாரோ, 'எவ்வளவு தேறுச்சு, போவமா, ஆசான் கடையை எடுத்து வச்சுருவாரு' என்று கேட்டுக் கேலி பண்ணினார்கள். அவன் பையைப் பிடித்து இழுத்து 'காட்டுவே பாப்போம்' என்றார்கள். 'இங்க என்ன இருக்கு', என்று கையைத் தட்டி விட்டுவிட்டு, பைக்குளிருந்து அணைந்த சிகரெட்டை எடுத்துப் பற்ற வைத்தான்... என்னைப் பார்த்தான், "அரைக்கிலோ கறிக்கும் அஞ்சாறு மயிருக்கும்ன்னா, ஒழுக விட்டுட்டு பின்னாலேயெ வருவானுக", என்று சொல்லிக் கொண்டே முறைத்தபடி நின்றான். கண்டக்டர் கீழே இறங்கி வண்டியை ரிவர்ஸ் எடுக்க விசிலடித்து, ரைட் கொடுத்துக் கொண்டிருந்தார். ஜன்னலை ஒட்டி வந்து 'ஏல ஏங்கூடப் படிச்சவந்தான நீ, பசிக்குதுறா காசு குடுடா' என்றான். நான் ஒரு ரூபாயயைக் கொடுத்தேன். அது கீழே விழுந்தது. கிட்டத்தட்ட டயரில் அடிபடுகிற மாதிரிப் பாய்ந்து அதை எடுத்தான். காசை திருப்பித் திருப்பிப் பார்த்தான்'. 'தாயோளி ஒரு ரூவா தாரான்'... என்று ஏசுவது கேட்டது. பஸ் வேகமெடுத்திருந்தது. வெகு தூரம் வந்த பின்னும் அவன் காசை எடுக்க பஸ்ஸுக்கடியில் பாய்ந்த வேகம், மனதை நெருடிக் கொண்டே இருந்தது. அடப் பாவி இவனைச் சந்திக்காமலே இன்றைய பொழுது கழிந்திருக்கலாமே... இது எப்போது, எதற்காக, ஏன் ஏற்கெனவே எழுதப்பட்டிருந்தது என்று தோன்றிக்கொண்டே இருந்தது.

●

2

அம்மன் அங்கேயே

மார்க்கெட் மேலிருக்கும், நூலக ஆணைக்குழு நூலகத்தை விட கீழைத் தேர் தெருவிலிருக்கும் சைவ சித்தாந்தக் கழக நூலகத்தில் நிறைய புத்தகங்கள் உண்டு. புத்தகங்கள் கிழியாமல், கிறுக்கல்கள் இல்லாமல் நன்றாகவும் இருக்கும். வார, மாத இதழ்களில் வந்த தொடர்கதைகளை அழகாக பைண்ட் செய்து வைத்திருப் பார்கள். அதைப் படிப்பது ஒரு சுவாரஸ்யம். சாண்டில்யனின் மன்னன் மகள் தொடரை அங்குதான் படித்தேன். இடையிடையே சில விளம்பரங்கள், சினிமா விமர்சனங்கள் இருக்கும். ஒகாஸா என்று ஒரு விளம்பரம். "நீஞ்சற வயசில ஓஞ்சு கிடப்பாங்களா...?" என்று. அதை வரி விடாமல் படிப்போம். அது என்னவென்று தெரியாமலேயே அந்த டப்பாவை வைத்திருந்து, அண்ணன் ஒருவன் பிடுங்கி வைத்துக்கொண்டான். இப்போது தெரிகிறது அது அந்தக் கால வயகரா. ஜப்பான் மருந்து.

மாடியில் கழக அலுவலகமும், கீழ்ப் பகுதியில், 'சிவஞான முனிவர் நூல் நிலையமு'ம், காசில்லாப் படிப்பகமும் இயங்கி வந்தது. காசில்லாப் படிப்பகத்தில் நாளிதழ்கள் மட்டும் இருக்கும். அங்கேதான் அண்ணாவின் காஞ்சி, HOME LAND, நம் நாடு, முரசொலி, கருமுத்து தியாகராசரின் 'தமிழ் நாடு', போன்ற பத்திரிகைகள் வரும். அதற்குப் புதிய கட்டடம் கட்டி அண்ணா ஆட்சிக்கு வந்தவுடன், அவரோ அன்பழகனோ திறந்து வைத்த

நினைவு. பொதுவாக அங்கே சிறுவர்களுக்கு புத்தகம் தர யோசிப்பார்கள்.

நூலகத்திற்கு எதிராக உள்ள ஆ(ற்று)த்தண்ணீர் பைப்பிலிருந்து ஒரு பானை குடிநீர் பிடித்துக் கொடுத்தால் புத்தகம் தருவார்கள். ஒரு நாள் அதற்கு முன்வந்த நான் பானைத் தண்ணீரைத் தூக்க முடியாமல் தூக்கி வந்ததைப் பார்த்த நூலகர் சிரித்துக்கொண்டே இனிமேல் நீ வேண்டிய புத்தகங்களைப் படிக்கலாம் என்றார். நான் 'யவனராணி' என்றதும், "உடனே சாண்டில்யனா, இந்தா இதைப் படி" என்று டூமாஸின் 'கறுப்பு டியூலிப்' மொழிபெயர்ப்பைக் கொடுத்தார். அது கழக வெளியீடு. அதே போல் தொடர்ந்து தந்தார். சாண்டில்யனை சாக்லேட்டாக நினைத்துக்கொண்டே அதையெல்லாம் மருந்து சாப்பிடுகிற மாதிரி படித்து முடித்தேன். பல்லை உடைக்கிற மொழிபெயர்ப்பு. கடைசியில் ஒரு நாள் சாண்டில்யனின் மன்னன் மகள் குமுதத்தில் வந்த தொடரை பைண்ட்செய்தது, தந்தார். அதற்கு ஸாகர் ஓவியம் என்று நினைவு. லதா ஓவியம் போலவே இருக்கும்.

ரொம்ப எளிமையான கோலத்தில் எப்போதும் ஒருவர் தரையில் அமர்ந்து படித்துக் கொண்டிருப்பார். தலை, நாடியில் ஒட்டிக் கொண்டிருக்கும் ஒன்றிரண்டு முடிகள். ஏதோ கீமோதெராபி தந்து முடி கொட்டிப் போன மாதிரி இருப்பார். அரைமணி நேரத்துக்கொரு தரம் ரகசியமாய் வாயில் எதையோ போட்டுக் கொள்வார். வாயின் ஓரங்களிலும் பற்களிலும் ரோஸ் நிறக் காவியாய் இருக்கும். வயிற்று வலிக்கு நல்லது என்று சொல்லிக் கொண்டே லக்ஷ்மிசங்கர் பல்பொடியைத்தான் அப்படிச் சாப்பிடு கிறார் என்று அப்புறம் சொன்னார். கோபால் பல்பொடி எல்லாம் உதவாது. இதுதான் பெஸ்ட். பத்து அரிசி எடை போட்டா வயிறு வலி நின்னுறும் என்பார்.

துப்பறியும் நாவல்களை விரும்பிப் படிப்பார். நூலகம் திறந்ததும் எங்களைப் போலவே வந்து விடுவார். நாங்கள் விடுமுறைக் காலங்களில், அவரோ தினமும். அவர் படித்து முடித்து திருப்பித் தந்த ஒரு புத்தகத்தை நான் கேட்டேன். சந்திர மோகன் எழுதிய துப்பறியும் நாவல். "அவர் படியுங்க தம்பி, இப்ப ஓடிட்டு இருக்கே Dr. NO. ஜேம்ஸ்பாண்ட் படம், அது மாதிரி எழுதின நாவல். பிரமாதமாய் இருக்கும்", என்றார். நூலகர் தர யோசித்தார். "தாராளமாய்க் கொடுங்கள் ஒரு கெடுதலும் வந்திராது" என்று அவரிடம் ஆங்கிலத்தில் சொன்னார். அதை முடித்ததும், சந்திர மோகன் எழுதிய சிந்தனையாளர் வரிசை

நூல்களைச் சொன்னார். டார்வின், இங்கர்சால், ஃப்ராய்டு என்று படிக்க சுவாரஸ்யமாய் இருந்தது. "என்ன தம்பி, பொன்னியின் செல்வன், யவனராணின்னு போறீங்க. அவர்களுக்கெல்லாம் அப்பன் எழுதின நாவலெல்லாம் இங்க இருக்கு. ராகுல சாங்கிருத்தியாயன் படிச்சிருக்கீங்களா, இன்னும் கொஞ்சம் பெரிய பையனா ஆனப்புறம் படிங்க, நல்லாப் புரியும்" என்பார். உண்மையில் அந்தப் பெயரே அப்போது வாயில் நுழையவில்லை.

அதை ஐந்தாறு வருடம் கழித்துப் படித்தேன். என் வாழ்க்கை யையே புரட்டிப் போட்டது அது. அதை மார்க்கெட் நூலகத்தில் படித்தேன். தி.மு.க ஆட்சிக்கு வந்த சமயம், ஆல் இந்தியா ரேடியோ என்பதை ஆகாஷ்வாணி என்று மாற்றி மத்திய அரசு அறிவித்ததை ஒட்டி ஒரு இந்தி எதிர்ப்புப் போராட்டம் நடந்தது. கல்லூரிகளெல்லாம் விடுமுறை விட்டிருந்தார்கள். கல்லூரியில் சி.எஸ். என்று புதிதாக ஒரு தமிழாசிரியர் சேர்ந்திருந்தார். முன்பே பணிபுரிந்தவர்தான். இடைக் காலத்தில் தி.மு.க ஆதரவாளர் என்பதால் பணியிலிருந்து நீக்கி இருந்தார்கள். தி.மு.க தலைமை அலுவலகத்தில் பணியாற்றிக் கொண்டிருந்தார். மீண்டும் கல்லூரிக்கு வந்து விட்டார். அவர்தான் ராகுல சாங்கிருத்தியாயன் பற்றி தெளிவாகச் சொன்னார்.

அந்த விடுமுறையின் முதல் நாளில் "வால்காவிலிருந்து கங்கை வரை" நூலைப் படித்தேன். ஆச்சரியமும் வியப்பும் அதிர்ச்சியுமாய் இருந்தது. முதல் இருபது பக்கங்கள் சுவாரஸ்யமில்லாமல் கழிந்தது. முதல் கதையான 'நிஷா' படித்து முடிந்ததும் ஒரு அதிர்ச்சி தொற்றியது. ஆகா இது ரொம்ப முக்கியமான விஷயம்லா போலிருக்கு என்று தோன்றியது. 'பிரபா' கதை படித்து முடித்த போது ஜென்ம சாபல்யம் அடைந்தது மாதிரி இருந்தது. அந்த நிமிடத்திலிருந்து என் வாழ்க்கையே திசை மாறியது. இப்போது கூட அந்த நிமிடங்களை நினைக்கையில் மனதுக்குள் ஏதோ ஊற்றெடுக்கிறது. இதுவரை நீங்கள் யாரேனும் அந்த நூலைப் படிக்காதவர்கள் இருந்தால் உங்கள் இத்தனை வருட வாழ்க்கையும் வீண் என்பேன்.

அதை வாசித்து முடித்து சிறிது நாளிருக்கும். ஒரு மாலை ரதவீதியைச் சுற்றி வந்து கொண்டிருந்தோம். வாகையடி முக்கு சண்முகா ஒலிபெருக்கி நிலையத்திலிருந்து, "நீ எங்கே என் நினைவுகள் அங்கே....." என்று பாட்டுப் போட்டுக் கொண்டிருந் தார்கள். புதிய படங்களின் பாடல்களை அவ்வப்போது ஒலிபெருக்கிக்

வைத்திருப்பவர்கள் இப்படிப் போடுவது வழக்கம். இது டி.எம்.எஸ். படிக்கிற பாட்டு. நாங்கள் கொஞ்ச நேரம் நின்று கேட்டு விட்டு மறுபடி நகர்வலத்தை ஆரம்பிப்போம். புதுப்படப் பாட்டுக் கேட்பதற்கு அப்போது ஜங்ஷன் பாப்புலர் மியூசிக்கல், சாலைக் குமாரர் கோயிலருகே ஒரு கடை இவற்றிற்கெல்லாம் போவோம். படம் வெளி வந்து ஓடிக் கொண்டிருந்தால் சரியாக, பிடித்தமான பாட்டு வருகிற நேரத்திற்கு தியேட்டருக்குப் போய் விடுவோம். வெளியே நின்று ஒன்றிரண்டு பாட்டைக் கேட்டு விட்டு வருவோம். ‘நினைத்தேன் வந்தாய்....’ பாட்டைக் கேட்பதற்கு லட்சுமி தியேட்டர் முன்னால் எட்டு மணி வாக்கில் பத்துப் பதினைந்து பேர் கூடுவோம். அதில் மஞ்சன வடிவழகன் என்று ஒருத்தர் வருவார். என்னை விட இரண்டு வயது பெரியவன். ஒரு மடத்தில் வேலைக்கு முயன்று கொண்டிருந்தான். அவன் அப்பா அங்கே வேலை பார்த்து ஓய்வு பெற்றவர். ஓரளவு பாட்டை ரசிப்பவன், பெண் விவகாரங்களிலும் ‘ரசனை’ உள்ளவன். சண்முகா ஒலிபெருக்கி முன்னால் கூட்டம் கூட விடமாட்டார், சண்முகம் அண்ணாச்சி. நானும் பச்சையும், அதற்கு அடுத்த வீட்டு நடையருகே நின்று கேட்டுக் கொண்டிருந்தோம்.

அது எப்போதுமே சாற்றியே இருக்கிற வீடு. கனமான அழி போட்டு நெருக்கமாக டைமண்ட் வலை அடித்திருக்கும். ஐந்தாம் வகுப்பு படிக்கையில் பள்ளிக்கூடம் போகும்போது, அந்த வீட்டருகே போய் வலை வழியே உற்றுப் பார்ப்போம். அந்த வீட்டில் அழியை ஒட்டி தார்சால், அதற்கடுத்து ஒரு நிலை. அதில் மூன்று வரிசையாக கோலிக்காய்கள் நிலையைச் சுற்றி பதித்திருக்கும். அதை வேடிக்கை பார்ப்பது ஒரு பொழுதுபோக்கு. ஒரு நாள் மத்தியானம் சாப்பிட்டுவிட்டு பள்ளிக்கூடம் போகும் போது அந்த வீட்டின் நடையிலிருந்து கோலிக்காய் பார்த்துக் கொண்டிருந்தோம். ஒரு பெண் உள் வாசலிலிருந்து வெளித் தார்சாலுக்கு வேகமாக வந்து, வெளிக்கதவை லேசாகத் திறந்து, “ஏ தம்பி இந்த செய்யது ஸ்டோரில் ஒரு பாக்கெட் அமிர்த விலாஸ் கடலை மிட்டாய் வாங்கித் தாரியா” என்று ஒரு புது ஒரு ரூபாய் தாளை நீட்டினாள். ரோஸ் கலரில் சட்டையும் சேலையும் உடுத்திருந்தாள். அதற்கும் அவள் உடல் நிறத்திற்கும் வித்தியாசமே இல்லை. அப்படியொரு கலர். ஆள் சற்று கனத்த சரீரமாய் இருந்தாள். கண்ணுக்கு கீழ் கொஞ்சம் கண்மை லேசாக இழுவிய மாதிரி இருந்தது. நல்ல தலைமுடி, கலைந்து கிடந்தது.

நானும் ஜனாவும் கடலை மிட்டாய் வாங்கி வந்து தந்தோம். ஒரு பாக்கெட். பிரித்துத் தருவாள் என்று நினைத்திருந்தோம். தரவில்லை, ரொம்ப ஆசையாய் திருப்பித் திருப்பிப் பார்த்து அமிர்தவிலாஸ் தானே என்று கேட்டு பார்த்தும் கொண்டாள். அதற்குள் அவளைப் போலவே இருந்த அவள் அம்மா வெளியே வந்தாள். அவ்வளவு நிறமில்லை. “போ தூங்காம என்ன செய்தெ இங்கே” என்றாள். மிட்டாயை மறைத்துக்கொண்டு உள்ளே போனாள். மீதி முக்கால் ரூபாயை வாங்கவேயில்லை. நீங்க யாருடா என்றாள் கிழவி. பதில் சொல்வதற்குள் திரும்பவும் அவள் வந்து இந்தா குச்சி போட வச்சுக்கோ என்று ஒரு அழகான சதுர டப்பாவை தந்தாள். கிழவி சத்தம் போட்டாள். “ஏ கோட்டி மூதேவி இதையெல்லாமா கொடுப்பாங்க” என்று. அவள் உள்ளே போய் விட்டாள். ஜனாவும் நானும் இரண்டு நாள் கழித்து தெய்வப்பிறவி போனோம். அழகப்பனும் வந்தான். அவந்தான் கிளாஸ் லீடர். மீதி நாலணாவை ஜனாவும் டப்பாவை நானும் வைத்துக் கொண்டோம். அதில் ‘OKASA’ என்று எழுதியிருந்தது.

அதற்கப்புறம் தெரிந்தது, அந்த வீட்டுக்குத்தான் எங்கள் தெருவின் பெரிய பண்ணையார் தினமும் மாலையில் போய் விட்டு இரவு பதினொரு மணிக்கு வீடு திரும்புகிறார் என்று. அவர் பெரும்பாலும் நடந்து, சமயத்தில் குதிரை வண்டியில் திரும்புவார். நடப்பது தெரியாமல் அவ்வளவு பதவிசாக நடப்பார். தூரத்தில் அவர் வரும்போதே நாங்கள் சத்தமாக சிரித்துப் பேசிக் கொண்டிருந்தால் சடாரென்று அமைதியாகி விடுவோம். அப்புறம் ஒன்றிரண்டு முறை அந்தப் பெண்ணையும் கிழவியையும் பார்த்திருக் கிறோம். ஒரு தேரோட்டத்தின்போது ஒரு முறை பார்த்தோம். கொஞ்சம் விடலைப் பையன்கள் தேர்வடத்தைப் பிய்த்து அந்த வீட்டைப் பார்த்து எறியவும், தாய்க்கிழவி ஏசிக் கொண்டே அந்தப் பெண்ணை உள்ளே இழுத்துப் போனாள்.

மஞ்சன வடிவழகனை, பச்சை என்று கூப்பிடுவோம். பச்சையும் நானும் இன்று அந்த வீட்டின் அருகே நின்று, மன்னிப்பு படப் பாடலைக் கேட்டுக் கொண்டிருந்தோம். அந்த வீட்டுக்குள்ளிருந்து லைப்ரரி ஆசாமியை அந்த வீட்டு வேலைக்காரன் இழுக்காத குறையாய் இழுத்து வந்தான். இன்னும் மோசமான அழுக்கு உடையுடன் இருந்தார். எனக்கு விளங்கவில்லை. அவர் நடையில் உட்கார்ந்தார். வேலைக்காரனை போடா என்றார். கொஞ்சம் அவரது சத்தம் கூடியதும் வேலைக்காரன் உள்ளே போய் விட்டான். எனக்கு அவரிடம் ராகுல்ஜி படிச்சுட்டேன் என்று

சொல்ல ஆசை. உண்மையில் அதை என்னிடமிருந்து வாங்கி பச்சை படித்துக் கொண்டிருந்தான். இன்னும் 'பிரபா' படிக்க வில்லை. அதுவரையுள்ள கதைகள் படிச்சுட்டேன் என்று சொல்லியிருந்தான்.

இவர்தான் எனக்கு முதலில் ராகுல்ஜி பற்றிச் சொன்னார் என்று சொன்னேன். அவரை நெருங்க முயற்சித்தபோது, பச்சை சொன்னான், "இங்க வாரும்" என்று தள்ளி அழைத்துப் போய், "அவர் பொண்டாட்டிதான் அது. பேருக்கு இவரு புருஷன், உங்க தெரு பண்ணையாருதான் வச்சுருக்காரு. அவ அம்மா அந்தக் காலத்து கோயில்த் தாசி, இவரை லைப்ரரிலே பாத்திருப்பேரு, பிரமாதமா படிச்சுருக்காரு." அவர் இதையெல்லாம் கேட்ட மாதிரி இருந்தது. என்னவோ தனக்குத் தானே பேசிக்கொண்டிருந்தார். நாங்கள் எதிர்ப்புறம் நகர்ந்தோம். தூரத்தில் பண்ணையார் வருவது தெரிந்தது. வீட்டுக்குள்ளிருந்து ஒரு வாளித் தண்ணீரை வேலைக்காரன் அவர் மேல் கவிழ்த்தான். எழுந்து எங்கள் அருகே வந்தார். நடக்கக் கூட சீத்துவமில்லை. "தம்பி ராஜஸ்தான் அந்தப் புரங்கள் படிச்சிருக்கீங்களா" என்று கேட்டார். பதில் சொல்லும் முன், பச்சை "யோவ், வாரும்" என்று என்னை இழுத்துக்கொண்டு சற்று தள்ளிப் போனான். பண்ணையார் வீட்டுக்குள் போனார், அவரது மஸ்லின் வேஷ்டியில் தண்ணீர் பட்டு விடாமல் சற்று உயர்த்திப் பிடித்தபடி. கதவை அடைத்துவிட்டு வேலைக்காரன் வெளியே வந்தான். அவன் கையில் ஒரு பல்பொடி பாக்கெட்டும் ஏதோ ரூபாய்த் தாள்களும் இருந்தது. அசட்டுச் சிரிப்புடன் வாங்கிக் கொண்டார். ஒன்றும் தோன்றவில்லை. பச்சை, "வாரும், அப்படீ இன்னொரு ரவுண்டு சுத்துவோம்" என்றான். நான், "இல்லை வீட்டுக்குப் போகிறேன்" என்று மேற்கே திரும்பினேன். அவன் வடக்கே போனான். வேலைக்காரன் கிழக்கே போனான். அவர் தெற்கே. வாகையடி அம்மன் அங்கேயே இருந்தாள்.

●

3
பகலில் பேசும் நிலவு

ஆனிமாதம் பெரிய கோயிலில் கொடியேறி, பத்து நாள் திருவிழாவும், தேரோட்டமும் நடக்கும். அதையொட்டி 40 நாட்கள் பொருட்காட்சியும் நடக்கும். நான்கு மணி வாக்கில் பொருட்காட்சி நுழைவுக் கட்டண டிக்கட் கொடுக்க ஆரம்பிப்பார்கள். பொருட்காட்சி மைதானத்தில் அங்கங்கே ஸ்பீக்கர் கட்டி இருப்பார்கள். ஐந்து மணி வரை தொடர்ந்து புதுப்படப் பாடல்களாகப் போடுவார்கள். தேரோட்ட சமயத்தில் பள்ளிக்கூடம் கடைசிப் பீரியட் இருக்காது. நாலு மணிக்கு விட்டு விடுவார்கள். மெயின்ஸ்கூல் என்கிற பெரிய பள்ளிக்கூடத்திற்கு அடுத்து முனிசிபல் ஆஃபீஸ், அதற்கு எதிராகத்தான் பொருட்காட்சி மைதானம். ஐந்து மணி வரை நின்று பாட்டுக் கேட்போம். அதற்குப் பின் விளம்பரங்கள் ஆரம்பித்து விடுவார்கள். இடையிடையே பாட்டின் சில வரிகளை ஒலி பரப்புவார்கள்.

எங்களுக்கு எரிச்சலாய் வரும். "ஆமா பெரிய சிலோன் ரேடியோன்னு நினைப்பு, அதிலாவது ஒரு பாட்டு முழுசாப் போடுவான், இடையில தான் கொஞ்சம் விளம்பரம் வரும், இவனுக என்னப்பா நொடிக்கு நூறு விளம்பரம் போடுதானுக", என்று அலுப்பாய் வரும். அப்போதெல்லாம் சிலோன் ரேடியோவின் வர்த்தக ஒலிபரப்பு பிரபலம். இப்ப வருத்தறகொலை பரப்பா கிட்டாங்க.

சினிமா தியேட்டரில் இடைவேளையின்போது, ஸ்லைடு விளம்பரம் போடுவார்கள். அந்த ஸ்லைடுகளில் சில அருமையாய் இருக்கும். எப்படி இவ்வளவு கலர் கலரா வருது என்று இன்னும் ஆச்சரியமாகவே இருக்கிறது. அப்போது கலர் பிலிம் எல்லாம் கிடையவே கிடையாது. 1964 வரை முழு நீளக் கலர் சினிமாப் படமே மூன்றோ நாலோ தான் வந்திருக்கும். அலிபாபா, கட்டபொம்மன், ஸ்ரீ வள்ளி, கொஞ்சும் சலங்கை, என்று ரொம்பக் குறைவு. ராயல் டாக்கீஸில், பாதி விளம்பர ஸ்லைடுகள் மௌனமாகப் போடுவார்கள். பாதிக்கு மேல் ஸ்லைடில் உள்ளதை வாசிப்பார்கள். அந்த தியேட்டர் மேனேஜர் ஒரு ஐயர், அவர்தான் வாசிப்பார். "கோடை காலத்திற்கும் மழைக் காலத்திற்கும் ஏற்ற தீப்பெட்டிகள், ஏர் உழவன் தீப்பெட்டிகள், ஏஜெண்டுகள், ஸ்ரீ பாலகிருஷ்ணா ஸ்டோர்ஸ், மேல மாட வீதி, திருநெல்வேலீ ட்டவுண்" என்று வாசிப்பார். தியேட்டரில் குறைந்த பட்சம் ஒருத்தராவது அதைக் கேலி செய்து அதே போல் இழுத்து, "திருநெல்வேலீ ட்டவுண்"என்று கேலி செய்யாமல் இருக்க மாட்டார்கள். "இது எதுக்கய்யா வாசிக்கணும், ஸ்லைடைக் காண்பிச்சா போறாதா" என்றால், அவர் சொல்லுவார், "போடா உனக்கு என்ன தெரியும், படத்தை பெரிசா வரைஞ்சு வச்சாலும் இன்னும் பொம்பளைக் கக்கூஸ் எது, ஆம்பளைக் கக்கூஸ் எதுன்னு தெரியாம ஜனங்க இருக்கானுக" என்பார்.

பொருட்காட்சி விளம்பரங்களும், சில சமயம் சுவாரஸ்யமாய் இருக்கும். வழக்கமான ஒரு குரலே விளம்பரங்களை வாசிக்கும். "இது யாருன்னு பார்க்கணுமே, ஆள் பயங்கர அலட்டல் பேர் வழியாய் இருப்பானோ ஆளைப் பாத்தா ரெண்டு சாத்து சாத்தணுண்டா," என்று பேசிக் கொள்வோம். ஒரு வருடம், (1962என்று நினைவு) சி.எல்.ஆனந்தன் கதாநாயகனாக நடித்த இரண்டு படங்கள் ஒரே நாளில் வந்தன. அப்பொழுது ஆனந்தனுக்கு (டிஸ்கோ சாந்தியின் அப்பா என்றால் உங்களுக்குத் தெரியும்) நல்ல நேரம். நிறைய படங்கள் வந்தன. வீரத்திருமகன், செங்கமலத்தீவு, அந்த இரண்டு படங்கள். முதலாவது, ஏ.வி.எம் சரவணன் சகோதரர்களின் 'முருகன் பிரதர்ஸ்' தயாரிப்பு. இரண்டாவது, சேலம் 'எம்.ஏ.வி. பிக்சர்ஸ்' தயாரிப்பு. வீரத்திருமகன் பாட்டுக்கள் எல்லாம், விஸ்வநாதன் ராமமூர்த்தி இசையில் படு பிரபலம். கண்ணாதசன், அப்போது உச்சத்தில் இருந்தார்.

'செங்கமலத்தீவு' படத்திற்கு, கே.வி.மஹாதேவன் இசை. பாடல்கள், திருச்சி. தியாகராஜன், சென்னை. ஏகலைவன் என்று

புதிய பாடலாசிரியர்கள். பாடலும் இசையும் ரொம்ப பிரமாதமாய் இருக்கும். ஆனால் வீரத்திருமகன் பாடலே ரொம்ப பிரபலம். எனக்கு செங்கமலத்தீவு பாடல்களே பிடிக்கும். அதில்

'சிந்தித்தால் சிரிப்பு வரும்,
மனம் நொந்தால் அழுகை வரும்....'

என்று டி.எம்.எஸ். பாடுகிற பாட்டும்,

'பகலில் பேசும் நிலவினைக் கண்டேன்,
பார்த்துச் சிரித்தேன் மயங்கிநின்றேன்
பாடும் கதிரவன் பூமியில் கண்டேன்
பாவை நிலவாய் நின்றேன்'-

என்று டி.எம்.எஸ்., எஸ்.ஜானகி பாடுகிற பாடலும் ரொம்ப ரொம்பப் பிடிக்கும். அப்போதெல்லாம் எஸ்.ஜானகி பாடல்கள் அபூர்வமாகவே படங்களில் வரும். கொஞ்சும் சலங்கையில் 'சிங்கார வேலனே தேவா...." காருகுறிச்சி அருணாசலத்தின் நாதஸ்வர இசையோடு ஜானகி பாடிய பாடல் பிரபலம். இசைத் தட்டு விற்பனையில் சாதனை புரிந்த பாடல். பொதுவாக தெருவில், நான் கேவியெம் மாமா ரசிகன். மற்றவர்களெல்லாம் விஸ்வநாதன் ராமமூர்த்தி ரசிகர்கள்.

பொருட் காட்சியில் சுற்றிக் கொண்டிருந்தோம், ஆமாம் அழகான பெண்கள் பின்னால்தான். விளம்பரமும், காணாமல் போன குழந்தைகளைப் பற்றிய அறிவிப்பும், அந்தந்த ஸ்டால்களிலிருந்து வரும், "பாருங்கள், பாருங்கள், உங்கள் கண் முன்னாலேயே உருகி எலும்புக் கூடாகும் அழகியை" என்று 'உருகும் பெண் ஸ்டாலில்,' "ஜல, ஜல ஜலக் கன்னி, மீன் உடலும், பெண் முகமும் கொண்ட ஜலக் கன்னி காண வாருங்கள், கட்டணம் ஐம்பது பைசா, ஐம்பது பைசாவேதான்" என்று 'ஜலக்கன்னி' ஸ்டாலில் சத்தங்கள் காதைப் பிளந்து கொண்டிருந்தது. 'தீயணைப்புத் துறை', 'பனை வெல்லக் கூட்டுறவு நிலையம்' போன்றவை வழக்கமாக அமைந்திருக்கும், கடைசி ஸ்டால்களின் வரிசை சந்தடி குறைவாக இருக்கும். அங்கே நின்று கொண்டிருந்தோம். சிலர் கொஞ்சம் தள்ளி இருந்த காலி வயல்களில் 'கால் முளைத்த கிணறாய்' ஒன்றுக்கு இருந்து கொண்டிருந்தார்கள். திடீரென்று செங்கமலத்தீவு பாட்டை ஒலி பரப்பினார்கள். "பகலில் பேசும் நிலவினைக் கண்டேன்..." பாடலை முழுதாகப் போட்டார்கள்.

நண்பர்கள் அன்றுதான் அதை விரும்பிக் கேட்டார்கள், "ஏல நீ சொல்றது சரிதாம்லே, இந்தப் பாட்டு நல்லாருக்குடா., கடைசியாப் பார்த்தோமே, தெப்பக் குளத்தெரு பாலா, அவளுக்கு

பொருத்தமான பாட்டுலே” என்றார்கள். “ஆமா பாட்டை முழுசாப் போடுதானே என்ன, பாட்டுப் போடறவன் உன்னை மாதிரி, கே.வி.எம் ஆளோ,” என்று யாரோ கேட்டார்கள். அப்போது அருகே கொஞ்சம் அழுக்கான வேஷ்டி, வெள்ளைச் சட்டையுடன் பீடி குடித்துக் கொண்டிருந்தவர் எங்களை நோக்கித் திரும்பினார். வாயின் இரண்டு ஓரமும் வெள்ளைப் புண், சோகை படிந்த முகம், தலையெல்லாம் கலைந்து தூங்காமல் விழித்திருந்து, விழித்திருந்து கண்கள் சிவந்து போயிருந்த மாதிரி இருந்தார். “ஆமா தம்பிகளா, எனக்கு இந்தப் பாட்டு ரொம்ப பிடிக்கும், சம்பூர்ண ராமாயணம் மாதிரி ஒரு படத்துக்கு உங்க விஸ்வநாதனால் ஒரு பாட்டுக் கூட போட முடியாது தெரிஞ்சுக்குங்க,” என்றார். கர்ணன் படம் வரும் வரை அது ஒரு உண்மைதான்.

“ஒரு டீ குடிச்சுட்டு, தம் அடிச்சுட்டுப் போலாம்ன்னு முழுப்பாட்டையும் ஓட விட்டுட்டு வந்தேன்”. “நீங்க தான் விளம்பரமெல்லாம் வாசிக்கிறதா” என்றோம். “ஆமா ஒரு டேப் ரிக்கார்டர் இருக்கு, அதுல டேப் பிஞ்சு போகுது”, என்றார். நாங்கள் டேப் ரெகார்டரைப் பார்த்ததில்லை, “டேப்பா, அது என்னது” என்றோம். “வாங்க பாக்கலாம்” என்று அழைத்துப் போனார். போலீஸ் அவுட் போஸ்ட் அதே வரிசையில் இருந்தது. அதையொட்டி அன்பர் ஒலிபெருக்கி விளம்பர ஸ்டால். அன்பர் ஒலிபெருக்கி தான் அப்போது எங்கள் ஊரில் பெரிய மைக் செட் கம்பெனி. பொருட்காட்சி, கலை அரங்க மேடை விளக்குகள், ஸ்பாட் லைட், எல்லாம் அவர்கள்தான் காண்ட்ராக்ரட். இரவில் பத்து மணிக்கு தினமும் நாடகம், நாட்டியம், மெல்லிசைக் கச்சேரி எல்லாம் நடைபெறும். கடைசி நாள் சிவாஜியோ எம்ஜியாரோ நாடகம் போடுவார்கள். சிவாஜி, ‘கட்டபொம்மன்’, ‘தேன்கூடு’, ‘நீதியின் நிழல்’ நாடகம் போடுவார். கட்டபொம்மன் நாடகத்தை வளையாபதி முத்துக்கிருஷ்ணன் ட்ரூப் தான் நடத்திக் கொண் டிருந்ததாகச் சொல்வார்கள். கட்டபொம்மன் சினிமாவாக வந்த பிறகு நாடகத்தை நிறுத்தி விட்டார்கள். சிவாஜியின் கட்ட பொம்மன் நாடகத்தில் வளையாபதி முத்துக் கிருஷ்ணன் ஊமைத்துரையாக நடிப்பார். அருமையாக வசனம் பேசுவார். படத்தில் அவரைப் போடக் கூடாது என்று சிவாஜி சொல்லி விட்டதாகச் சொல்லுவார்கள். 62 வாக்கில் எம்.ஜிஆர், சிவாஜி இரண்டு பேரும் நாடகக் கம்பெனியைக் கலைத்து விட்டார்கள்.

பின்னர் ஆர்.எஸ்.மனோகரின் நேஷனல் தியேட்டர் பிரபலம். அன்று கூட அவரது புதிய நாடகமான சாணக்கிய சபதம் நடைபெற இருந்தது. விளம்பர ஸ்டாலின் வாசலில் ஒரு பெண்

நின்று கொண்டிருந்தாள். சற்று கட்டையாய் ஆனால் எடுப்பான உடல்வாகாய் இருந்தாள். நிறைய பூக்களாகப் போட்ட சேலையும் அதே துணியில் ஜாக்கெட்டும் அணிந்திருந்தாள். ஸ்டால் மற்றவை களைப் போல் இல்லாமல் ஒரு ஆள், போகக் கூடிய அளவு வாசல் விட்டு, மற்ற இடமெல்லாம் மூங்கில்ப் பாய் வைத்து மறைத்திருந்தது. அந்தப் பெண்ணின் அருகாகத் தான் உள்ளே போக முடியும்.அவள் மீதிருந்து, பான்ட்ஸ் பவுடர் வாசனையும், சேலையிலிருந்து பாச்சா உருண்டை வாசனையும் தூக்கலாக வந்தது. உள்ளே ஸ்பூல் டைப், டேப் ரெக்கார்டர் ஓடிக் கொண் டிருந்தது. ஹாலந்த் பிலிப்ஸ் என்றார் அந்த ஆள். கொஞ்ச நேரம் நின்று வேடிக்கை பார்த்தோம். அந்தப் பெண்ணை எங்கோ பார்த்த நினைவு. எங்கே என்று யோசித்துக் கொண்டிருந்தபோது, அவர், “என்ன சீக்கிரமே வந்துட்ட, ட்ராமா ஆரம்பிக்க இன்னும் ரெண்டு மணி நேரமிருக்கே, இன்னக்கி இன்னும் பாஸே கிடைக்கலீயே, ‘கவுன்சிலர்ப்பிள்ளை’ய பார்க்கவே இல்லையே, நாளைக்கும் இதே நாடகந்தானாம் நாளைக்கி பாக்கியா” என்றார் அவளிடம், அப்படியே திரும்பி எங்களிடம், “என் சம்சாரம்” என்றார். அவள் முகம் சிறுத்துப் போனது. நாங்கள் கிளம்பினோம்.

என்னிடம் ஏற்கெனவே சீசன் டிக்கெட் இருந்தது, ஒரு டிக்கெட்டை வைத்து எப்படியாவது இரண்டு பேர் போய் விட வேண்டும் என்று பலர் என்னுடன் ரகசிய ஒப்பந்தம் போட்டிருந்தார்கள். கடைசியில் நான் மட்டுமே போக முடிந்தது. கடுமையான கூட்டம். எல்லாமே ஓசி டிக்கெட். முனிசிபல் அலுவலர்களின் உறவினர்கள்தான் பெரும்பாலும். சீக்கிரமே போய் விட்டதால், மேடையிலிருந்து இரண்டாவது வரிசையில் சீட் கிடைத்தது. எனக்கு அடுத்து, வலது புறத்தில் ஒரு சிறிய நடைபாதை; சோடா, கலர், முறுக்கு விற்பவர்கள் போய் வரத் தோதுவாய். எனக்கு இடதுபுற இருக்கை இரண்டிலும் கயிறு கட்டி இருந்தது, யாருக்கோ ரிசர்வ் செய்தது போல். முதல் மணி அடித்து நாடகம் தொடங்கியது. அரங்கம் இருளில் மூழ்கியது.

மனோகர் இருளில் மேடையில் சாணக்கியனாகத் தோன்றினார். ஒரு புல் இடறி விடுவதாக காட்சி என்று நினைவு. புல்லைப் பார்த்து என்னைத் தடுக்கி விட்டாயா என்று பேசி, இரண்டு கல்லை எடுத்து தட்டி, (சிக்கி முக்கி கல்) தீ உண்டாக்கி புல்லை எரிப்பதாக நினைவு. கல்லைத் தட்டி நெருப்பு வந்ததுமே அரங்கத்தில் அபார கை தட்டல். திடீரென்று பாண்ட்ஸ் பவுடர் மற்றும் பாச்சா உருண்டை வாசனை என்னருகில் வந்து அமர்ந்தது.

அதற்கடுத்தாற்போல் இன்னொரு ஆள். அது விளம்பரக்காரர் மாதிரி இல்லை. காட்சி முடிந்து மேடை பிரகாசமாகி ஒரு நகைச்சுவைக் காட்சி. அருகில் பார்த்தேன் அடுத்த வார்டு கவுன்சிலர். வழியில் எங்கேனும் சந்தித்தால் அப்பாவுடன் பேசுவார். இவரைத் தான் கவுன்சிலர்ப்பிள்ளை என்றானா. அப்படியானால்... இவள்.... என், "பிஞ்சிலே பழுத்த வெம்பல் புத்திக்கு" என்னவெல்லாமோ தோன்றியது.

நாடகம் மும்முரமாய் நகர்ந்து கொண்டிருந்தது. அந்தப் பெண் என் பக்கமாக சாய்ந்து நெருக்கியபடி நெளிந்து கொண்டிருந்தாள். அடடா இந்த மேட்டரைப் பார்க்க, ஒரு பயலும் நம்ம கூட வரலையே என்று தோன்றியது. கவுன்சிலர் கை அவள் தோளைத் தாண்டி என் மேல் பட்டது. அவள் அவர் கையை தள்ளி விட்டு விட்டு, "ச்சேய்" என்று மெதுவாகச் சொன்னாள். கையை எடுத்துக் கொண்டார். மீண்டும் லேசான வெளிச்சம் அரங்கில் வந்தது. அவள், தலையிலிருந்து ஒரு ஹேர்ப் பின்னை எடுத்து கைக்குள் வைத்துக் கொண்டது, அரை இருளில் தெளிவாகத் தெரிந்தது.

கொஞ்ச நேரம் இடைவேளை போல் விட்டார்கள். வெளிச் சத்தில், நெருக்கத்தில் பார்க்கும்போது, அப்போது பார்த்ததை விட சுமாராகவே தெரிந்தாள். வறுமையின் பூச்சு தாலிச் சரடு, ரப்பர் வளையல், வீட்டிலேயே தயாரித்த கருப்புச் சாந்துப் போட்டு ஆகியவற்றில் தெரிந்தது. அவர் படக்கென்று எழுந்து போனார். அவள், "தம்பி, நீங்க இந்த சீட்ல உக்காருங்க, நமக் கெல்லாம் என்ன ஆசை வேண்டியிருக்கு" என்று மெதுவாகச் சொல்லி விட்டு சீட் மாறி உட்கார்ந்து கொண்டாள். இப்போது எனக்கு அடுத்து அவர் அமர்ந்தார். 'தம்பி யாரு', என்றார்.நான் இன்னார் என்று சொன்னேன். "எப்பா, உங்க அப்பா நம்ம சேக்காளில்லா, வந்திருக்காகளா" என்று கேட்டார். இல்லை என்றேன். "அது யாரு" என்று அந்தப் பெண்ணைப் பார்த்துக் கேட்டார். தெரியாது என்றேன். குழப்பமாய் இருந்தது. உண்மை யிலேயே தெரியாதா இல்லை இவரும் ட்ராமா போடுதாரா என்று தோன்றியது.

நாடகம் ஆரம்பித்தது. அவர், "தம்பி உனக்கு முன்னால இருக்கற ஆள் தலை மறைக்கிறதா, அப்படீன்னா நீ அந்த ஓரமாவே உக்காரு" என்று சொன்னார். "ஒன்னும் மறைக்கலை, நீ அங்கேயெ இரு தம்பி" என்று அந்தப் பெண் சொன்னாள். அவர் என் தோளைத் தாண்டி அவள் மேல் கையை வைத்தார். ஹேர்ப்பின்னால் ஒரு

குத்துக் குத்தினாள். கையை படக்கென்று எடுத்துக்கொண்டார். சற்று நேரத்தில் பாதியிலேயே எழுந்து போய் விட்டார். அவள், “எப்பா, தம்பிக்குத்தான் சிரமம், நீ வேணும்ன்னா மறுபடி இங்க உக்காரு” என்றாள். வேண்டாம் “இங்கயே நல்லாத் தெரியுது” என்றேன். அவள் தெருவைக் கடந்துதான் நான் போக வேண்டிய தெரு. அது வரை என்ன படிக்கிறாய், யாரைப் பிடிக்கும்,ஏன் ஜெமினி, சிவாஜில்லாம் பிடிக்காதா என்றெல்லாம் பேசிக் கொண்டே வந்தாள்.

அப்புறம் இரண்டு வருடம் கழித்து மறுபடி நகராட்சித் தேர்தல் வந்தது. தி.மு.க நகராட்சியைக் கைப்பற்றியது. நாங்கள் வீடு வீடாக ஓட்டுச் சேகரித்தோம். ‘உங்கள் வீட்டுப்பிள்ளை’ மு.கணபதிக்கு ஓட்டுப் போடுங்கள் என்று பிட் நோட்டீஸ் கொடுத்தோம். அந்த வாசகம் அப்போதுதான் பிரபலமாயிற்று. அதுவரை விஜயா புரொடக்‌ஷனின் பெயரிடப்படாத படம் என்றே பத்திரிகையில் செய்தி வந்து கொண்டிருந்தது. இதற்குப் பின்னரே “எங்க வீட்டுப் பிள்ளை” என்று பெயர் வைத்தார்கள்.

தேர்தலுக்கு ஒரு குட்டிக் காரில் ஸ்பீக்கர் கட்டி ஒவ்வொரு வார்டிலும் ஓட்டு சேகரித்துக் கொண்டிருந்தார்கள். கார், தெரு முனையில் நின்றது. ஒரு மூத்த கழகத் தோழர், என்னை அழைத்து, “தம்பி, தேங்காய்க் கடைப் பிள்ளை வளவில், பின்னால, ஒரு குச்சில் சோமுன்னு இருப்பான் பாரு, அவனைக் கையோடு கூட்டி வா. பிரச்சாரத்துக்குப் போகணும்” என்றார். நான் போனேன். நேற்றெல்லாம் கூட ஸ்கூலில் இருக்கும்போது காரில் யாரோ, ரொம்ப அழகாய்ப் பேசி ஓட்டுக் கேட்டார்களே அவராய் இருக்குமோ என்று யோசித்தபடி.

ஒரு பெண், வாசற்படியில் அமர்ந்து, சொளவில் அரிசியைக் கொட்டி கல் “நாவி”க் கொண்டிருந்தாள். (நாவுதல் – பொறுக்குதல்). நான், சோமுங்கிறது என்று இழுத்தேன். தலையை நிமிர்ந்தவள், “தம்பீ, நீயா, உனக்கு இங்கதான் வீடா”, என்று சொல்லிக் கொண்டே உள்ளே பார்த்து, “இங்க வாங்க ஆள் தேடி வந்திருக்கு” என்றாள். சோமு, இரண்டு கடைவாய்களிலும், வெள்ளைப் புண்ணோடு – கலைந்த தலை, சிவப்பேறிய கண்களுடன் வந்தார். “ராமையா அண்ணாச்சி நேரமாச்சுன்னு கூப்பிடுதாங்க” என்றேன். “ஏட்டி இந்தா, இவளே, கொஞ்சம் மொளகு இருந்தா, ஒரு தாளில் சுத்திக் கொடு” என்றார்.” அதெல்லாம் ஒன்னுமில்லை, போற வழில வாங்கிக்கிடுங்க” என்றாள். அவர் கிளம்பினார். நானும் திரும்பினேன், அவள், “தம்பி” என்று கூப்பிட்டுச்

சொன்னாள், "என்னமாவது ரூவா இருக்குமான்னு அந்த அண்ணாச்சியிடம் கேட்டு வங்கித்தாயேன், இப்படி தேர்தல், திருவிழா, பொருட்காட்சி என்றால் தான், ஏதாவது அடுப்பு புகையுது" என்று. 'சரி சொல்லுதேன்' என்று கிளம்பினேன். தெருவில் சத்தம் கேட்டது, அசல் நாவலர் பாணி மேடைச் சத்தம், "உங்கள் பொன்னான வாக்குகளை, உங்கள் வீட்டுப் பிள்ளை கணபதிக்கே அளிக்கும்படி உங்களை, வேண்டி விரும்பி, விழைந்து கேட்டுக் கொள்கிறோம்". சோமு மிளகு வாங்கி வாயில் ஒதுக்கி இருப்பாரா என்று தோன்றியது.

●

4

கையெழுத்து...

அந்த ஊரில் வங்கியின் கிளையொன்றை ஆரம்பிக்கப் போவதாக தலைமை அலுவலகத்தில் முடிவு செய்ததும், அங்கே வேலை பார்த்துக்கொண்டிருந்த எங்களுக்குத் தோன்றியது, 'இன்னொரு அந்தமான் சிறை தயாராகி விட்டது' என்பதுதான். ஊழியர்களைப் பழிவாங்கவே சில கிளைகள் உண்டு. தண்ணி யில்லாத காடு என்கிற மாதிரியில் நீர், நிலம், காற்று என்று ஆகாயத்தைத் தவிர எதுவுமே இல்லாத ஊர் அது என்று பேசிக் கொண்டிருந்தோம். நிர்வாகத்துடன் சரியான உறவில் இல்லாத பலரும் ஒருவரையொருவர் கேலி செய்துகொண்டோம், "ஏல உனக்குத்தான் அந்த இடம்' என்று. ஒரு வழியாய் அந்த ஊருக்குப் பக்கத்தில் இருந்தவர்களையே சோதனை முயற்சியாக நியமனம் செய்தார்கள். நாங்கள் எல்லாம் அப்பாடா என்று மூச்சு விட்டோம்.

நான் ரிசர்வ் வங்கிக்கு வாராவாரமும், இருவாரங் களுக்கு ஒரு முறையும், முக்கியமான தகவல்கள் சமர்ப்பிக்கும் ஒரு செக்ஷனில் கிளார்க்காக இருந்தேன். அதில், எனக்கு மேல் ஒரு இளநிலை அதிகாரி, அவரை விட்டால் நேரே பொது மேலாளரும், சேர்மனும் தான். அதிகாரியை விட, என்னையே பொது மேலாளர் கூப்பிட்டு என்ன ஆயிற்று அந்த வார ஸ்டேட்மெண்ட் என்று கேட்பார். செவ்வாய்க் கிழமை மதியத்திற்குள் அதைத் தபாலில் சேர்க்கவேண்டும். தவறினால், அன்று மாலையில், ஆர்.எம்.எஸ் போய்

தபாலில் சேர்க்க நானே போக வேண்டும். புதன்கிழமை சென்னை ரிசர்வ் வங்கியில் கிடைக்க வேண்டும். அப்புறம் 15 நாட்களுக்கு ஒருமுறை ஒரு ஸ்டேட்மெண்ட். இரண்டையும் அனுப்பி முடித்த கையோடு பொது மேலாளர் கூப்பிட்டார். "இன்னும் ஒரு வாரம் இங்கே அவசர வேலை இல்லை அல்லவா" என்று கேட்டார். 'ஆமாம் சார்' என்றேன். "படவூர் கிளையில் ஐநூறு சேமிப்புக் கணக்குகள் ஆரம்பிக்க வேண்டும். அங்கே ஒரு ஜெர்மன் மிஷனரி இருக்கிறது, அவர்கள் அங்குள்ள கிராம மக்களைத் தத்தெடுத்துக் கொண்டு அவர்களின் வேலைக்கான பாதிச் சமபளத்தை பணமாகவும் மீதிச் சம்பளத்தை இந்த சேமிப்புக் கணக்கிலும் போடுவார்களாம், அதற்கு நீங்கள் போய் இரண்டு மூன்று நாட்கள் உதவ வேண்டும்," என்றார்.

"உங்களுக்குத் துணையாக யாரையாவது இன்னொரு கிளார்க்கை அழைத்துச் செல்லுங்கள்" என்றார். நான் யாரைக் கேட்பது என்று யோசித்தபடி வந்துகொண்டிருந்தேன். எதிரே கோபால் நைனா வந்தான். இவன்தான் சரியான கம்பெனி, என்று நினைத்தேன். "வா கிளம்பு ரெண்டு பேரும் படவூர் போக வேண்டுமாம்" என்றேன். அவன் அதிர்ச்சியில் உறைந்து போனான். "நேற்று ஜி. எம், நான் தம் அடித்து விட்டு வரும்போது என்னைப் பார்த்தார், அப்போதே ஏதோ வில்லங்கம் வரப்போகுதுன்னு நெனச்சேன்," என்றான். "பயப்படாத நைனா, மூனு நாளைக்கு டெபுடேஷன் தான், நல்ல பயணப் படி கிடைக்கும், நீ வாரதுன்னா வா," என்றேன். "எப்பா பொழைச்சேன், அப்படியே அங்க உக்கார வச்சுர மாட்டாங்கள்ளா" என்றான்.

ஜி. எம்மிடம் அவனையும் அழைத்துக்கொண்டு போய், "சார் கோபால்சாமி இஸ் வில்லிங்" என்றேன். "சரி போய்ட்டு வாங்க, அவருக்கும் இங்க வேலையே இல்லை இப்ப" என்றார் கிண்டலாக. உடனேயே "முன்பணம் எடுத்துக் கொள்ளுங்கள், அந்த ஊருக்குப் போற ரூட், சேர்மனுக்குத்தான் நன்றாகத் தெரியும், அவரைப் பார்த்து கேட்டுக் கொள்ளுங்கள்" என்றார். சேர்மனும் உற்சாகமாக அதற்கு எப்படிப் போக வேண்டும் என்று விளக்கினார். "திண்டுக்கல்லிலிருந்து காலையில் ஒரு பஸ்ஸிருக்கிறது. அது நேரே படவூருக்கே போய் விடும். அதை விட்டால், திருச்சி பஸ்ஸில் ஏறி, மூன்று இடத்தில் இறங்கி மூன்று பஸ் பிடித்துப் போக வேண்டும்" என்று ஏதோ ஏழு கடல் ஏழு மலை தாண்டிப் போக வேண்டும் என்கிற மாதிரியில் சொன்னார். "எவ்வளவு

முன் பணம் எடுத்திருக்கிறீர்கள்" என்றார். நான் நூறு ரூபாய் என்றேன். "இரண்டு பேரும் ஐநூறு எடுத்துக் கொள்ளுங்கள், நான், ஜி.எம் மிடம் சொல்லி விடுகிறேன், வேலை ரொம்ப முக்கியமானது, மிஷனரிக்கு நிறைய வெளிநாட்டுப் பணம் வரப் போகிறது, நல்லபடியாக அந்த நிர்வாகியிடம் பேசி வாருங்கள்" என்றார்.

ஐநூறு ரூபாய் என்றதும் நைனாவுக்கு சந்தோஷம் பிடிபட வில்லை. நான் சொன்னேன், "போடா, இது அட்வான்ஸ் தாண்டா, போய்விட்டு வந்து நமக்கு உண்டான ரூல்படி இரு நூறு ரூபாய் கிடைத்தால் அதிகம்" என்றேன். அப்போது அதுவும் கூடப் பெரிய தொகைதான். மாதச்சம்பளமே முன்னூறைத் தாண்டாது.. கொஞ்ச நேரத்தில் இரண்டு பேருக்கும் 'டிரான்ஸ்ஃபர்' போட்டிருப்பதாக விஷயம் பரவிவிட்டது. இல்லை வெறும் டெபுடேஷன்தான் என்று விளக்குவதற்குள் போதும் போதும் என்று ஆகிவிட்டது.

திண்டுக்கல்லில் சேர்மன் குறிப்பிட்ட பஸ்ஸை ஐந்து நிமிட இடைவெளியில் விட்டு விட்டோம். அப்புறம், திருச்சி பஸ் ஏறி, ஏதோ பாலர் விடுதியோ என்னவோ அங்கே இறங்கி, அடுத்த பஸ்ஸை விசாரித்தோம். அந்தா போகுது பாருங்க, ஓடிப் போய் பிடியுங்க, என்று ஒரு பஸ்ஸைக் காண்பித்தார்கள். ஓடினோம். நல்ல வேளை பஸ்ஸை நிப்பாட்டி விட்டார்கள். ஏறி உட்கார்ந்ததும், பஸ்ஸைப் பிடித்துவிட்ட நிம்மதியில் நல்ல பசி எடுத்தது. ஆனால் இன்னும் ஒரு பஸ் மாற வேண்டி இருக்கிறது. அந்த பஸ் நின்ற இடத்தில் ஒரு கூரைக் கடை இருந்தது. காராச்சேவு மாதிரி ஒரு பலகாரமும், டீயும். குடிக்கலாமா வேண்டாமா என்று யோசித்து டீ மட்டும் சொன்னோம். டீ போட்டு முடிப்பதற்குள், படவூர் போகிற பஸ் வந்து விட்டது. கடைக்காரரே "சார், இத விட்டா இன்னும் பஸ் கிடையாது. பத்து மைல் நடந்து போகணும், நீங்க போங்க, டீயைப் பத்திக் கவலைப் படாதீங்க, அங்க எங்க மச்சான் கடை இருக்கு, அரை மணிக்கூர்ல போயிரும்," என்றார். பஸ்ஸில் திணிந்து கொண்டோம்.

போய் இறங்கினால் அழகான ஊராய் இருந்தது. மூன்று புறமும் மலை. ஒவ்வொரு மலையும் ஒவ்வொரு தினுசாய் இருந்தது. ஒன்று வெறும் பொத்தை மாதிரி மண்மேடாய் இருந்தது. இன்னொன்று நல்ல செடி கொடியுடன் உயரமான மலையாய் இருந்தது. அது பழனி மலையின் தொடர்ச்சி என்றார்கள். இன்னொன்றும் நல்ல பசுமையுடனே இருந்தது. ஆனால் அதன்

அடிவாரம் கரிசல்க் காடு மாதிரி இருந்தது. ஒவ்வொரு அடிவாரமும் ஒவ்வொரு நிலவகை போலிருந்தது. ஊர் ரொம்பச் சின்ன ஊர். ஏதோ ஒரு ஜமீன்தாரின் கட்டுப்பாட்டில் இருந்ததாம். அவரையும் பார்த்து ஒரு கும்பிடு போட்டு வரவேண்டும் என்று சேர்மன் உத்தரவு.

வங்கி, பஸ் இறக்கிவிட்ட இடத்தின் எதிரிலேயே இருந்தது. இரண்டு மூன்று கடை தள்ளி ஒரு டீக்கடை. அதுதான் 'மச்சான் கடையாய்' இருக்க வேண்டும். ஆனால் அது அடைத்துக் கிடந்தது. வங்கியில் மேலாளர், எனக்கு ரொம்ப அறிமுகமானவர் 'வாங்க வாங்க' என்று வரவேற்றார். வெட்கத்தை விட்டு 'சாப்பிடணுமே' என்றோம். "இருங்க, பஸ்ஸில் ப்ரெட் சொல்லிவிட்டேன், கொண்டாந்திருக்காங்களா பார்ப்போம்" என்றார். அதற்குள் கண்டக்டர் வந்து விட்டார், கை விரித்தபடி. விஷயத்தைக் கேள்விப் பட்டதும், "அடடா சொல்லியிருக்கப்படாதா, வையம்பட்டில நிப்பாட்டி வந்திருப்பேனே" என்றார். ஏழு கடல் தாண்டி ஏழு மலை தாண்டி வாரோம், இதுல எது வையம்பட்டீன்னு யாருக்குத் தெரியும். கண்ணெதிரே மண்பானைத் தண்ணீர் தட்டுப்பட்டது இரண்டு பேரும் அருகே போய் மடக் மடக்கென்று இரண்டு தம்ளர் குடித்தோம்.

திருநெல்வேலியிலிருந்து, மேலாளர் மற்றும் நண்பர்களுக்காக அல்வா வாங்கி வந்திருந்தோம். அதைக் கொஞ்சம் சாப்பிட்டோம். அது பசியைக் கூட்டி விட்டது. பக்கத்து வீட்டில் பால் காய்ச்சிக் கொண்டு வந்தார்கள், "இனிப்பு இருக்காது, கருப்பட்டி போடலாமா தெரியலையே" என்று சொல்லியபடியே. அதைக் குடித்து வைத்தோம். பால் நல்ல பசும் பால், மணமாயிருந்தது. இனிப் பில்லாமல் குடிப்பதுதான் கஷ்டமாயிருந்தது. (இப்ப இனிப்பே போடாமல்த்தான் குடிக்கிறேன். ஷுகர்.) இரவு உணவும் அம்பேல் ஆகி விடும் போலிருந்தது. 'மச்சான்கடை' அடைத்துக் கிடந்தது. ஏதோ 'பெரிய விசேஷம்', அதற்குப் போயிருக்கிறார்கள், குடும்பத் தோடு. ஊரிலேயே அது ஒன்றுதான் கடை. மேலாளருக்கு அங்கிருந்துதான் சாப்பாடு வரும். அவரும் என்ன செய்வது என்று கையைப் பிசைந்து கொண்டிருந்தார். ப்ரெட்டும் இல்லை. நல்லவேளையாக 'ஷோலே' வந்து சேர்ந்தான். சோலை என்பதுதான் அந்தச் சிறுவனின் பெயர். 'ஷோலே' ஹிந்திப் படம் வந்த புதிது, அவன் அதனால் 'ஷோலே' ஆகிவிட்டான். அவனுக்குத் தோசை சுடவும் சட்னி அரைக்கவும் தெரியுமாம். அதனால் அவனை மட்டும் கடைக்காரர் அனுப்பியிருக்கிறார். மேலாளரின் பட்டினி

அறிந்து. பாவம் பத்து பதினைந்து மைல் நடந்தும் ஓடியும் வந்திருக்கிறான். மேல் காலெல்லாம் புழுதி.

ஏழரை மணி வாக்கில் வந்தவன், வந்ததும் அம்மி கொள்ளாமல் தேங்காய் துருவி வைத்து, சட்னி அரைத்து விட்டான். ஸ்டவ் ஒன்றைப் பற்றவைத்து தோசை சுட ஆரம்பித்து விட்டான். ஊர்க் காரர்கள் ஒன்றிரண்டாய்க் கூட ஆரம்பித்தார்கள். எல்லோரையும் "சார்வாமார் சாப்பிட்ட பின் வாங்க, மாவு இருந்தா தாரேண்ணேன்" என்று சொல்லி அனுப்பிவிட்டான். அவர்களும் அதுக்கென்ன விருந்தாளிக சாப்பிடட்டும் என்று சொல்லிவிட்டார்கள். தோசையும் சட்னியும் அமிர்தமாய் இருந்தது. கடைசியில் வெங்காய ஊத்தப்பம் தாரேன் என்று முழு முழு சிறு வெங்காயமும், பாதியாய் அரிந்த மிளகாயுமாக ஒரு தோசை தந்தான். அதைத் தான் திங்க முடியவில்லை. ஷோலேயிடம் நைனா அல்வாவைக் கொடுத்தான். அவன் அதைச் சாப்பிடாமல் டிராயர் பையில் போட்டான். "டேய் சாப்பிடுரா, ட்ரவுசர் பையில் போட்டால் எலி கடிச்சிறப் போது" என்றான் நைனா. அதை எடுத்து வாயில் போட்டு, அப்படியே வைத்திருந்தான். இரண்டாம் தடவை சாப்பிடுரா என்று சொன்னதும் தலையை ஆட்டிவிட்டு கொஞ்சம் தள்ளிப் போனான். சற்று மறைவாகப் போய் அதைத் துப்பிக் கொண்டிருந்தான். திருநெல்வேலி அல்வாவுக்கு இப்படியொரு வரவேற்பா என்று எங்களுக்கு ஆச்சரியம்.

அவன் என்று இல்லை, வேறு சில பெரியவர்களும் வேண்டா வெறுப்பாகவே சாப்பிட்டார்கள். அந்த ஊரில், அதிகம் போனால் ஆயிரத்திச் சொச்சம் பேர் இருப்பார்கள். அதில் ஊர் என்று சொல்லக் கூடிய ஜமீன் மாளிகையைச் சுற்றிய தெருக்களில் உருப்படியாய் பத்து வீடுகள் கூடத் தேறாது. ஜமீன், மலையையும் அதன் அடிவாரத்தில் விளைகிறவற்றையும் நம்பியே இருந்திருக்கிறது. செழிப்பான மண்தான். கொடிகட்டி ஆண்ட ஜமீனின் கோபம் பொல்லாதது. இப்போது இருளடைந்து கிடக்கிற மாளிகையில் ஜமீன் வாரிசில் ஒருவர் இருக்கிறார். அவரும் வெளியே வருவது கிடையாது. அவர் மனைவி, ஒன்றிரண்டு வேலைக்காரர்கள் தவிர யாரும் கிடையாது. இரவு பூராவும் வங்கியின் தினக்கூலிப் பியூன் கருப்பையா, ஜமீன் கதைகளைச் சொல்லிக் கொண் டிருந்தான். ஊரின் அழகைப் பற்றியும். அங்கே கிடைக்கிற தேன், மலைப் பழம் ஆகியவை ரொம்ப பிரசித்தமாம்.

காலையில் மிஷனரி அலுவலகம் இருந்த ஒரு சிறிய மலைப் பகுதிக்கு மிஷனரியின் வேன் ஒன்று வந்து அழைத்துப் போக

வந்தது. காலையில் சாப்பாடு தயார் செய்ய 'மச்சான்' வந்து விட்டார். தலை மொட்டை அடித்திருந்தார். அப்போதுதான் புரிந்தது, பெரிய விசேஷம்' என்றால் எழவு வீடு என்று. நல்ல சாப்பாடாகப் போட்டார். மூன்று நாளும் மச்சானும் அக்காவும் நன்றாகவே கவனித்துக் கொண்டார்கள். காணாததற்கு ஷோலே வேறு, சார் வெங்காய ஊத்தப்பம் போடவா என்று பயமுறுத்துவான். மிஷனரியை ஒரு சிஸ்டர் நடத்திக்கொண்டிருந்தார். வயதானவர். துணைக்கு சுந்தர்சிங் என்று ஒரு இளஞ்சாமியார். அவர் தன் மனைவி குழந்தையுடன் இருந்தார். உள்ளூர் வேலைகளையெல்லாம் அவர் பார்த்துக் கொள்வாராம். போகிற வழியில் எல்லாம் சிறு சிறு குடிசைகள். எல்லாரும் ஜமீனில் கொத்தடிமைகளாக இருந்தவர் களாம். அவர்களை சிஸ்டர் மீட்டு, நிலங்கள் வாங்கி அவர்களை வைத்து ஒரு குட்டி எஸ்டேட் போல நடத்திக் கொண்டிருந்தார். ஜமீனுடன் பல போராட்டங்களுக்குப் பிறகே இத்தனையும் சாத்தியமாகி இருக்கிறது. பாதி தூரத்துக்குப் பின் நாங்கள் வேனை விட்டு இறங்கி நடந்தோம்.

ஒவ்வொரு குடிசையின் முன்னும், குழந்தைகள், தங்கள் வீட்டுப் பெரியவர்களைச் சத்தம் போட்டுக்கொண்டிருந்தார்கள். அப்பா, அம்மா, தாத்தா பாட்டி எல்லோரையும். விளையாட்டாக கையில் சிறு கம்புகள் வேறு. எதற்கு என்று கருப்பையா விளக்கினான். எல்லோரும் தங்கள் பெயரை எழுதிப் பழகவேண்டும் என்று சிஸ்டர் சொல்லியிருக்கிறார்கள். பக்கத்து கல்லூரி மாணவர்கள் என்.எஸ்.எஸ் கேம்ப் வந்தபோது கையெழுத்துப் போடச் சொல்லித் தந்துவிட்டுப் போயிருக்கிறார்கள். அதன் மேற்பார்வையாளர்கள் குழந்தைகள். கையெழுத்துப் போடுகிறவர் களுக்கு, சிஸ்டர் பத்து ரூபாய் போட்டு வங்கிக் கணக்கு ஆரம்பித்துக் கொடுப்பார்கள். அதை ஆரம்பிக்கத்தான் நாங்கள் வந்திருக்கிறோம். கைநாட்டு என்றால் பணம் கிடையாது. மாணவர்கள், ஒவ்வொரு வருக்கும் கனமான அட்டையில் அவரவர்கள் பெயரை பெரிய எழுத்தாக ஸ்கெட்ச் பேனாவால் எழுதித் தந்திருக்கிறார்கள். பெயரே இல்லாதவர்களுக்கு அவர்களே பெயர் சூட்டியிருக் கிறார்கள்.

அதைப் பார்த்து இப்போது மண்ணைக் கூட்டி வைத்து விரலால் எழுதிப் பழகுகிறார்கள். இன்றைக்கு பத்து மணிக்குள் பழகவேண்டும் என்று ஒரு நிபந்தனை. பாவம் ஒவ்வொரு கிழமும் கஷ்டப்பட்டு முயற்சிப்பதைப் பார்த்ததும் முதலில் சிரிப்பாகவும் அப்புறம் கஷ்டமாகவும் இருந்தது. இத்தனைக்கும்

பெயரைச் சுருக்கி, வள்ளி, மல்லி, பழனி, சோலை என்றெல்லாம் பழக்கியிருக்கிறார்கள் மாணவர்கள். ஒரு கிழவர், தண்டாயுத பாணி என்று பிடிவாதமாக எழுதிப் பழகிக்கொண்டிருந்தார். குடிசைச் சுவரில் அவரே, இங்கிருந்து அங்கு வரை நீளமாக எழுதியும் வைத்திருந்தார். 'பாணி' என்று எழுதினால் போதும் என்றால் "ஐயய்யோ அம்மா கோவிச்சுக்கும், அப்புறம் பத்து ரூவா தராது" என்று அழாத குறையாய்ச் சொன்னார். பல கிழவிகளும் தங்கள் பேரக்குழந்தைகளிடம் செல்ல அடி வாங்கிக் கொண்டிருந்தார்கள்.

மிஷனரி ஆபிஸை நெருங்கினால் அங்கே இன்னும் ஒரு நூறு பேருக்கு மேல் அழகான வெராந்தாவெங்கும் உட்கார்ந்து தாளில் எழுதிப் பழகிக்கொண்டிருந்தார்கள். சிஸ்டர் கனிவும் சிரிப்புமாக உற்சாகப்படுத்திக் கொண்டிருந்தார்கள். அவர்களிடம் அறிமுகப்படுத்திக்கொண்டு கணக்கு துவங்கும் ஃபாரங்களில் கையெழுத்து வாங்க ஆரம்பித்தோம். ஒவ்வொரு ஃபாரத்திலும் மூன்று கையெழுத்து வாங்குவதற்குள் தாவு தீர்ந்து போயிற்று. கையெழுத்துக்கான கட்டங்களுக்குள் போட, ரொம்பச் சிரமப் பட்டார்கள். நான் சிஸ்டரிடம் முழுதும் வெள்ளையாக இருக்கும் ஃபாரத்தின் பின் புறம் வாங்கிக் கொள்கிறோம் என்று யோசனை சொன்னேன். முதலில் மறுத்தவர்கள், அப்புறம் சம்மதித்தார்கள். ஒரு வழியாய் நூறு கையெழுத்து வாங்குவதற்குள் மாலை ஆகி விட்டது. நாளை தொடரலாம் என்று புறப்பட்டோம் 'ஐயா ஐயா, இந்தா போட்டுருதேன் என்று சூழ்ந்துகொண்டு விட்டார்கள். சிஸ்டர் நாளைக்குப் போட்டாலும் பத்து ரூபாய் உண்டு என்று சொன்னதும்தான் போக விட்டார்கள்.

மாலை மயங்குகிற நேரம் ஜமீந்தாரைப் பார்க்க கருப்பையா, அல்வா சகிதம் போனோம். நாங்கள் போகிறபோது உயரமான தாழ்வாரத்தில் இருந்து ஒரு பெண்ணை உள்ளே போ என்று ஒருவர் விரட்டிக் கொண்டிருந்தார். எங்களைப் பார்த்துக் கொண்டே, அடிக்குப் பயந்து ஓடுகிற மாதிரி ஓடினார் அந்தப் பெண். எங்களிடம் ஏதோ சொல்ல வேண்டும் என்பது போலிருந்தது முக பாவம். ரொம்ப அழகாய் இருந்தாள். ஆடை பரிதாபமாக இருந்தது. ஜமீந்தார் சாதாரணமாக, ஒரு வட்ட மேஜை முன் உட்கார்ந்திருந்தார். ஒரு ரப்பர் ஸ்டாம்ப் பேடும், ஒரு பாட்டிலும் இருந்தது. மண்ணெண்ணை பாட்டில் மாதிரி இருந்தது.

கருப்பையா அறிமுகப்படுத்தினான். 'வாங்க' என்றார். வாயிலிருந்து வெங்காய நாற்றம் அடித்தது. 'வெள்ளைக்காரி

என்ன சொல்லுதா' என்று சிரித்தார். சிரிக்கிற மாதிரியும் இல்லை. நாங்கள் ஒன்றும் சொல்லவில்லை. மங்கலான ஒற்றை பல்ப் அந்த ஹாலின் இருளுடன் போராடிக் கொண்டிருந்தது. அந்தப் பெண்ணை உள்ளே போகச் சொல்லி விரட்டியவன் மோர் கொண்டு வந்தான். மேஜை மீது வைத்துவிட்டு ஸ்டாம்ப் பேடையும் மண்ணெண்ணை பாட்டிலையும் எடுத்துக் கொண்டு போனான். சிறிது நேரத்தில் அந்தப் பெண் ஓடி வந்தது, மாட்டேன் மாட்டேன் என்று அலறியபடி. ஜமீந்தார் அவளை இழுத்துக்கொண்டு உள்ளே போனார். வரவே இல்லை. நாங்கள் கிளம்பினோம். கருப்பையா சொன்னான். "அது அவரோட இரண்டாவது சம்சாரம். ஆனா உண்மையிலேயே இவரோட அப்பாவுக்கு கூத்தியா வழியா பொறந்த பொண்ணுதான். முறைக்கு தங்கச்சீ... அவ பேருக்கும் சொத்து இருக்கறதால, அப்பா செத்ததும், சின்னப் புள்ளையிலெயே கல்யாணம்ன்னு தாலியக் கட்டிக் கூட்டிட்டு வந்துட்டாரு. அநியாயம் சார், அப்பல்லாம் இவங்களைக் கேக்கவே முடியாது, இப்பவும் கைநாட்டு வாங்கத்தான் மண்ணெண்னை விட்டுக் கொளுத்திருவேன்னு பயமுறுத்தராறாம், கொடுமை சார்" என்றான். கொடுமையாய்த்தான் இருந்தது, மனசு பூராவும், மூன்று நாளும் அங்கிருந்து வந்து பலநாட்களுக்கும் எனக்கும் நைனாவுக்கும்..

●

5

வேனல்...

சந்திப் பிள்ளையார் முக்கில் போத்தி ஓட்டல்; லாலா சத்திர முக்கில் குமாரவிலாஸ்; குத்துப்புற முக்கு என்கிற ராயல் டாக்கீஸ் முக்கில் சரஸ்வதி கஃபே; வாகையடி முக்கு என்றால் சப்பாத்தி ஓட்டல் என்கிற காந்திமதி லஞ்ச் ஹோம்.

இவை தவிர அங்கங்கே சில சைவாள் ஓட்டல்கள். ரொம்ப அபூர்வமாய், வண்டிப் பேட்டை பாய் கடை, அங்கே பிரியாணி, ரொட்டி சால்னா, கறிவடை கிடைக்கும். இதைத் தவிர சாமி சன்னதியில் காசி நாடார் மிலிட்டரி ஓட்டல். இவ்வளவுதான். இப்பொழுதென்றால் நாலடிக்கு நாலடி இடம் கிடைத்தால்போதும் ஒரு ரொட்டி சால்னாக் கடை ஆரம்பித்து விடுகிறார்கள்.

காணாததற்கு டாஸ்மாக் பாரில் சைடு டிஷ் ஆக பலதும் கிடைக்கிறது. அப்பொழுதெல்லாம் சல்லிப் பக்கடா வாங்க வேண்டுமென்றால் மூக்க பிள்ள கடையைத் தேடிப் போக வேண்டும். அதுவும் ராத்திரி எட்டு மணிக்கு மேல் போனால் கிடைக்காது. காலியாகிவிடும். ஒன்பது மணிக்கெல்லாம் இட்லிக் கடை முடிந்து எடுத்துவைக்க ஆரம்பித்து விடுவார். வஞ்சனை யில்லாமல் மீந்து போன சாம்பார் சட்னியயை கேட்கிற யாருக்கும் தருவார். இதற்கென்றே சில வசதியற்றவர்கள் அந்நேரம் போய்ப் பார்ப்பதுண்டு. இல்லையென்றால்,

முகம் கோணாமல் நாளைக்கி வாங்க என்று சொல்லி விடுவார். தெற்கு ரத வீதியிலிருந்தது அவரது சிறிய கடை.

மகாலட்சுமி, அவளது அம்மா மூக்கம்மாவை உரித்து வைத்தது போலிருக்கும். லேசான மாறுகண் உட்பட. மூக்குத்தி போட்டால் அம்மாவேதான். வீட்டிற்கு அடுத்த முடுக்கு வழியாகப் போனால் உள்ள ஒரு குச்சு வீட்டில் இருந்தார்கள். மகால் என்று தான் அவர் அவளை கூப்பிடுவார். அப்பா செல்லம் மகால். அவர் லாலா சத்திர முக்கு ஓட்டலில் சரக்கு மாஸ்டர். அப்படியொரு ஒல்லியான உடல். லேசான இளந்தொந்தி மாதிரி இருக்கும். மத்தியானம் மூன்று மணி சுமாருக்கு வருவார். சுவரோரமாகப் படுத்திருப்பார், பொய்த்தூக்கம். மகால் இருந்தால் அது கூடக் கிடையாது. மேலே விழுந்து புரண்டுவிளையாடுவாள். மூக்கம்மா மதினி சத்தம் போடுவாள். ஏண்டி மூதேவி கொஞ்ச நேரம் அவுகளைத் தூங்க விடுதியா, "வெக்கையிலெயே நின்னுட்டு வாராக" என்று சத்தம் போடுவாள். அவர் இல்லையென்றால் மகாலுக்கு ஏச்சும் பேச்சுமாக இருக்கும். மதினியின் தீராத ஆவலாதிகளில் ஒன்று அவளுக்கும் மாறுகண் போல இருப்பதுதான். ஆனால் இரண்டு பேருக்குமே அவ்வளவு ஒன்றும் அது குறை மாதிரி தெரியாது. மதினியின் கட்டான உடல்வாகும் நிறமும் அழகாகவே இருப்பாள். முகத்தில் ஏதோ குறைவது போல எப்போதும் தோன்றும். எதற்கும் அவர் சிரித்துக் கொண்டேதான் இருப்பார்.

மூன்று மணியானால் எழுந்து விடுவார். குச்சு வீட்டின் முன்னாலோ, கொஞ்சம் தள்ளிப் போனால் இருக்கிற வேப்ப மர நிழலிலோ குவிந்து காய்ந்து கொண்டிருக்கிற தீப்பெட்டியின் மேல்க் கூடுகளை பதனமாக அள்ளி, பெரிய சாக்குப் பையில் கட்டி தீப்பெட்டி ஆபீஸுக்கு கொண்டு போய்க் கொடுத்து விட்டு ஓட்டல் வேலைக்குப் போய் விடுவார். மதினி அவ்வளவு வேகமாகத் தீப்பெட்டி ஒட்டுவாள். நீளமான மரத்தகட்டில் மடிக்கத் தோதுவாய் பதிவுகள் இருக்கும். அதன் மேல் மடித்தால், மேல்க் கூடு வந்து விடும். மடித்து, அதற்கென்றே ஏற்பட்ட நீலக்கலர் தாளை பசை தடவி ஒட்ட வேண்டும். தீப்பெட்டிக் கலர் என்றே பெயர்.

நல்ல தீப்பெட்டிக் கலர்ல சேலையும் ஜம்பரும் என்று பெண்கள் பாஷையில் அடிபடும். மதினி ஒரு மெஷின் போல ஒட்டுவாள். பெண் பார்க்க வருகிறபோது அல்லது மணவறையில் உட்கார்கிற மாதிரி உட்கார்ந்திருப்பாள். வலது கை ஆட்காட்டி

விரலில் மட்டுமே பசை எடுப்பாள். ஒரு தீப்பெட்டிக்குத் தேவையான அளவுக்கே மிகச்சரியாக எடுப்பாள். கொஞ்சம் கூடினால் கூட அந்த மெல்லிய தாள் சொத சொதத்துவிடும். தாளில் பசை தடவி மெல்லிய அட்டை போன்ற மரத்தை அதன் மேல் வைத்து ஒட்டுவாள், ஆட்காட்டி விரலில் பெரிய மோதிரம் போல் தீப்பெட்டிக் கூடு உண்டாகி விடும். அப்படியே லாவகமாகச் சுண்டுவாள். சத்தம் போடாமல் கூடு குவியலில் போய்ச் சேர்ந்து கொள்ளும். எல்லாம் ஒரு நொடி வேலை.

நமசு, பாப்பாத்தி ஆச்சிக்கு சொந்தக்காரன். அதனால் அவன் மதினி தீப்பெட்டிஒட்டும் போது அருகே இருப்பான். ஆளும் சற்று பெண்பிள்ளை மாதிரி அழகாக இருப்பான். மதினி தீப்பெட்டி ஒட்டும்போது இடது புறம் உட்கார்ந்து கொள்ளுவான். மதினி முந்தானையை தோள் மேல் சுருக்கிப் போட்டு அமர்ந்திருப்பாள். அவளின் வெள்ளையான வயிறும் அவ்வப்போது ஜம்பருக்குள் தெரிகிற மார்பும் பார்க்க அதுதான் தோது, என்று நமசு சொல்வான்.. அதை அவன் ரொம்ப நாள் கழித்தே சொன்னான். மதினிக்கு தீப்பெட்டி ஒட்டும்போது, மகால் அருகே வந்து தொந்தரவு செய்தால் தீப்பெட்டி அட்டை நொறுங்கி விடுமோ என்று பயம். அதனால் அருகேயே ஒரு வேப்பம் கம்பு தயாராய் வைத்திருப்பாள். அவள் விளையாட்டுப் போக்கில் அருகில் வந்தால் கம்பை எடுத்து ஏய் என்பாள். மகால் ஓடி விடுவாள்.

நான் நமசு இல்லாத ஒருநாள், மதினியின் இடப்புறமாக அமர்ந்திருந்தேன். அதற்காகத்தான். “கற்பகம், பாத்திட்டியா நல்லாருக்காமே” என்று மதினி கேட்டுக்கொண்டே, ஒட்டிக் குவித்துக் கொண்டிருந்தாள். “கொஞ்சம் கதை சொல்லேன்”, என்றாள். சொல்லிக்கொண்டே தெரியாத மார்பை பார்க்க முயன்று கொண்டிருந்தேன். சற்று நேரம் கழித்து மதினி அதை உணர்ந்து கொண்டாள் போல. முந்தானையை இறக்கி விட்டாள். ஆனால் வேலை மும்முரத்தில் மறுபடி முந்தானை தோளுக்கு ஏறிவிட்டது. நான் ஷீலா–முத்துராமன் முதலிரவுக் காட்சியை விவரித்துச் சொல்லிக் கொண்டே மறுபடி கண்ணை ஓடவிட்டேன். மதினி முதலிரவு என்று சொன்னதற்குச் சிரித்தாளா, அல்லது நான் படுகிற பாட்டைப் பார்த்துச் சிரித்தாளா, தெரியவில்லை. வேப்பங்கம்பால் என் மொளியில் லேசாக அடித்து, “நீ இந்தப் பக்கமா வந்து உக்காந்து சொல்லு” என்றாள். அவர் தன் “தூக்கத் திலிருந்து எழுந்து கொண்டார். “தம்பி ஷோக்கா கதை சொல்லுதாரே,

நீ படமே பாக்க வேண்டாம் போல இருக்கே" என்றார். மதினியும் எழுந்து, "முழிச்சிட்டிங்களா இன்னக்கி அட்டையும் தாளும் வாங்கீட்டு வாங்க, நாளைக்கி ஒட்டறதுக்கு இல்லை" என்று சொல்லிக்கொண்டே காபி போடப் போனாள். நான் பாதிக் கதையோடு வந்து விட்டேன்.

வேப்ப மரத்தின் எதிரே ஒரு பூடம். மனை காவல் பெருமாள். எப்போதாவது அதற்குப் படையல் வைப்பாள் பாப்பாத்தி ஆச்சி. இருட்டி விட்டால் மரத்தடிக்கு யாரும் போக மாட்டார்கள். ஆனால் அதைத் தாண்டித்தான் ஒரு மண் மறைப்பில் உலர் கக்கூஸ். ஒரு சாயந்தரம் தற்செயலாக அங்கே போனவனை மூக்கம்மா மதினி கூப்பிட்டாள். "இங்க வா, வயிறு என்னமோ மாதிரி இருக்கு, கொஞ்ச நேரம் இங்கன வந்து துணைக்கி நில்லு, கக்கூஸ் போயிட்டு வந்திருதேன். கோளை நாளும் அதுவுமா (செவ்வாய்க் கிழமை) அந்தப் பூடத்தை தாண்டி போக பயமாருக்கு எனக்கு," என்றாள். நான் காவலுக்கு நின்று கொண்டிருந்தேன். மகால் வேற, வீட்டுக்குள்ளிருந்து அம்மா, அம்மா என்று கத்திக் கொண்டிருந்தாள். எனக்கும் வேப்பமரம் அந்தி இருளில் ஆடுவதைப் பார்க்கப் பயமாயிருந்தது. மதினி வேகமாக என்னைக் கடந்து வீட்டுக்குள் போய் விட்டாள். நானும் முடுக்கு வழியாய் தெருவுக்கு ஓடியே வந்தேன்.

நான் குமாரவிலாஸுக்குப் போவதே கிடையாது. எங்கள் வீட்டுக்கு போத்தி ஓட்டலில் தான் கணக்கு. அப்போது லால் பகதூர் சாஸ்திரி/பக்தவத்சலம் காலம் என்று நினைவு. ஓட்டல் களையெல்லாம் ஒரு நாள் கண்டிப்பாக விடுமுறை விட வேண்டும், எல்லோரும் ஒரு நாள் இரவு உணவைக் கைவிட்டு உபவாசம் இருக்கலாம் என்று ஒரு எழுதப்படாத சட்டம். ஒரு புதன் கிழமை, போத்தி ஓட்டல் விடுமுறை. நானும் நமசுவின் அண்ணனும் – அவர் என்னை விட நாலைந்து வயது மூத்தவர். குமாரவிலாஸில் ஒரு காபி குடிக்கப் போனோம். நான் அங்கே போவது அதுவே முதல் தடவையாகக் கூட இருக்கலாம். அந்தக் கடை முதலாளி பெரியாரின் பரம சீடர். பெரியார் படம் கல்லாவின் அருகில் மாட்டி இருக்கும். காபி சொல்லி ரொம்ப நேரம் ஆகியும் வரவில்லை. நாங்கள் உட்கார்ந்திருந்த பெஞ்சை ஒட்டிய சுவருக்குப் பின் சமையலறை போலிருக்கிறது.. சுவர் சூடாக இருந்தது.

மூக்கம்மா மதினியின் கணவர் எதிரே சிரித்தபடி வந்தார். மேலெல்லாம் வேர்வை; இடுப்பில் ஒரு துண்டு; தோளில் ஒரு

துண்டு. இரண்டிலுமே எண்ணெய் அழுக்கும் கரியும். நமசு அண்ணனிடம் "வாங்க தம்பி, அந்த பெஞ்சில உக்காருங்க, இங்க வெக்கை தாங்க முடியாது", என்று சொல்லி, "எதிர் பெஞ்சில் இரண்டு இலை போடப்பா" என்று ஒரு சர்வரைப் பார்த்துச் சொன்னார். எதுக்கு என்று இரண்டு பேரும் கேட்டோம். சாப்பிடத்தான் என்று சிரித்துக்கொண்டே உள்ளே போனார். இரண்டு முறுகலான தோசையுடன் வந்தார். 'சாப்பிடுங்க' என்றார். சாப்பிட்டோம். 'இன்னொன்னு' என்றார். இரண்டு பேருக்கும் போதுமாய் இருந்தது. 'போதும்' என்றோம். சாப்பிட்டுக் கை கழுவியதும் சர்வரிடம் பட்டறையில் சொல்லிரு என் கணக்குன்னு என்றார். வாங்க தம்பி என்று சமையலறைக்குள் அழைத்தார். போத்தி ஓட்டலிலெல்லாம் அந்தப் பக்கம் எட்டிக் கூடப் பார்க்க விட மாட்டார்கள். பெரிய நீள் சதுரத் தோசைக்கல்லைப் பார்க்கவே ஆச்சரியமாய் இருந்தது. கல்லுக்கு மேல் ஒரு கயிறு கட்டித் தொங்கிக் கொண்டிருந்தது. எண்ணெய்ப் பிசுக்குடன். கல்லின் கடைசி முனையில் தோசை விடும்போது அதைப் பிடித்துக் கொண்டு ஊற்றினார். அவ்வளவு அகலமான கல்.

நிறைய பேர் மதினியின் வீட்டுக்கு வந்து போய்க் கொண்டிருந்தார்கள். என்ன விஷயமாயிருக்கும் என்று நானும் போனேன். சமீபமாய் நான் அங்கே போவதே இல்லை. வழக்கமான தார்சால்ச் சுவரோரமாக அண்ணாச்சி படுத்துக் கிடந்தார். அண்ணாச்சி எப்பவுமே மதினியை விட சற்று வயதானவர் போல்த் தான் இருப்பார். அன்று நாலு நாள் தாடியுடன் இருந்தார். இடுப்பில் பேருக்கு வேஷ்டி இருந்தது. மார்பெல்லாம் தீக் கொப்புளங்கள். கை, முகம் தோளிலெல்லாம் கூட. ஒரு வாழை இலையை வைத்து மதினி விசிறிக் கொண்டிருந்தாள். ஒரு பாட்டிலில் ஜெனிஷியன் வயலட் களிம்பும் ஈர்க்குச்சியில் சுற்றின பஞ்சும் இருந்தது. "தம்பி இந்த களிம்பைக் கொஞ்சம் புண்ணு மேல போட்டு விடுதீங்களா" என்றாள் மதினி, "நோய் நோக்காடு வந்தாக் கூடவா தொடக் கூடாது, ஏதோ ஒரு தரம் உங்க தம்பி மேல ஆசப்பட்டுட்டேன், அவனும் தான் போய்ட்டானே" என்று அழுதாள். மகால் ஏற்கெனவே அழக் காத்திருந்தது போல அழ ஆரம்பித்தது. "வீட்டுக்குள்ளையும் படுக்க மாட்டாக, என்ன குளிர், என்ன வேனல்ன்னாலும் சரி. வேனல்லையே தான கெடக்காக..." என்றாள் மதினி. "கிளப்புல தோசை ஊத்தும்போது கயிறு அந்து அப்படியே கல்லுல விழுந்துட்டாகளாம், அது என்னப்பா கயிறு", என்று கேட்டாள். அவர் சிரித்துக் கொண்டார்.

பாப்பாத்தி ஆச்சி வந்தாள். "யார்ட்டழ்ழா காமிக்கெ", என்ற கேள்வியுடன். "யாரோ முத்தையாபிள்ளை ஆஸ்பத்திரியாம்லெ அங்கெதான், முதலாளி ஏற்பாடு, அதெல்லாம் எல்லாரும் வந்து நல்லாப் பாக்காங்க", என்றாள். ஆச்சி தார்சாலை அடுத்திருந்த ஒரே கட்டுக்குள் சென்று, "மூக்கம்மா இன்னா இப்படி வா" என்றாள். ஏதோ பேசிக் கொண்டிருந்தார்கள். நானும் உள்ளே எட்டிப் பார்த்தேன். ஒரு போட்டோப் படம், பொட்டு வைத் திருந்தது. நான் பார்த்ததை அவர் பார்த்து விட்டார், 'ஏந்தம்பி, செத்துப் போயிட்டான்', என்றார். வலியில் முகச்சதை கோணுவது கூட சிரிக்கிற மாதிரி இருந்தது. ஆச்சி போனதும், மதினி அழுது கொண்டே வந்தாள். "என்ன, வீட்டைக் காலி பண்ணச் சொல்லு தாங்களா" என்றார். ஆமா, வேறென்ன சொல்லுவாங்க, ஒண்ணும் நெனைக்காம பொண்டாட்டியக் காப்பாத்துதாங்கன்னா மெச்சு வாங்க", என்று சொல்லிவிட்டு அழுது கொண்டிருந்த மகாலை இழுத்து அணைத்துக் கொண்டாள்.

அவர் அதைப் பார்த்துச் சிரித்தார். அந்தப் புண் குணமாகும் முன்பே அவர்கள் வீட்டைக் காலி செய்துவிட்டார்கள். நமசுவின் அண்ணன், எனக்கு ஓரளவு புரிந்ததை தெளிவாக்கினார். அவர்கள் காலி செய்து போகும்போது தெருவில் பிள்ளைகள் தங்கள் வேனல் விடுமுறையைக் கொண்டாடிக் கொண்டிருந்தார்கள். அவர் அந்தக் குழந்தைகளையும் எங்களையும் பார்த்துச் சிரித்தார். மதினி, மகால் அவள் தோளில் தூங்குவது போல் சாய்ந்து கொண்டிருந்தாள், தலையை மட்டும் 'போய்ட்டு வாரோம்' என்று ஆட்டினாள்.

●

6

கூறு

மாடியின் நடுக் கூடம், வழுவழுவென்று சிமெண்ட் பூசப்பட்டு பெரிதாக இருக்கும். வெறும் தரையிலேயே படுத்துக் கொள்ளலாம் போலிருக்கும். அதன் நீள அகலங்களை அளவெடுத்து நெய்த பவானி ஜமுக்காளம், அப்பா பெயருடன், இரண்டு மூன்று உண்டு. அது போக பந்தி ஜமுக்காளங்கள் வேறு உண்டு. அவற்றை உறவினர்களும் நண்பர்களும் அவர்கள் வீட்டு விசேஷங்களுக்கு வாங்கிப் போவார்கள். அவை திரும்ப வருகிறபோது அழுக்கும், காபிக் கறையும் வெற்றிலைச் சுண்ணாம்புக் கறையுமாக வரும். அம்மா, "அந்தத் தூசியையாவது தட்டிக் கொண்டு வந்து தரக் கூடாதா" என்பாள். காணாததற்கு அம்மாத் தாத்தா, கிராமத்தில் இறந்த போனபின் அங்கேயுள்ள பந்திப் பாய், ஜமுக்காளங்களும் இங்கே வந்து விட்டது. "போ, அதுக்கும் மண்டையிடி புடிச்சாச்சா" என்று அங்கலாய்ப்பாள். அவள் பேச்சு எப்போதும் எடுபடாது. நல்ல அழகான கறுப்பு சிகப்புக் கலரில் இடையிடையே கரு நீலக் கோடும் உள்ள ஒரு ஜமுக்காளத்தை நான் கொடுக்க விடமாட்டேன். அது ஒன்று தான் கடைசியில் மீந்தது.

ஹாலின் மேற்கூரை, நாழி ஓடு வேயப்பட்டது. ஆனாலும் வெக்கை தெரியாது. அந்தக் காலத்து 'வார் குவாலிட்டி' ஜி.இ.ஸி. ஃபேன் காற்று, முழு ஹாலையும் நிறைத்து ஓடும். செவ்வக வடிவ ஹாலின் நான்கு

சுவர்களிலும், ஒழுங்காகப் பதிக்கப்பட்ட ரீப்பரின் மேல் புகைப்படங்களும், ரவிவர்மா, எஸ்.எம்.பண்டிட் இன்னும் பலர் வரைந்த காலண்டர்களும், சட்டமிடப்பட்டு அழகாக மாட்டப் பட்டிருக்கும். மத்தியானம் பெரிய ஜமுக்காளத்தை விரித்து அப்பாவின் நண்பர்கள் அதில் படுத்துக் கதை பேசியபடி கொஞ்ச நேரம் கோழித்தூக்கம் போடுவார்கள். மூன்றரை மணிக்கு ஒவ்வொருத்தருக்காய் விழிப்புத் தட்டும். “இன்னக்கி என்ன கிழமை, சனியா, அப்போ ‘போத்தி ஓட்டலில்’ பாதாம் அல்வா போட்டிருப்பான், நாலு மணிக்குப் போனால் காலியாகி விடும் என்று கிளம்பி விடுவார்கள்.

ஒரு மத்தியானம், “ஏல எங்கடா, இந்த வேணா வெயிலில் சுத்தப் போறே கொஞ்சம் படுடா” என்று அப்பாவின் ஒரு நண்பர் சொன்னார். படுத்திருந்தேன். திடீரென்று ஒருவர் மாடிப்படியேறி வந்தார். கறுப்பென்றால் அப்படி ஒரு கறுப்பு. “ஜெய்ய் ஹிந்த்” என்று சொல்லிக்கொண்டே ஹாலுக்குள் நுழைந்தார். வந்தவர், சுவரில் மாட்டியிருந்த நேதாஜி சுபாஷ் சந்திர போஸின் படத்தைப் பார்த்து ஒரு தரம், சர்வ மரியாதையுடன் ’ஜெய்ஹிந்த்’ என்று சொல்லி சல்யூட் அடித்தார். எல்லோரும் அந்தச் சடங்கு முடியட்டும் என்று காத்திருந்தது போல, “யோவ் வாரும், வாரும் ‘களக்காடு’, கிட்டமுட்ட ஆளையே காணுமே, இப்ப எந்த ஊரில், டேரா” என்று உற்சாகமானார்கள். நீங்க ஒரு ஆள்தான் அண்ணாச்சி, “தாதா” படத்தை இன்னும் கழட்டாம வச்சுருக்கீங்க என்றார் அப்பாவிடம். “யோவ் நீரு மட்டும்தான் வந்தேரா, ’பன்னம் பாறை ராணியும்’.....” என்று எச்சில் ஒழுகாத குறையாகக் கேட்க ஆரம்பித்தவர்கள், என்னைப் பார்த்ததும், ‘ஏய் கீழே போய் விளையாடு’ என்று சொன்னார்கள். நான் அப்பாவின் முகத்தைப் பார்த்தேன், அவர் அமைதியாக, ‘போ’ என்கிற மாதிரி தலையை ஆட்டினார். கீழே போவதாகப் போக்குக் காட்டிவிட்டு, ஹாலுக்கு முந்திய தார்சாலில் நான் படிக்கிற சாய்வு மேஜைக்கு முன் அமர்ந்து கொண்டேன். அதுவும் அம்மாத் தாத்தா செத்ததன் பின் கிராமத் திலிருந்து வந்தது. ‘கணக்கப் பிள்ள மேஜை’ என்று பெயர்.

அது ராசி இல்லாதது என்று அப்பா அதை விற்று விடுவதாக இருந்தார். எப்படியோ மனசை மாற்றிக்கொண்டு விட்டார். என் அனுபோகத்துக்கு வந்தது. மை பாட்டில் வைக்க, பேனா, பென்சில் போட, புத்தகங்கள் வைக்க தனித்தனி அறைகள் இருக்கும். மேல்ப் பகுதி திறந்து மூடுகிற மாதிரி இருக்கும். ஆனால் நல்ல கனம். ஏதோ ஈட்டியோ என்னவோ ஒரு மரத்தில்

செய்தது. அதைப் பார்த்த ஆசாரியொருவர் சொன்னார், "இப்ப செய்யணும்ன்னா, ஐநூறு ரூபா ஆகும்"என்று, 1960 வாக்கில். பேச்சின் சில விஷயங்கள் கேட்டது. யாரோ, "மெதுவாப் பேசுங்க. பிள்ளையாண்டன் அந்தாதான் உக்காந்து படிச்சுக்கிட்டு இருக்கான்" என்றார்கள். "ராணி வந்திருக்காப்ல, 'காசிம் அவென்யூ'வில் பின்னாடி ரூம்ல இருக்கா", அண்ணாச்சி இருக்காங்களான்னு சந்தேகம், அதான் கூட்டிக்கிட்டு வரலை, என்றார், புதிதாக வந்த 'களக்காடு' அண்ணாச்சி. "சரி... புள்ளைங்க என்னமும் இருக்காவே" என்று யாரோ கேட்டார்கள். "சேச்சே நம்ம தொழிலுக்கு அதெல்லாம், லாயக்குப் படுமா" என்றார். "ஆமா, இன்னும் ஆள் ஷோக்காத்தான் இருக்காளா, வேய்," என்று ஒருவர். களக்காடு அண்ணாச்சியிடமிருந்து, சத்தமான சிரிப்பு ஒன்று வந்தது. "வாங்களேன், சாயந்தரமா அண்ணாச்சி கூட" என்றார். அப்புறம் சத்தம் குறைந்து போனது, சிரிப்புச் சத்தம் மட்டும் அவ்வப்போது கேட்டுக்கொண்டே இருந்தது. சரிவே பாதாம் அல்வா காலியாயிருக்கும் இப்பவே, என்று கிளம்பினார் ஒருவர். "அதுதான், இவ்வளவு நேரம் காதாலேயே தின்னுட்டீகளே" என்றார் மற்றொருவர் 'ஆமாய்யா ஆளு பாதாம் அல்வாதான்' என்றார் ஒருவர். அவர்கள் பேச்சை வெம்பிப் போன, என்னால் ஓரளவு புரிந்துகொள்ள முடிந்தது.

எல்லோரும் போன பின்னால் அப்பாவும், களக்காடும் கீழே இறங்கினார்கள். அவர் ஒரு லெதர் பேக்கை, கக்கத்தில் இடுக்கி யிருந்தார். அதைப் பார்த்தாலே தெரிந்தது, அவர் அதை விடவே மாட்டார் என்று. பட்டாசாலுக்கு வந்து உட்கார்ந்தார். அம்மா, வாங்க என்றாள், அவர் கவனிக்கவில்லை, அடுக்களைக்குள் போய் ஒரு தம்ளரில் காபி கொண்டு வந்தாள், "அப்பதையே வாங்க என்றேன்" என்றபடியே காபியை நீட்டினாள். "அதுக்கென்ன நம்ம வீடு இது, நீங்க கூப்பிடலேன்னாலும் எனக்கில்லாத உரிமையா" என்று சத்தமாகச் சிரித்தபடி சொன்னார். "இப்ப ஊர்ல யார் இருக்கா" என்றார் அப்பா, "எங்க, களக்காட்டிலா, அங்க யாருமில்லை, வீட்டை வித்துட்டேன், ஒரே ஒரு ரூம் மட்டும் இருக்கு" போனா வந்தா தங்கிக் கொள்ள இருக்கட்டும்ன்னு ராணி சொன்னதால அது மட்டும் இருக்கு என்றார். "ரூபாயை முதலாளிகிட்ட கொடுத்திருக்கேன். கம்பெனில போட்டிருக்காரு. சம்பளம் போக மாசவட்டி மாதிரி தாராரு. நான் தானே கணக்கு வழக்கெல்லாம் பார்க்கிறேன். மாசாமாசம் நானே எடுத்துக் கொண்டால் கூட ஒன்றும் சொல்ல மாட்டார். ஆனால் அவ்வளவு ஓட்டமில்லை. ராணியை நடிக்க வேண்டாம்ன்னு அவரே சொல்லிட்டாரு"என்று நிறுத்தாமல் பேசினார்.

பேசிக்கொண்டிருக்கும்போதே, லெதர் பையைத் திறந்து ஒரு படத்தை எடுத்து அம்மாவிடம் கொடுத்தார். கீழ்ப் பகுதியில் சபரி மலைக் கோவில் முகப்பும் 18 படியும், அதன் மேல் அய்யப்பன் படமும் இருந்தது “நம்ம கம்பெனி விளம்பரத்துக்காக அடிச்சது, நீங்க இந்த நாடகம் பார்த்த ஞாவகம் இருக்கா மதினி, கணபதி விலாஸ் தியேட்டர்ல நடந்தது, இன்னும் நல்லாத்தான் போகுது. ஆனா பழைய மாதிரி இல்லை. கம்பெனியை விட்டு எல்லோரும் சினிமாவுக்குப் போயிட்டாங்களே” என்றார்.

“தஞ்சாவூர்ப் பக்கம் நவாப் முதலாளின்னு பேருக்கு, கொஞ்சம் கூட்டம் வருது. இந்தப் பக்கமெல்லாம் வரத்தே இல்லை. இந்த வருஷம் இங்கே ஆனித்திருழா பொருட்காட்சியில ஏதாவது சந்தர்ப்பம் கிடைக்குமான்னு பாக்கத்தான் வந்தேன். முதலாளி அனுப்பினாரு”.

“அண்ணாச்சி, உங்களுக்கு முனிசிபாலிட்டி சேர்மன் பழக்கமாச்சே, கேட்டுச் சொல்லுங்களேன்” என்றார்.

“இப்ப அவர் இல்லையே, அவர் ராஜினாமாப் பண்ணிட்டுப் போயிட்டாரு. இன்னொருத்தர்தான் சேர்மன், அவர்ட்ட கேட்கலாம். நாமளா கேட்க வேண்டாம். பாப்புலர் டாக்கீஸ் முதலாளியிடம் சொல்லிக் கேட்கலாம்” என்றார், அப்பா.

சாயந்தரம் அப்பாவுடன் கிளம்பினார் களக்காடு. நானும் வருகிறேன் என்றேன். அப்பா பதில் சொல்லும் முன், அம்மா, “சரி போய்ட்டு வாயேன்,” என்றாள். பொதுவாக அப்பா தன் நண்பர்களுடன் கிளம்பிப் போகும்போது நானும் போவேன். அவர் ஒன்றும் சொல்ல மாட்டார். அந்தச் சுதந்திரம் கடைசி வரை இருந்தது. அது இல்லாவிட்டால் இந்தக் கதைகளே இருக்காது. ஆனால் அன்று விரும்பவில்லை போலிருந்தது. அம்மா விரும்பியிருந்திருக்கலாம்.

நெல்லை லாட்ஜ் ஸ்டாப்பில் இறங்கினோம். நெல்லை லாட்ஜை எனக்குத் தெரியும். ஏதோ வேறு “காசிம் அவென்யூ” என்றாரே என்று தோன்றியது. நெல்லை லாட்ஜின் உள்ளாகப் போய் அதன் பின்பகுதியில் இருந்த வரிசையான வீடுகளில் ஒன்றிற்குப் போனோம். செடியும், அழகான க்ரீப்பர் கொடிகளும் நிறைந்து குளுமையாக இருந்தது, அந்த வரிசை வீடுகள். வேறெதற்கோ அங்கே வந்த நினைவு வந்தது. அப்பா முதல் பத்தியில் கிடந்த நாற்காலியில் உட்கார்ந்தார். நான் நின்று கொண்டிருந்தேன். “அண்ணாச்சி, சும்ம உள்ளே வாங்க என்றார்”, களக்காடு.

நாந்தான் அதிகப் பிரசங்கி மாதிரி முதலில் உள்ளே போனேன். இரண்டு கட்டில்கள் கிடந்தன. ஒரு பெண், ஒரு கட்டிலில் இருந்தாள்; அவசரமாக எழுந்தாள். வட்ட முகம் நீளமான முடி. நடிகை அம்பிகா, (அந்தக்கால அம்பிகா மலையாள நடிகை அவள்தானோ என்று பல தடவை நினைத்ததுண்டு) போலிருந்தாள். அப்பாவைப் பார்த்ததும் அவளும், "வாங்க, வீட்ல எல்லாரும் சௌக்கியமா, உங்களை பாக்கத்தான் வந்தாரா, நானும் வந்திருப் பேனே" என்றாள். "இவந்தானே கடைசி என்று என்னைப் பார்த்துக் கேட்டாள்." "ஆமா, ஆமா இவருதான் கடைக்குட்டி ஒரு மாதிரியா அண்ணாச்சி நிப்பாட்டிட்டாரு" என்று களக்காடு கேலியாகச் சிரித்தார். எனக்கு ஒரு மாதிரியாய் இருந்தது. நான் வெளியே வந்து விட்டேன். இவதான் ராணி போல இருக்கு, என்று நினைத்துக்கொண்டேன். அங்கே இருந்த ஒரு "மயில் மாணிக்கம்' கொடியில் விதைகளைப் பறித்துச் சேகரித்துக் கொண்டிருந்தேன். அப்பா, "போகலாமா" என்றபடியே வந்தார்.

"மாயவரத்துக்கு வாங்க, நீயும் வாப்பா, தம்பி" என்று சொல்லியபடியே வெளியே வந்து வழியனுப்பினாள். இரண்டு நாள் கழித்து களக்காடு வீட்டுக்கு வந்தார். நான் அப்பாவிடம், "அப்பா, களக்காடு வந்திருக்காரு" என்றேன். "ச்சேய், நாயே ஒரு மரியாதை வேண்டாம், சுப்ரமணியன் மாமான்னு சொன்னா என்ன" என்று சத்தம் போட்டார். அவர் பின்னால் அந்த அம்மாள் ராணியும் வந்தாள். அவள் நேரே அம்மாவைப் பார்க்க வீட்டினுள் போனாள். அன்று பார்த்ததை விட அழகாய் இருந்தாள். இப்படி அழகான விருந்தாளிகள் எப்போதாவதுதானே வருகிறார்கள் என்று நினைத்தேன். "நேற்று அவரு ரூமுக்கு வந்தாரு, இன்னிக்கும் வாரேன்னிருக்காரு, கதை ஓ.கே ஆயிரும்ன்னு பார்த்தா இவ மாட்டேன் என்று சொல்லீட்டு இங்க வந்துட்டா, நான் பின்னா லேயே வாரேன்", என்ற களக்காடு மாமா, என்னைப் பார்த்ததும் பேச்சை நிறுத்திவிட்டு உதட்டைப் பிதுக்கினார். கொஞ்ச நேரத்தில் இரண்டு பேரும் கிளம்பினார்கள்.

பத்துப் பன்னிரண்டு வருடம் கழிந்திருக்கும். ஒரு மத்தியானம், நான் மாடியில் படித்துக் கொண்டிருந்தேன். இப்போது வீட்டிலுள்ள பெரிய மேஜையில் அமர்ந்து. 'என்னா தம்பி படிக்கியா' என்றபடியே ஒருவர் வந்தார். முகத்திலும், உதட்டிலும் வெள்ளை விழுந்திருந்தது. ரொம்பவும் நைந்து போன தோல்ப் பை கக்கத்தில். வெள்ளை கதர் வேஷ்டி சட்டை. அது யார் என்று நினைவுக்குக் கொண்டு வரும் முன், 'ஜெய் ஹிந்த்' என்று

சத்தம் கேட்டது. ஹாலில் படுத்திருந்த அப்பா எழுந்திருந்து பார்த்தார். களக்காடு சுப்ரமணிய மாமா. "என்ன அண்ணாச்சி, தாதா, படக் கண்ணாடி உடைஞ்சிருக்கே, மாத்தக் கூடாது" என்றார். என்னவெல்லாமோ உடைந்து விட்டது இங்கே என்று எனக்குத் தோன்றியது. கொஞ்ச நேரம் உட்கார்ந்து பேசிக் கொண்டிருந்தவர் படுக்க முயற்சித்தார். பழைய காலம் போல் தலையணைகள் எல்லாம் ஒன்றுமில்லாததைக் கண்ட அவர், தன் கைப்பையையே தலைக்கு வைத்துக்கொண்டார்.

நாலைந்து நாட்களாக மாமா இங்கேயே தங்கியிருந்தார். காலையில் ஆற்றுக்குப் போய் குளித்து முடித்து மதியம் வாக்கில் வருவார், படுத்திருப்பார். மாலையில் எங்கே போகிறார் என்று தெரியாது. ஒன்பதுமணி சுமாருக்கு வந்து படுத்து விடுவார். வீட்டில் சாப்பிட மாட்டார். வீட்டிலும், சாப்பிடச் சொல்லும் நிலையும் இல்லை. இரண்டு நாள் கழித்து, ஒரு மத்தியானம் என் மேஜையருகே வந்தார். தம்பிக்கி படிப்புல ரொம்ப ஆசை போலிருக்கு, வேலை ஏதோ வந்ததைக் கூட வேண்டாம் என்று சொல்லீட்டீராமே', என்றார். "இல்லை அது டெம்பரரி வேலை தான், அதே வேலை காயமானால், படிப்பை விட்ருவேன்" என்றேன். அப்படியெல்லாம் உண்மையில் யோசனை இல்லை. தினமும் அந்நேரம் என்னுடன் பேசுவார். கம்பெனியெல்லாம் மூடியதை எப்போதோ கேள்விப் பட்டிருந்தேன். ஒரு காலத்தில் அய்யப்பன் கோயில் போகும் கலாச்சாரத்தினை ஆரம்பித்து வளர்த்ததே களக்காடு மாமா வேலை பார்த்த நாடகக் கம்பெனி தானாம். எம்.என் நம்பியாருக்கு முதன் முதல் மாலை போட்டு விட்டதே, எங்க முதலாளிதான் என்று மாமா சொல்லுவார். "இப்ப என்ன தம்பி, மனோகர் நாடகம். நாங்க செய்யாத ஜோடனையா, மேடை ட்ரிக்ஸா... என்னமோ எல்லோருக்கும் ஒரு காலம். இப்ப பாருங்க, ராணி ஒரு டைரக்டர் கூட சந்தோஷமா இருக்கா, நான்தான் அனுப்பி விட்டேன். போகவே மாட்டேன்னா, போயி அஞ்சாறு வருசமாச்சு. அவரும் முதலாளிட்ட இருந்த வருதான் என்று பெயரைச் சொன்னார். ஒரு பிரபல இயக்குநர். எனக்கு நம்பவே தோன்றவில்லை. என்னையும் கூப்பிட்டாரு, அது நல்லாவா இருக்கும்.. நான் போகலை... எனக்கு நிறைய பேர் பணம் பாக்கி தரணும்.. அலையா அலையறேன்".. என்றார். நான், "அப்பா".. என்று இழுத்தேன்.. "ச்சேச்சே அவுக ஒன்னும் தரவேண்டாம்... அவுக போடாத சாப்பாடா, இந்த இடம் இப்படியா இருக்கும். எத்தனை பேர் இங்க தங்கி படிச்சுருக்காங்க தெரியுமா, அதெல்லாம் ஒரு காலம்" பேசிக் கொண்டே இருந்தார்,

சாயந்தரம் ஆகிவிட்டது. அம்மா கூப்பிட்டாள். அடை சுட்டுக் கொண்டிருந்தாள். இந்தா அவரு, களக்காடு இருக்காரா, இதைக் கொண்டு போய்க் கொடு, சாப்பிட்டு ரெண்டு நாளாச்சாம்.. மெட்ராஸ் போகறதுக்கு மணிஆர்டரை எதிர்பார்த்துக் காத்திருக்காரு” என்றாள்.... நான் போய் அடையைக் கொடுத்தேன், ஒன்றுமே பேசாமல் சாப்பிட்டார். தட்டை அவரே கழுவிக் கொண்டு போய் அம்மாவிடம் கொடுத்துக் கும்பிட்டார். அம்மா பதறினாள், “சும்மா இருங்க, ஓங்க வயசென்ன, என் வயசென்ன, இந்தப் பாவம் வேற எனக்கு வரணுமா” என்றாள். அவர் வெளியே போய்விட்டார்.

மறுநாள் கல்லூரிக்குப் போய் விட்டு வந்தேன். என் மேஜையில் ஒரு மணிஆர்டர் ஃபாரத்தின் அடிப் பகுதி இருந்தது.,

என் அன்புள்ள அய்யாவுக்கு,

பணம் அனுப்பியிருக்கிறேன்.. இங்கே இவர் ஒரு பெரிய புராணப் படம் எடுக்கிறார்... அதற்கு உங்களை மேனேஜராகக் கூப்பிடுகிறார்.. கட்டாயம் வரவும். எனக்கு உங்களைத் தேடுகிறது. கட்டாயம் மறு ரயிலில் வரவும்.

இப்படிக்கு ராணி.

அம்மாவிடம் கேட்டேன், “அந்தக் களக்....இல்லை மாமா எங்கே, போய்ட்டாரா....”, “ஆமா அப்பாதான் வல்லாவல்லடியா ரயில் ஏத்தி விட்டுட்டு வந்திருக்காங்க,” என்றாள்.

ஒருவாரம் கழித்து அப்பா பெயருக்கு ஒரு கார்டு வந்தது, விலாசம் அவ்வளவு முழுமையாக இல்லாமல். “அவுக இன்னமும் இங்க வரலை, கொஞ்சம் விசாரிச்சு சொல்லுங்க” என்று இரண்டு வரியுடன். முகவரி எதுவும் இல்லை.... நான் என் மேஜையில் மணிஆர்டர் கூப்பனைத் தேடினேன்... அதிலும் முகவரி இல்லை.. பின்னாலேயே வந்த அப்பா, “நானும் இதை அன்றைக்கே பார்த்து விட்டேன், அவள் கூறு அவ்வளவுதான்”, என்றார். எனக்கென்னவோ இன்றும் தோன்றுகிறது, களக்காடு மணி மாமா அறிவாளி என்று.

●

7

பிராது

வேலைக்குச் சேர்ந்த புதிது. நானும் அவனும்அவனது அறையில்தான் தங்கி இருந்தோம். திடீரென்று கிளம்பினோம். வழக்கமாக இரவு எட்டரை மணிக்கு ஓட்டலில் சென்று சாப்பிடு வோம். அன்று ஏழரை மணிக்கே, நகர் வீதி வலம் வரும்போது, தினமும் பற்று வைத்துச் சாப்பிடும் ஆத்தூர்ப் பிள்ளை கடையில் கூட்டமில்லை. அறைக்குப் போய்விட்டு இன்னொரு தரம் இவ்வளவு தூரம் அலைவானேன் என்று சாப்பிட உட்கார்ந்தோம். அன்று செவ்வாய்க்கிழமை, வழக்கமாக நானும் இன்னொரு அலுவலக நண்பரும் சந்தன மாரியம்மன் கோவிலுக்குப் போய் வருவோம். தூத்துக்குடியில் பிரபலமான கோயில். அம்மன் சிலை சற்று சிறியதாக அழகாக இருக்கும். திருநெல்வேலியில் புட்டாரத்தி அம்மன் சிலை பெரிதாக மகிஷனை வதம் செய்வது போல் இருக்கும். எனக்கு ரொம்பப் பிடித்த சிலை. கிட்டத்தட்ட அதே மாதிரி, பெரிய கோயிலில் மஞ்சன வடிவம்மன் சிலையும் இருக்கும். அழகான அம்மன் சிலையைத் தேடி நிறைய கோயிலுக்குப் போவேன். அலங்காரம் செய்கிறேன் என்கிற பேரில், கண்ணில் வெள்ளி மலரையும், இதழ் ஓரங்களில் வெள்ளியில் செய்த கோரைப் பல்லையும் ஒட்ட வைத்து அம்மனை பயங்கரமாக்கி வைத்திருப்பார்கள். நான் பார்த்ததிலேயே தாராசுரம் தெய்வ நாயகியும், கன்னியாகுமரி பகவதியும்,மிக அழகான சிலை வடிவங்கள். “மறுபடி மறுபடி மனசுக்குள்,”

"வானுலாவும் காற்றிலே
ஞான இன்ப ஊற்றிலே
தேன் கலந்த பாலுடன்
தான் கலந்த கீதமே..."

என்று எம்.எஸ்.ராஜேஸ்வரி பாடிக்கொண்டிருந்தார். அப்போது சிலோன் ரேடியோவில் அற்புதமான பாடல்கள் போடுவார்கள். இது ஒரு அழகான பாட்டு,

"மதி குலவும் யாழிசையே,
கண்ணன் குழலிசை போலே
உள்ளம் கொள்ளை கொள்வையோ...."

என்று தொடங்கும், சாயந்தரம்தான் ஒலிபரப்பி இருந்தார்கள். அப்போதிருந்து மூளைக்குள் சுற்றிச் சுற்றி வந்து மனதையும் உடலையும் லேசாக்கிக் கொண்டிருந்தது..

சாப்பிட்டுக் கொண்டிருக்கும்போது நண்பனிடம் சொன்னேன், "இன்னிக்கி செவ்வாய்க்கிழமைங்கிறது மறந்துட்டு, கோயிலுக்குப் போயிருக்கலாமே" என்றேன். "ஏல வாறியா ஆறுமுகமங்கலம் கோயிலுக்குப் போயிட்டு வருவோம்", என்றான். 'அம்மன் அழகாருக்குமா' என்றேன். ஒரு மாதிரியாக, சொல்ல வந்த வார்த்தைகளை முழுங்கிவிட்டு, 'ரொம்ப அழகாருக்கும் வா, கடைசி பஸ் எட்டு மணிக்கு, கிளம்புவோம்' என்று அவசரமாய் அள்ளிப்போட்டு விட்டு, கடையிலேயே இருபது ரூபாய் கடன் வாங்கிக்கொண்டான் பஸ்ஸுக்கு. ஆத்தூர்ப் பிள்ளை, "இந்நேரம் என்ன இருவது ரூபாய்க்கி முடை வந்துட்டு...." என்று சலித்தபடி கல்லாவில் தேடினார், "ஆறுமுக மங்கலம் போகணும் இன்னிக்கி, கடைசிச் செவ்வாயில்லா" என்றான் அவன். "அப்படியா மகாராஜாவைப் பார்க்கவா, சரி சரி" என்று தந்து விட்டார். "ஏல என்ன மகாராஜாங்கிறாரு அண்ணாச்சி", என்றேன். "வாலெ, சீக்கிரம், பஸ் கிளம்பிரும்" என்று பரபரத்தான். சொன்னபடியே பஸ் கிளம்பி விட்டது, ஓடிச் சென்று ஏறினோம்.

"எவ்வளவு தூரம் இருக்குடா, போய்ட்டுத் திரும்பிரலாமா" என்று சந்தேகக் கேள்விகளாகவே கேட்டுக்கொண்டிருந்தேன். பக்கத்தில், இன்னொரு ஓட்டல் முதலாளி இருந்தார். அவர் ஒரு ஐயர். அவர் கடையில் எப்பவாவது சாப்பிடுவதுண்டு. அவர், "என்ன சார்வாள், இன்னிக்கி அற்புதமான 'படுக்கை' எல்லாம் உண்டு, இருந்து பாத்துட்டு வாங்க", என்றார். கையில் பெரிய ஜவுளிப் பார்சல் வைத்திருந்தார். "இது எதுக்கு" என்றேன்.

“மஹாராஜாவுக்கு சாத்தறதுக்கு, வேஷ்டி, தேங்காப்பட்டிணத்திலிருந்து ஸ்பெஷலாச் சொல்லி நெய்தது, நம்ம இடத்துக்காகப் போட்டிருந்த கேஸ் ஜெயிச்சுட்டுல்லா, எல்லாம் ஹைகோர்ட் மஹாராஜா கருணைதான்” என்றார். “என்னலே, அம்மனுக்கு வேட்டி சாத்தப்போறேங்கிறார் ஐயர், நாம அம்மன் கோயிலுக்குப் போகலையா” என்றேன். பஸ் பாதி தூரம் வந்து விட்டது. “பேசாம வாயேம்லெ”, என்றான்.

அப்போதுதான் நினைவுக்கு வந்தது. இதே மாதிரி ஒரு செவ்வாய்க் கிழமை, அறையில் கூடும் ஏகப்பட்ட நண்பர்களிடம் கேட்டுக் கொண்டிருந்தான். “ஏல யாராவது வாங்கடா, கோயிலுக்குப் போகிறதுக்கு என்னடா பயம்” என்று. எல்லோரும் சிரித்தபடியே மறுத்துக்கொண்டிருந்தார்கள். இன்னக்கி நம்ம மாட்டிக் கொண்டோம் போல என்று புரிந்தது. சரி இதுல என்ன பயம், கோயில்தானே என்று அமைதியாய் இருந்தேன். பஸ் ஒரு விலக்கில் நின்றது. “ஹைகோர்ட் மஹாராஜா கோயில் எல்லாம் இறங்குங்க” என்றார் கண்டக்டர். கும்மிருட்டு. ஐயர் கையில் டார்ச்சு தயாராய் வைத்திருந்தார். அவருடன் போனோம். “வாங்க இப்படி வாங்க,” என்று வழிகாட்டிக்கொண்டே சென்றார். காலில் ஏதோ கனமாகக் குத்தியது. “என்னவோ குத்துதுடா” என்றேன். ஐயர், “அது ஏதாவது எலும்பா இருக்கும், சுத்துப் புறம் பூரா சுடுகாடு தானே” என்றார். நண்பன் என் கையை இறுகப் பற்றிக் கொண்டான். எனக்கென்னவோ பயமாயில்லை.. ஆனால் புதிர்தான் விடுபட்ட பாடில்லை, இப்படியொரு காட்டுக்குள் என்ன விதமான அம்மன் கோயில் இருக்கும் என்று நினைத்துக்கொண்டு வந்தேன்.

பெட்ரோமாக்ஸ் வெளிச்சத்துடன் கடைகள் தென்பட ஆரம்பித்தன. தேங்காய், பழம் வெற்றிலைக் கடைகள், பூக்கடைகள்.

சற்று தூரத்தில் ஓலைக் கூரையடியில் வெளிச்சமும் கூட்டமும் தெரிந்தது. ஐயர், அங்கிருந்த பூக்கடையில் பெரிய தும்பிக்கை மாலையாக ஒன்றை ஆர்டர் கொடுத்திருந்தார் போல, அதை வாங்கிக் கொண்டார். தூக்க முடியவில்லை. நண்பன் உதவினான். அவன் அவரை கெட்டியாகப் பிடித்துக்கொண்டான் என்றே சொல்ல வேண்டும். அப்போது அவர் கேட்டார், “தம்பிக்கு என்ன வேண்டுதலோ” என்று, “இல்லை, வேலை கெடைச்சதுமே வாரேன் என்று வேண்டுதல், ஆனா நேரமே கிடைக்கலை” என்றான். “ஆமா கோயிலுக்கு வருவதற்கு மகாராஜா கூப்பிட்டாத் தான் வரமுடியும், அது இன்னக்கின்னு இருக்கறப்போ நீங்க

நெனச்சாலும் நிறுத்த முடியாது. ஏதும் 'பிராது' கொடுத்திருக் கீங்களா" என்றார். இல்லையென்று மலங்க மலங்க விழித்தான். இதற்குள் கோயில் வந்திருந்தது.

ஓலைக்கூரைதான் கோயில். இரண்டு பெரிய சுடலை மாட சாமிகள். இரண்டும் மண்ணால் ஆனவை.

எங்கள் தெருவே சுடலை மாடன் கோயில் தெருதான். தெருமுனையில் ஒரு அழகான அடுக்குச் சுடலை மாடன் உண்டு. அது கல்லில் வடித்தது. இது வெறும் மண். ஆனால் ரொம்ப பிரம்மாண்டமாய் இருந்தது. ஏகப்பட்ட வேஷ்டிகள் இரண்டி ரண்டாய்ச் சேர்த்து, சாற்றி இருந்தார்கள். எனக்கு ஒன்றும் பயமாயில்லை. ஐயரைப் பார்த்ததும் பூசாரி 'வாங்க சாமி' என்றார். சாமி அங்கேல்லா இருக்கு என்று பவ்யமாகச் சொன்னார் அவர். "ஐயருன்னாலே முதலாளின்னுதான் அர்த்தம், ஆனா எல்லாருக்கும் பெரிய முதலாளி, மகாராஜால்லா," என்றார் ஐயர். துணிப் பார்சலையும் பூவையும் கொடுத்துவிட்டு, "நம்ம கேஸ் ஜெயிச்சுட்டு, "பிராதை" எடுத்துடுங்க" என்றார். கூரையிலிருந்து, பெரிய சரமாகத் தொங்கிக் கொண்டிருந்தது, காகிதச் சுருள்கள். அதுவே பெரிய தும்பிக்கை மாலை மாதிரி இருந்தது. பூசாரி, "எப்ப கொடுத்தது" என்றார். "போன ஆனி மாசம், மாத சிவராத்திரியையொட்டி கொடுத்தது'. 'காகித மாலை'யில் கொஞ்சம் கனமாயிருந்த ஒரு பகுதியில் உத்தேசமாகக் கை வைத்து, தாள்கள் எதுவும், மாலை யிலிருந்து கழன்று விடாமல் பத்திரமாகப் பிரித்துப் பார்த்தார், பூசாரி.

ஐயர் "அதுவாகத்தானிருக்கும்" என்று ஒன்றைக் காட்டினார். அதுவேதான். "ஒரு இடத் தகராறு, நம்ம இடம் ஒரு வம்பன் கையில மாட்டிக்கிட்டு, காலி பண்ணுவனான்னு சாதிச்சான். அப்பதான் சொன்னாங்க, மகாராஜா சன்னதியில 'பிராது' கொடுத்துட்டு நிம்மதியா இருங்கன்னு". அப்ப கட்டின பிராது, இந்தா கேசை நமக்கு அனுகூலமாக்கிட்டாரு ஹைகோர்ட் மகாராஜா," என்று என்னிடம் கூறிக்கொண்டே, ஆத்மார்த்தமாக சுடலையைச் சுற்றி வந்து தாளைக் கிழித்துப் போட்டார். நண்பன் இன்னும் பேய்முழி விழித்துக்கொண்டிருந்தான். ஐயர் கிளம்பினார். நாங்களும் கிளம்பினோம். பூசாரி, "இருங்க, இன்னக்கி 'வலிய படுக்கை', இருந்து பார்த்துட்டு முதல் பஸ்சுக்கு போங்க, என்றார்." படுக்கை என்றால் பெரிய பூஜை என்றார் ஐயர். சரி என்று சொல்லிவிட்டு சுற்றிப்பார்க்கப் போனோம்.

சன்னதியை விட்டு வெளியே வந்ததும் நீளமான தகரக் கூரை. அதன் இன்னொரு முடிவில் ஒரு சுடலை மாடன். அதற்குப் பின்னே பெரிய சுடுகாடு. அன்று கூட ஒரு சிதை எரிந்து கொண்டிருந்தது. சன்னதி முகப்பில் சப்பரம் இறக்கத் தோதுவாக இருப்பதுபோல், சதுரத்தின் நான்கு மூலைக்கொன்றாக இடுப்பளவு உயரத்தில் நான்கு கல்தூண்கள். அதில் ஒன்றில் ஒரு கிழவி, சங்கிலியால் பிணைக்கப்பட்டிருந்தாள். எத்தனை காலமாகவோ இருப்பது போல், 'ட' வடிவில் அமர்ந்திருந்தாள். அநேகமாக அவள் இடுப்பே 'ட' வடிவில் இறுகிப்போயிருக்கும் போலிருந்தது. தலைவிரி கோலமாகப் புலம்பிக் கொண்டிருந்தாள். தகரக் கொட்டகை முழுக்க கூட்டம். எல்லோரும் ஆடு கோழி களுடன் தயாராய் இருந்தார்கள்.

கொட்டகைக்கு வெளியேயும் கூட்டம். காடா விளக்கை கொளுத்தி வைத்துக்கொண்டு ஏகப்பட்ட கோடாங்கிகள். ஒவ்வொருத்தர் முன்னும், பாவப்பட்ட பெண்கள்.. எல்லாம் தலைவிரி கோலம். கோடாங்கி, கையில் வைத்திருந்த வெள்ளிப் பூண் போட்ட பிரம்பால் பெண்களின் மண்டையில் பொட் பொட்டென்று போட்டபடி பாடிக்கொண்டிருந்தான். "நீ யாரு, வந்திருக்கே, யாரை விட்டு யாரு போறா"....என்று அடி விழுந்து கொண்டேயிருந்தது. சொந்தக்காரச் சனங்கள், கெட்டியாகப் பிடித்துக்கொண்டு சுற்றி உட்கார்ந்திருந்தார்கள். தலையில் அவ்வப்போது விபூதியைக் கொட்டி பேய் விரட்டிக் கொண்டி ருந்தான் கோடாங்கி. பரிதாபமாக இருந்தது. நண்பன் பயந்து நடுங்கிக்கொண்டிருந்தான். சரி வாடா வேணும்ன்னா போயிரலாம் என்றேன். படுக்கை பார்க்காமப் போயிராதீங்க என்று பூசாரி சொன்னது வேறு, அவனுக்குப் போகவும் மனசில்லை. ராத்திரி பன்னிரெண்டு மணிக்குத்தான் பூஜை. இன்னும் இரண்டு மணி நேரம் இருக்கும். ஒரு கடையில் சிகரெட் கேட்டான். சிகரெட் இல்லை. கடைக்காரர், கத்திரி சிகரெட் இருக்கு குடிக்கீங்களா என்று அவர் மடியிலிருந்து, அவருக்குள்ளதை எடுத்து இரண்டைக் கொடுத்தார். அவர் சிறிதாக வெற்றிலை பழம் பத்தி, என்று கடை போட்டிருந்தார். கடையில் கொஞ்சம் இடம் இருந்தது. இங்க படுத்துகிடலாமா என்று கேட்டான். ஈரமாயிருக்கே என்று சொன்னவர், ஒரு பிரப்பம் பாயைக் கூரையிலிருந்து உருகி விரித்துக் கொடுத்தார். ஐந்து ரூபாய் கேட்டார். கொடுத்தோம். வியாபாரமே இல்லை, "இல்லாட்டா கேட்க மாட்டேன்" என்று சொல்லிக்கொண்டார். ஆனால் படுக்கவும் முடியவில்லை. கடைக்குப் பின்னாலிருந்து மூத்திர வாடை. நான், 'வாடா'

என்று எழுந்து மறுபடி பேய் விரட்டும் பரிதாபத்தைப் பார்க்கப் போனேன். கோடாங்கிகள் எல்லாம் கலைந்துவிட்டார்கள். ஒன்றிரண்டு பேர் சும்மா பீடி குடித்தபடி காசுகளை எண்ணிக் கொண்டிருந்தார்கள்.

பூஜை ஆரம்பமாகி விட்டது. சாம்பிராணிப் புகையும், கோடாங்கிகளின் உடுக்கை ஒலியும், சன்னிதானத்தை நிறைத்தது.

வரிசையாக ஆடுகளைப் பிடித்துக்கொண்டு நின்றார்கள். ஐந்து ஆறு பூசாரிகள், 'சல்லடம்' (சுடலைமாட சாமி கொண்டாடிகள் அணியும் பிரத்யேக ஆடை, கறுப்புக் கலரில் நூலால் சித்திர வேலைப்பாடுகள் கொண்டது. அரை டிரவுசர் போலிருக்கும்) கட்டிக்கொண்டு நின்றார்கள். ஒருவர் மட்டும் ஒரு அடி நீளக்கத்தியை முதுகோடு மறைத்தபடி நின்றிருந்தார். ஒருவர் ஆட்டின் முகத்தில் சளப்பென்று தண்ணீரைத் தெளித்தார். நான்கு பேர் நான்கு கால்களைப் பிடித்து, ஆட்டைத் தலைக்கு மேல் தூக்கி அதைத் திருப்பி, அதன் வயிறும் நெஞ்சும் மேல் பக்கமாக இருக்கும் படி, தரையோடு அடித்து அமுக்கிப் பிடித்துக் கொண்டார்கள். கத்தி வைத்திருந்தவர், கத்தியை ஒரு வினாடி சுடலைக்கு நேராக உயர்த்திக் காட்டிவிட்டு, ஆட்டின் நெஞ்சுக் குழிக்குள் சொருகி, வட்டமாக, வெட்டினார். "குபுக்' ரத்தம் பீச்சியடித்தது. ஒரு நிமிடம்தான், ஆடு துவண்டு விட்டது. அதை நேர்ந்தவர்கள் தரதரவென்று இழுத்துப் போனார்கள். அடுத்த ஆடு தயாராயிருந்தது. அது பெண் ஆடு. அதற்கடுத்து ஒரு ஆண் ஆடு நன்றாகக் கொழுத்திருந்தது. பெட்டையைப் பார்த்ததும், கனைத்துக்கொண்டு, குறியை நீட்டிக்கொண்டு பாய்ந்தது. சுற்றியிருந்த பெண்கள் எல்லாம் சிரித்தார்கள். எல்லாம் இரண்டு நிமிடம்தான். அதுவும் ஈரல்க்குலை அறுபட்டுச் செத்தது.

இந்த முரண்பாட்டைப் பகிர்ந்துகொள்ள அருகே பார்த்தால் நண்பனைக் காணவே இல்லை. அவன் தலையைப் பிடித்த படி தள்ளிப் போய் உட்கார்ந்திருந்தான். அவனிடம் போய் "என்னாச்சுலெ" என்றேன், "ஒரு மாதிரியா வாந்தி பண்ண வருது" என்றான். 'சரி, வா போவோம்' என்றேன். கொஞ்சம் திருநீறு வாங்கீட்டு வா என்றான். போய் வாங்கி வந்தேன். நெறு நெறு வென்று மண்ணும் சாம்பலுமாய் இருந்தது. "சுடுகாட்டுச் சாம்பல் அப்படிதானிருக்கும்" என்று பாவமாகச் சிரித்தான்.

ஒரு வழியாய் மெயின் ரோட்டுக்கு வந்தபோது, நாலு மணி, முதல் பஸ் வந்தது. ஏறி வீடு வந்தபோது விடியத் தொடங்கி

இருந்தது. நாங்கள் இருந்தது, மாடிப் போர்ஷன். கீழ்ப் பகுதியில் பத்மாக்கா இருந்தார்கள். நாங்கள் வளவிற்குள் நுழையும்போது, வாசலில் கோலமிட்டுக் கொண்டிருந்தார்கள். பக்கத்தில் தூக்கக் கலக்கத்துடன், அவர்கள் குழந்தை. "சாவி இங்கேயிருக்கு, என்ன; தியேட்டரிலேயே தூங்கிவிட்டீர்களா" என்று சிரித்தபடியே கேட்டார்கள். கேட்டுக்கொண்டே, கோலப்பொடி முகத்தில் பட்டு விடக்கூடாதென்றோ என்னவோ, புறங்கையால், முகத்தில் விழும் மயிர்க்கற்றையை ஒதுக்கினார்கள். லா.ச.ரா சொல்கிற மாதிரி சௌந்தர்யம் பொங்கி வழிந்தது. கையெடுத்துக் கும்பிட்டுக் கன்னத்தில் போட்டு உபாசனை செய்யலாம் போலிருந்தது.

●

8
ராஜ களவு

அந்த மலையடிவாரத்தில் அமைந்திருந்த பல்கலைக் கழகத்தின் பதிவாளர் எங்கள் குடும்ப நண்பர். பட்ட மேற்படிப்பில் பெயிலாகி, மனசொடிந்து போயிருந்தேன். அவர்தான் ஆறுதலாக, ஒரு வேலை வாங்கித் தருவதாகச் சொல்லி வரச் சொல்லியிருந்தார். அவரைப் பார்ப்பதற்காக விசிட்டர்ஸ் ஸ்லிப் எழுதிக் கொடுத்து விட்டு அவரது அறைக்கு வெளியே காத்திருந்தேன். அவரது அலுவலக டவாலி அதை உள்ளே கொடுத்தாரா தெரியவில்லை. இவ்வளவுக்கும் அவரிடம் பதிவாளருக்கு ரொம்ப வேண்டியவன் என்று சொல்லியிருந்தேன். டவாலி கண்டு கொள்வதாகவே இல்லை. மலையையே எவ்வளவு நேரம் பார்த்துக்கொண்டிருப்பது. சற்றே எழுந்து வெராந்தாவில் நின்று கொண்டிருந்தால், டவாலி உட்காருப்பா, டி.ஆர், ஏ.ஆர், யாராவது வரப்போறாங்க என்று சத்தமிட்டார். மதியம் ஆயிற்று, பசி. சாப்பிடப் போகலாமா, கூடாதா தெரியவில்லை. தத்தளித்துக் கொண்டிருந்தேன்.

நல்லவேளையாக பதிவாளரே வெளியில் வந்தார். டவாலியிடம், "எப்பா வி.சி. இருக்காங்களா பாத்துட்டு வாப்பா" என்றார். அவர் நகர்ந்தார். நான் பதிவாளர் முன்னால் போனேன். "ஏய் நீ எப்படா வந்தே" என்றார். "காலையில் பத்து மணிக்கே வந்து விட்டேன்" என்றேன். அதற்குள் டவாலி வந்து, "வி.சி ஐயா இருக்காங்க"

என்றார். "இந்தப் பையன் வந்திருக்கறதா சொல்லலையே, சீட்டு எழுதிக் கொடுத்தாரா", என்று டவாலியிடம் கேட்டார். ஆமா என்று தன் பையிலிருந்து சீட்டை எடுத்தார். பதிவாளர் அவரது நேர்முக உதவியாளரை அழைத்து, "வில்லியம்ஸ், தம்பி வந்தா உள்ளே விட்டுடுங்க," என்றார். என்னிடம் 'வா' என்று உள்ளே அழைத்துப்போனார். ஒரு விண்ணப்பம் எழுதி வாங்கிக்கொண்டு, "சாப்பிட்டியா'' என்றார். இல்லை என்றேன். டவாலியை அழைத்து, "தம்பியை கேண்டீனுக்கு அழைத்துப் போய் சாப்பாடு வாங்கிக் கொடு."என்றார்.

டவாலி, 'வாங்க சார், . இப்படி வாங்க சார்', என்று ஏக மரியாதை கொடுத்தார். "அடப்பாவி மனுஷா நாலு மணி நேரமா புழு மாதிரி நடத்துனியேப்பா", என்று கேட்க நினைத்தேன். மாலை வரை மறுபடி காத்திருந்தேன். மலையையும் மலை சார்ந்த இடத்தையும் பார்த்துக்கொண்டே இருந்தேன். இன்னும் கட்டடங்கள் கட்டிக்கொண்டிருந்தார்கள். மலையும் செழிப் பானதாக இல்லை. ஏதோ பெரிய மண் மேடு மாதிரி இருந்தது. எங்களூரில் குன்னத்தூர் பொத்தை என்று ஊருக்குத் தென் மேற்கே இருக்கும். வெறும் மண்மேடு. அதில் கொஞ்சம் காட்டுச் செடிகள். அதன் மேல் ஏறிப் பார்ப்போம். அங்கே ஒரே ஒரு மஞ்சணத்தி மரமும், ஒரு பாறையில் வடித்த கால்த் தடமும் உண்டு. வழக்கம் போல் அதை ராமர் கால்த்தடம் என்பார்கள். இந்த மாதிரி, பல ஊர்களில் ஆள் புழக்கமில்லாத இடங்களில் ஏதாவது ஒரு பாறையில் ஒரு கால்த் தடம் இருக்கும். பெரும்பாலும் அதை ராமர் கால்த்தடம் என்பார்கள். கன்னியாகுமரியில் அதை பகவதியின் கால்த் தடம் என்கிறார்கள்.

சாயந்தரம் பதிவாளர் கூப்பிட்டு விட்டார். அவருக்குக் கீழ் உள்ள ஒரு அதிகாரியைப் போய்ப் பார்த்து நியமன ஆணையை வாங்கிக் கொள்ளச் சொன்னார். நான் அங்கே போனேன். அவர் போய்விட்டார். காலையில் வரச் சொன்னார்கள். மறுநாள் விடுமுறை. அடுத்த நாள் காலையில் அவர் அறைமுன் காத்துக் கிடந்தேன். அங்கேயும் டவாலி தொல்லை. பன்னிரெண்டு மணி வாக்கில் டவாலி இல்லாத நேரமாய் உள்ளே புகுந்து விட்டேன். எவ்வளவு நேரம்தான் 'வெராண்டாத் தவமியற்றுவது'. அவரிடம் விபரத்தைச் சொன்னேன். அவர் ஒரு உதவியாளரைக் கூப்பிட்டு எனக்கு உதவுமாறு சொன்னார். அவர் என்னை நிதி இலாகா என்று பெயர்ப்பலகை பொறித்திருந்த ஒரு ஹாலுக்குள் அழைத்துப் போனார். அவரை எங்கோ பார்த்த ஞாபகம் இருந்தது. சொன்னேன். எந்த ஊர் என்று கேட்டார். சொன்னேன். அப்படியா, எந்தத்

தெரு என்றார். சொன்னேன். "இருக்கலாம், உங்களுக்கு அங்கே 'மீனாட்சி' என்று ஒரு பையன், மதுரைக்காரர் குடியிருந்தார், தெரியுமா" என்றார். "பிரபல மூட்டைப் பூச்சிப் பவுடர் கம்பெனி உரிமையாளரின் உறவினரா" என்றேன். "அதேதான், அவங்கதான் அது எனக்கு மருமகன் முறை. உங்கள் வீடு அந்த வீட்டுக்கு எங்கே இருந்தது" என்றார். அடுத்த வீடு என்றேன். அப்படீன்னா நீங்க பதிவாளருக்குச் சொந்தமில்லையா என்று கேட்டார். "குடும்ப நண்பர்" என்றேன். இப்போ மீனாட்சி எங்கே இருக்கான் என்றேன். இங்க தான் மதுரையில் இருக்கான், என்றார். அதற்குள், டவாலி வந்து "உங்களை யார் உள்ளே விட்டது" என்றார். அதற்கு சடகோபன், அதுதான் அவர் பெயர், "யோவ் போம்யா, அவர் வெளியே போனா, நீரு வேலையை விட்டுப் போயிருவீரு, பேசாம பொத்திக்கிட்டுப் போங்க" என்றார். அப்பாடா, ஒரு மனுஷனையாவது பார்க்க முடிஞ்சதே என்று நினைத்துக் கொண்டேன்.

அதற்குள் சடகோபனைச் சுற்றி அந்த இலாக்கா நண்பர்கள் குழுமி விட்டனர். "என்ன கௌபாயா", என்று கேட்டார்கள். எனக்குப் புரிந்தது. மூன்று நாட்களுக்குப் பின், முதன் முறையாக சிரிப்பு வந்தது. "இல்லை வேட்டைக்காரன்" என்றேன். சடகோபன் "என் மருமகனோட ஃப்ரெண்டுப்பா, எங்க சொந்தம் மாதிரி" என்றார். எல்லோரும் கலைந்து போனார்கள். பல்கலைக் கழகத்தில் நிறைய பேர் வேலை பார்த்தார்கள். ஏகப்பட்ட துறைகள், ஏகப்பட்ட அரசியல். அது ஒரு குட்டி மந்திரி சபை மாதிரி இருந்தது. ஆணையை வாங்கிக்கொண்டு இன்னும் நாலைந்து கட்டடம் தள்ளி இருந்த அந்தத் துறையை நோக்கி நடந்தேன். அங்கேயும் பல கஷ்டங்கள். எல்லோரும் என்னை ஒதுக்கியே வைத்திருந்தார்கள். நான் பணி ஒப்புக்கொள்ளும் முன் ஒருவர், இரண்டு செக்‌ஷன் வேலை பார்த்து வந்திருக்கிறார். அவரிடமிருந்து பிரித்து என்னிடம் கொடுத்தார்கள். அதில் அவரது 'வருமானம்' பாதிக்கும் என்னும் நிலை. எனக்கு டைப் ரைட்டிங் தெரியாததின் துன்பத்தை வெகுவாக உணர்ந்தேன். எல்லாவற்றையும் கையாலேயே எழுதி மாளவில்லை. "என்ன சார் இது, உங்க கையெழுத்து அழகா இருக்கு, ஆனால் பெரிய கம்பெனிக்கு ஆர்டர் போடறதெல்லாம் கையால் எழுதினா எப்படி சார்" என்று எனக்கு அதிகாரியான ஒரு பேராசிரியர் சொன்னார். நான் அதே வேலையைப் பார்த்த ஞானத்திடம் டைப் அடிக்கக் கேட்டேன். ஒப்புக்கொண்டார். ஆனால் தயக்கமும் பயமுமாக ஒத்துக்கொண்டார். இழுத்தடித்துச் செய்து தருவார்.

அந்த மாத சம்பள பில் பாஸாகி, காசோலை பதிவாளரின் கையொப்பத்துக்குக் காத்திருந்தது. அந்தத் துறையின் எல்லோருக்கும், என் முதல் சம்பளமும் அதில் இருந்தது. பில்லை தயார் பண்ணுவதில் ஒருவர் தாமதமாக்கி விட்டார், சாம்பு என்று பெயர். அவர் ஒரு சவடால் பேர்வழி. அவரை விட்டால் யாரும் செய்ய முடியாது என்ற நினைப்பு. அவருக்கு எல்லோரும் சம்பளம் வாங்கியதும் பத்து ரூபாய் டிப்ஸ் வேறு தருவார்களாம். மற்ற துறையில் எல்லாம் வாங்கிவிட்டார்கள். கூடிக்கூடிப் பேசிக்கொண்டிருந்தார்கள்.

நான் என்ன விஷயம் என்று தயங்கித் தயங்கிக் கேட்டேன். ரொம்ப அசிரத்தையாகச் சொன்னார்கள். பதிவாளர் கையெழுத்துத் தானே நான் முயற்சி பண்ணுகிறேன் என்றேன். நான் நேராக பதிவாளரிடம் சென்று விஷயத்தைச் சொன்னேன். என் முதல் சம்பளம் உங்கள் மேஜையில் இருக்கிறது என்றேன். விவரம் கேட்டார். அவர் கையெழுத்துக்கு நிறைய கோப்புகள், அதில் கடைசியாக இது இருந்தது. மகாதேவி படத்தில் இளவரசனைக் கடித்த பாம்பு கடைசிக் கூடையில், இருப்பது மாதிரி. "எங்கே இருக்கிறது, முதல் மாதச் சம்பளமா, வில்லியம்ஸைக் கூப்பிடு" என்றார். கூப்பிட்டு வந்தேன். அவரிடம் அந்தக் காசோலையை எடுக்கச் சொல்லி கையெழுத்து இட்டுக் கொடுத்தார். வெற்றிகரமாக அதை துறைக்கு எடுத்துக்கொண்டு போனபோது, எல்லோருக்கும் வாயெல்லாம் பல்லாயிருந்தது, சாம்புவைத் தவிர. அவர், காசோலைக்கு பின்னால் இடவேண்டிய 'ஃபார் சீல்' ரப்பர் ஸ்டாம்பைக் காணும் என்றார். அதில்லாமல் வங்கியில் மாற்ற முடியாது, என்றார். நான் வங்கியிலும் கேஷியர் வேலை பார்த்தவன். அதன் முறைமைகள் எனக்குத் தெரியும்.

அதனால் காசோலையின் பின்னால் பேராசிரியரின் பதவியை 'ஃபார் சீல்' போலவே டைப் அடிக்கச் சொல்லி கையெழுத்து வாங்கி, வங்கிக்கும் சென்று காசாக்கிக் கொண்டு வந்தேன். "நீங்களே கொடுங்க, அப்பத்தான், கைப்பிடித்தம் வந்தா தெரியும்" என்றார், சாம்பு. நான் எல்லோருக்கும் கொடுத்து முடித்து சாம்புவுக்கு, ஒரு கவரில் போட்டுக் கொடுத்தேன். எல்லோருக்கும் இரட்டை சந்தோஷம். பத்து ரூபாய் மிச்சம் வேறு. அடுத்த மாதத்திலிருந்து சம்பள பில்லை நானே தயாரித்தேன். ஒரு மாதிரியாக எல்லோருடனும் சினேகமாகினேன். தினமும் ஞானம் பஸ்ஸில் எனக்கு இடம் போட்டுவிடுவான். அவன் 'வருமானத்தை' எனக்கு வேண்டாம் நீயே வாங்கிக் கொள்' என்று சொல்லிவிட்டேன்.

ஊருக்குள்ளிருந்து தினமும் பஸ்ஸில் வருவது கஷ்டமா யிருந்தது. அதனால் மாணவர் ஹாஸ்டலில் சில நண்பர்களின் விருந்தினராகத் தங்கிக் கொண்டேன். அதில் ஞானம் போன்ற வர்களுக்கு வருத்தம். படிப்பெல்லாம் முடிந்த பிறகு ஹாஸ்டல் வாசம் வித்தியாசமாய் இருந்தது. நானும் பாக்கி விழுந்த பாடங்களைப் படித்தேன்.

ஹாஸ்டலில் நான் மறுபடி மாணவனாகி விட்டேன் என்றுதான் சொல்ல வேண்டும். திடீரென்று சைக்கிளை எடுத்துக்கொண்டு பக்கத்து கிராமத்திலிருந்த தியேட்டரில் 'உ.சு.வா' போல பழைய படம், பார்க்கப் போய்விடுவோம். எப்போதாவது, புதிதாகத் திறந்திருந்த சாராயக்கடை. சாயங்காலமானால், எதிரே இருந்த ரயில்வே லைன் வரை நடை பழகுவோம். ஆச்சரியமாய் ரயில்வே ட்ராக்கை ஒட்டி ஒரு, சிறிய மேட்டில், ஒரு பெரிய மரம் இருக்கும். பொதுவாக பஸ் போகும் சாலையோரம் போல் ரயில்ப் பாதையில் மரங்கள் இருக்காது. ரயில் தண்டவாளங்கள் ஒரு வகை வெறுமையிலும் வெயிலிலும் காயும். அந்த மரத்தடியில் அமர்ந்து பார்த்தால், ரயில்ப் பாதையும் ஃபிஷ் ப்ளேட்டும் பிரம்மாண்டமான ஒரு கிதார் போல இருக்கும். அந்த மேட்டு நிலத்தைச் சற்றே சுற்றி ரயில்ப் பாதை சென்று மறையும். அந்த மறைவிற்கு அப்பால் அவை ஒன்று சேருமோ என்று வேடிக்கையாய்த் தோன்றும். பெரும்பாலும் ரயிலே வராத அந்த இடமும், தண்டவாளங்களும், மனதில் அழிக்க முடியாத சித்திரமாய் மாறி விட்டது.

கோவாவுக்கு 'ஸ்டடி டூர்' சென்று வந்த சில 'துறை நண்பர்கள்' இரண்டு கேஷ்யுநட் ஃபென்னியைத் தள்ளிக்கொண்டு வந்து விட்டார்கள். நான் தான் சொல்லி அனுப்பி இருந்தேன். "அங்கே முந்திரிப் பருப்பு சாராயம் பிரபலம். சாப்பிடாமல் வந்து விடாதீர்கள்" என்று. ஒரு பத்துப் பேர் போல சகல தயாரிப்பு களுடனும், ரகசியமாக, ரயில் மரத்தடிக்குப் போய், மூடியைத் திறந்ததுதான் தாமதம், மொத்த ஹாஸ்டலும் வந்து விட்டது. அப்புறம் என்ன, எல்லோருக்கும் ஒரு மூடி தீர்த்தம் கொடுத்து விட்டு, பாட்டிலை மரத்தடியில் வைத்து, அருகே உதிர்ந்து கிடந்த அந்திமாலைப் பூவைப் போட்டு கும்பிட்டு வந்தோம்.

ஒவ்வொருவருக்கும் தனித்தனி அறையென்றாலும், இரவு பதினோரு மணிக்கு மேல் விசிட்டர்ஸ் ஹாலில்தான் படுப்போம். அங்கேதான் ஃபேன் உண்டு. ராகாவின் விலையுயர்ந்த வாட்சைக் காணும். யார் எடுத்தது தெரியவில்லை. ஆளாளுக்கு யோசனை சொன்னார்கள். பக்கத்தில் ஒரு கிராமத்தில் ஒருவர், ஒரு அம்மன்

கோயிலில், வெள்ளிக்கிழமை தோறும் அருள் வாக்குச் சொல்லுவார். அங்கே போகலாம் என்று போனோம். ஒரு கோயில், அதற்கு முன் பெரிய பந்தல், அதில் ஏகப்பட்ட கூட்டம். மைக், ஸ்பீக்கர் வைத்து இருந்தார்கள். வாக்குச் சொல்லுகிறவர் கோயிலுக்குள் இருந்தார். வெளியே இருப்பது யாரென்றே தெரியாது. ஸ்பீக்கரில், இந்த ஊரிலிருந்து இன்ன காரியத்துக்காக வந்தவங்க உள்ளே வாங்க என்று அறிவிப்புச் செய்தார்கள். "மாடு களவு கொடுத்த விராட்டிப்பத்து ஆள் யாரு இருக்கா, அவுக வாங்க..." என்று ஒரு அறிவிப்பு. ஒரு ஆள் வெற்றிலை பாக்கு பழம் வைத்த கூடையொன்றை எடுத்துக்கொண்டு உள்ளே போனார். ஸ்பீக்கரில் கூப்பிட்டால் மட்டுமே போகவேண்டும்.

பெரும்பாலும் களவு கேஸ்கள்தான் நிறைய. ஒருவர் வைக்கோல் படப்பு எரிந்து போயிற்று என்று வந்திருந்தார். அதற்கு ஸ்பீக்கரிலேயே 'வாக்கு' வந்தது. "வைக்கப்போர் எரிஞ்சு போச்சுன்னு வந்த ஆள், போகலாம். அது யாருன்னு தெரிஞ்சா, வீண் சண்டை வரும். உயிருக்கே ஆபத்து, பீடை விட்டுதுன்னு போயிருங்க.." நடு இரவை நெருங்கிக்கொண்டிருந்தது, நேரம். பனி வேறு. நாங்கள் நாலு பேர். இரண்டிரண்டு பேராய், பந்தலுக்கு வெளியே போய், சிகரெட் குடித்துவிட்டு வந்தோம். அது காலியானதும் பீடி. இரண்டையும் ஏற்கெனவே வாங்கி வைத்திருந்தார்கள். திடீரென்று ஒரு அறிவிப்பு, "நாலு பேர் வந்திருக்காங்க..." கொஞ்சம் சுதாரித்து எழும்பத் தயாரானோம்... "அதுல பொண்டாட்டி ஓடிப்போனவன் மட்டும் வா...." நாங்கள் சிரித்துக்கொண்டோம். எங்களுக்கு கல்யாணமே ஆகலியே. பாம்பேயிலிருந்தெல்லாம் ஆள் வந்திருப்பதாக அறிவிப்பு வந்து யார் யாரோ எழுந்து போனார்கள். கடைசி வரை எங்களைக் கூப்பிடவே இல்லை. அறைக்கு அசதியாய் வந்தோம்.

மை போட்டுப் பார்க்கலாம் என்று ஒரு யோசனை.

இன்னொரு, பக்கத்துக் கிராமத்திற்குப் போனோம். அங்கே ஒரு ஜோசியர். போலீஸ்காரர்களே அவரிடம் வந்து பல கேஸ்களுக்கு துப்பு விசாரித்துப் போவார்களாம். போய் உட்கார்ந் தவுடன், 'ஒரு களவு சம்பந்தமாக துப்புக் கேட்க வந்திருக்கீங்க' என்றார். ராகாவுக்கு இதிலெல்லாம் இஷ்டமில்லை. வாட்ச் போனால்ப் போகுது என்று சொல்லிக்கொண்டிருந்தான். அவனை கட்டாயப்படுத்திக் கூட்டிப் போனோம். ஜோசியர் அவனைப் பார்த்து, தம்பி கைய்ய நீட்டுங்க, என்றார். எதுக்கு என்றான் ராகா. 'களவு கொடுத்தது நீங்க தானே' என்றார்.

ராகாவுக்கு முகத்தில் ஆச்சரியம் படர்ந்தது. அவன் தீவிரமான இடதுசாரி சார்புள்ளவன். சமீபமாய் அதிலிருந்து சற்றே விலகி இருந்தான். கையை நீட்டினான். கையைப் பார்த்துக்கொண்டே, “களவு போனது ஒரு எந்திர சம்பந்தமானது. அது எட்டுக்குப் பத்து அறையில களவு போயிருக்கு. திருடணும்ன்னு திருடலை, இதுக்குப் பேரு ‘ராஜ களவு’, ஏதோ ஆசையில் எடுத்துட்டான், எப்படித் திரும்ப எடுத்த இடத்திலேயே வைக்கிறதுன்னு முழிக்கான், அவனுக்கு இடது விலாவில் ஒரு பெரிய மச்சம் இருக்கு. அவனா குடுத்தா உண்டு. போய்ட்டு வாங்க” என்று பெரிய கும்பிடாய்ப் போட்டு, ஒரு சுருட்டைப் பற்றவைத்துக் கொண்டே வீட்டின் முன்புறமிருந்த மரத்தடிக்கு வந்து அமர்ந்தார். நாங்கள் பத்து ரூபாயைக் கொடுத்தோம். “வேண்டாம், பொருள் வராது, அதனால ‘படி’ வாங்க மாட்டேன். பொருள் வந்ததுன்னா, நீங்க வந்து, நினைக்கிற ‘படி’யைக் குடுத்துட்டுப் போங்க” என்று சொல்லி விட்டு சுருட்டில் ஆழ்ந்து விட்டார்.

மறுநாளிலிருந்து குளிக்கப் போகிறவர்களை எல்லாம் கவனிக்க ஆரம்பித்தோம். அவர் சொன்னது போலவே, ஒருவருக்கு இடது விலாவில் மச்சம் இருந்தது. ஆகா இவரா இருக்குமோ, ரொம்ப நல்ல பையனாச்சே என்று யோசித்தோம். அவரைக் கிளப்பி நைசாக அவர் அறையைச் சோதனை போட நினைத்தோம். அதற்கேற்றாற் போல அந்த ஞாயிற்றுக் கிழமை அந்த மலையில் ஏறுவோமா என்று அவரே கேட்டார். எனக்கும் ரொம்ப நாளாக ஆசை மலையில் ஏற. அதிலும் குறிப்பாக, அங்கே ஒரு செடி நிறைய வளர்ந்திருக்கும். அதன் இலையிலிருந்து ஒருவகை அபின் போன்ற வஸ்து கிடைக்கும் என்று வேன் டிரைவர் சொல்லிக் கொண்டிருப்பார். அவர் இருபத்தி நாலு மணி நேரமும் போதையில் தான் இருப்பார். ரொம்ப நல்ல ஆள். அவர்தான் சிகரெட்டில் (கஞ்சாத்தூளை) சினையேற்றச் சொல்லித் தந்தவர். மத்தியானம் சாப்பிட்டபின், மலையேறத் துவங்கினோம். விடுமுறையன்று பகலில் யாரும் அறையைப் பூட்டுவதில்லை.

மழைநீர் ஓடிவருகிற ஒரு காட்டாற்றுப் பாதை வழியாக ஏறினோம். ஒரே குத்துச் செடியும், முள்ளுமாக இருந்தது. எது ‘அந்தச்செடி’ என்று தெரியவில்லை. பாதி வழியில் ஒரு ஆடு மேய்க்கிற ஆளிடம் கேட்டோம், அவர் கட்டாயம் தெரியணுமா என்றார். ஒரு நண்பர், தான் அது சம்பந்தமாக ஆராய்ச்சி பண்ணுவதாகச் சொன்னார். அவர், மேய்ப்பன் எங்களுடன் நடந்தார். கொஞ்ச தூரம் போனதும், கொஞ்சம் தடிமனான

இலையுள்ள ஒரு செடியைக் காண்பித்தார். அதன் இலையில் அங்கங்கே, மேலும் கீழும், கொசு முட்டையிட்ட மாதிரி, கருப்புப் புள்ளிகளாய் இருந்தது. அவர் கையை அந்த இலைகளின்மீதும், அதன் மேலுள்ள கருப்பு புள்ளிகளின் மீதும் தடவினார், அவரது காய்த்துப் போன உளங்கையின் மீது அழுக்குப் போல் படர்ந்தது. இலையில் கருப்பைக் காணும். அந்த அழுக்கை நகத்தால் சுரண்டித் திரட்டினார். மிளகு போல உருண்டையாக வந்தது. "இதான் நீங்க கேட்டது. இதை நாங்க இப்படியே சாப்பிட்டிருவோம், நீங்க சாப்பிடணும்ன்னா, கீழே போயி வாழைப்பழத்தோட சாப்பிடுங்க" என்றார். உச்சி மலையில் நிறையக் கிடைக்கும் என்றார். உச்சிக்குப் போனதும் மலையின் மறு பக்கம் ரொம்ப பசுமையாய் இருந்தது. தூரத்தில் ஒரு பசுமையான கிராமம். 'சோழன் உவந்தான்' என்கிற இடம். மேலே நிறையச் செடிகள் இருந்தன. அவர் செய்தது போலவே கையால் இலைகளின் மீது தடவினோம். கையில் படிந்த கறுப்பு மெழுகை சுரண்டுவது அவர் செய்தது போல் எளிதாய் இல்லை, ஒரு ஓடு போன்ற கல்லால் வழித்தோம். யாரோ இப்படித்தான் கற்கால மனிதன் ஆயுதம் கண்டுபிடித்திருப்பான் போல என்று சொன்னார்கள். காபிக்கொட்டைச் செடியை கண்டுபிடித்ததும், ஆடும் ஆட்டுக் காரர்களும்தான்.

யாருக்கும் கீழே போய் பழத்தில் பொதிந்து சாப்பிடப் பொறுமையில்லை, அப்படியே, முழுங்கியும் நாக்கில் தடவியும் கொண்டோம். நாக்கு மரத்துப் போன மாதிரி ஆயிற்று. வேறொன்றும் தெரியவில்லை. "ஒரு மயிரையும் காணும், நாக்குத்தான் என்னவோ போலிருக்கு" என்று சொல்லிக்கொண்டே இறங்கினோம். தூரத்தில், அடிவாரத்தில், ஆட்டு மந்தை கூட்டமாக இறங்குவது, ஏதோ மேகப் பொதி மாதிரி இருந்தது. சூரியன் சிறு சிறு மேகத்தில் மறையும் போது, மலைச் சரிவில் அங்கங்கே மேக நிழல் படிந்தது. அப்படியொரு நாவல், மகரிஷி எழுதியது, படித்தது நினைவுக்கு வந்தபோது, குபீரென்று தலை சுற்றியது. ஆஹா சரக்கு வேலை செய்யிது என்றேன், இன்னும் ஒருவர் 'ஆமா சார்' என்றார்.

அறைக்கு எப்படி வந்தோம் என்றே தெரியவில்லை. மலையடி வாரத்தில் 'மச்சக்காரர்', ஆடு மேய்ப்பவரைக் கட்டி முத்தமிட்டுக் கொண்டது லேசாக நினைவில் இருந்தது. அறையில் ஒன்றும் இல்லை என்றார்கள்.

எனக்கு அதெல்லாம் மண்டையில் பதியவே இல்லை. நான் என் அறையில் தனியாக அடைந்து கொண்டேன். ரயில்த் தண்ட

வாளமும், மரத்தடியும் நினைவில் பெரிய்ய்ய்ய படமாக விரிந்தது. நோட்டில் ஏதோ கிறுக்கிக் கொண்டிருந்தேன்.

மறுநாள் காலையில் நாக்கில் சுவை அரும்பே இல்லாத மாதிரி இருந்தது. இரண்டாவது தடவையாகப் பல் விளக்கிக் கொண்டிருந்தேன். ஆட்டுக்காரர் அறைவரை வந்து விட்டுப் போவதாகச் சொன்னார்கள், கொஞ்சம் கொய்யா இலைகளைச் சாப்பிடும்படிச் சொன்னாராம். இல்லையென்றால் மாதுளை ஓட்டை வாயில் ஒதுக்கிக் கொள்ளச் சொன்னாராம். நான் வருவதற்குள் போய் விட்டார். அசுவராசியமாய் இருந்தது. என் நோட்டைத் திறந்து பார்த்தேன். ஒரு கவிதை கிறுக்கலாய் இருந்தது. அதில் உருப்படியாக 'தண்டவாளச் சோகங்கள்' என்றொரு வார்த்தை மட்டுமே புரிந்தது. அதைச் சீர்படுத்தினேன்.

"மருத மர நிழல் மீட்டாத
தண்டவாளச் சோகங்களை
எனக்கேன் நிரந்தரித்தாய்
சசி..."

மனம் சுவாரஸ்யம் பெற்றது போலிருந்தது.

●

9
வந்தனோபசாரக் காட்சிகள்

பாப்புலர் டாக்கீஸ்தான் திருநெல்வேலி மாவட்டத்திலேயே முதல் தியேட்டர். அதுவும் 'நெல்லை கணபதி விலாஸ் தியேட்டர்' என்ற நாடக அரங்காயிருந்து, பின்னர் திரை அரங்காக மாறியது. தரை டிக்கெட்டிற்கு, பெஞ்சுகள் எதுவும் கிடையாது, தரையிலேயேதான் உட்கார வேண்டும். 600 டிக்கெட்டுகள் கொடுத்து விடுவார்கள். தியேட்டருக்கு நடுவில் தூண்கள் இருக்காது, எங்கே உட்கார்ந்தாலும் மறைக்காது. சீக்கிரமாகப் போனால் அரங்கின் ஓரப் படிகளில் உட்காரலாம். அது வசதியாகவும், நெருக்கடி இல்லாமலும் இருக்கும். நேரமாகிவிட்டால், கஷ்டம். ஒருத்தர் தொடை இன்னொருவரது தொடை மேல் இருக்கும்படி அமர வேண்டியிருக்கும். இதற்காகவே சில 'உரசல்க் கிழங்கள்' வேறு வரும். படத்தில் கிளுகிளுப்பான காட்சி வந்தால், நைசாக தொடை மீது கைகள் விழும். சிலர் அமைதியாக எழுந்து வேறு இடம் பார்த்து உட்காருவார்கள், சிலர் 'தர்ம அடி' கொடுத்து சண்டை இழுத்து 'அப்படி ஆட்களை' கிளப்பி விடுவார்கள்.

1965 ஜனவரி ஒன்றாம் தேதியிலிருந்து, 'செம்மீன்' மலையாளப் படம் போட்டபோது சைக்கிள் கேரியர் அகலத்துக்கு பெஞ்சு போட்டார்கள். 'சினிமாட்டோகிராஃப்' விதிகளின்படி பெஞ்சு போடவேண்டும் என்றானது.

எல்லாத் தியேட்டரிலும் இந்த விதிகளை பெரிய்ய்யதாக ஃப்ரேம் போட்டு எங்காவது ஓரத்தில் மாட்டி வைத்திருப்பார்கள். வேலை மெனக்கெட்டு நான் படிப்பேன்; மாடிப்படி எப்படி அமையவேண்டும், எக்ஸ்ஹாஸ்ட் காற்றாடி கண்டிப்பாக வைக்க வேண்டும்... என்று ஏகப்பட்ட விதிகள் இருக்கும். பொழுது போகவில்லையென்றால் படியுங்கள், சுவாரஸ்யமாய் இருக்கும்.

ராயல் டாக்கீஸிலும், பாலஸ்டிவேல்ஸிலும் தரைதான். ராயலில், அங்கங்கே தூண்கள் மறைக்கும். 'கணவனே கண்கண்ட தெய்வம்'படத்தை தூணுக்கு இந்தப் புறமும் அந்தப் புறமுமாகப் பார்த்து கழுத்து வலி பின்னிவிட்டது. அதுவும், நூறாவது நாள் அன்று. அதற்கு பரிசுக்குலுக்கல் வேறு வைத்திருந்தார்கள். பித்தளைப் பாத்திரங்கள், பரிசு. இடைவேளையின்போது டிக்கெட் நம்பரை குலுக்கிப் போட்டு எடுத்தார்கள். என்னுடைய டிக்கெட், பக்கத்து வீட்டு அக்காவிடம் இருந்தது. அதற்கு நான்கு தம்ளர் காபி பிடிக்கிற அளவிற்கு, ஒரு தூக்குச் சட்டி பரிசு விழுந்தது. அக்கா அது தன் டிக்கெட்டிற்கு விழுந்ததாகச் சொல்லி அவர்களே வைத்துக்கொண்டார்கள். ஆனால் திரைக்கு அருகே போய் பரிசை வாங்கியது நான்தான். என் அழுகை பலிக்கவில்லை. ராயல் தியேட்டரில் படம் பார்க்க அப்பா அனுமதிக்க மாட்டார், அவருக்கு பாப்புலர் தியேட்டரில் பங்குகள் இருந்தது. அதனால் எப்போதாவது, அண்ணன் அல்லது பக்கத்து வீட்டு அக்கா, என் சகோதரிகளுடன் போவேன். நான் அப்போதுதான் ஒன்றாம் வகுப்பு சேர்ந்திருந்தேன். வகுப்பில் ஒருவன் "உன்னைக் கண் தேடுதே.." பாட்டை விக்கலுடன் அடிக்கடி பாடுவான். சாரும் ஏல பாட்டுப் படில என்று அவனை அடிக்கடிச் சொல் வார்கள். படம் பார்த்த இரண்டு மூன்று நாட்கள் கழித்து நான் பாடினேன். இரண்டாவது வரி பாடுவதற்குள் 'போதும் நிப்பாட்டுடா... என்று உட்கார வைத்துவிட்டார். வெட்கமாகப் போய்விட்டது.

தியேட்டரில் சோடா கலர் விற்பவர்கள், 'பாட்டில் மூடி'யை சட்டைப் பையில் பத்திரப்படுத்தி வைப்பார்கள். அதை, சின்ன சோடாக் கம்பெனிக்காரர்கள், மறு விலைக்கு வாங்கிக் கொள் வார்கள். நல்ல பாட்டு வரும்போது உள்ளங்கையில், சிப்பிகளை வைத்துக்கொண்டு, சோடா திறக்கும் 'சாவியால்' (ஓப்பனர்) அழகாகத் தாளம் போடுவார்கள். 'தை பிறந்தால் வழி பிறக்கும்' படத்தில் வரும் "மண்ணுக்கு மரம் பாரமா....." பாட்டுக்கு அப்படி தாளம்போடுவார் ராயல் டாக்கிஸில் ஒருவர். அவர் பெயர்

முத்துசாமி என்று பின்னர் தெரிந்தது. அதோடு அவர் 'பசங்க' என்றால் கொஞ்சம் வீக் என்றும். அந்தப் பாட்டிற்கு கே.வி.மகா தேவன் மாமா அற்புதமான ஒரு தாளத்தை உருவாக்கியிருந்தார். அது அவரது 'டிரேட் மார்க்' ஆகிவிட்டது. (இது அவர் ஒரு பேட்டியில் சொன்னது).

ஆனால் நல்ல மெல்லிசையான பாட்டென்றால் தியேட்டர் அமைதியாயிருக்கும். பாட்டுக்காகவே வருகிற ரிபீட்டட் ஆடியன்ஸ், "சத்தம் போடாதிங்க" என்று பாட்டு வரப்போகும் முன்பே சத்தம் கொடுப்பார்கள், இதெல்லாம் 'பூமி' டிக்கெட்டில்தான் நடக்கும். ஆகாய டிக்கெட்டான 'ஹைகிளாஸ்' டிக்கெட்டில் இருக்காது. 'மகாதேவி' படத்தில்.... "மானம் ஒன்றே பெரிதெனக் கொண்டு வாழ்வது நமது சமுதாயம்......" என்று ஒரு பாட்டு, டி.எஸ்.பகவதி என்று ஒரு அருமையான பாடகி பாடியது.. பிரமாதமாக இருக்கும். அவர் குரலை கண்ணதாசனுக்கு ரொம்பப் பிடிக்கும். சிவகங்கைச் சீமையில், "கனவு கண்டேன் நான் கனவு கண்டேன்....." என்று ஒரு பாடலை பாடியிருப்பார். இரண்டு படமுமே, கண்ணதாசன் வசனம், பாடல்கள் எழுதியது. மகாதேவியில் அந்தப் பாட்டு வரும்போது தியேட்டரில் அப்படி ஒரு அமைதி இருக்கும்.

இடைகால் கணேஷ் டூரிங் டாக்கீஸில் மகாதேவி போட்டிருந் தார்கள். குழந்தையையும் மனைவியையும் அழைத்துப் போனேன். அது சிங்கிள் ப்ரொஜெக்டர் தியேட்டர். அதுவும் வாடகை ப்ரொஜக்டர். வாடகைக்குத் தருவதற்கென்றே திருநெல்வேலியில் இரண்டு மூன்று பேர் உண்டு. ஒருவர் என் அப்பாவின் சினேகிதர். ஒரு ஸ்பூலில் நான்கு ரீலைச் சுற்றி விடுவார்கள். ஒரு ரீல் பத்து நிமிடம் ஓடும். ஒவ்வொரு நான்கு ரீலுக்கும் ஒரு இடைவேளை. ஆக சாதாரணமாக நான்கு இடைவேளை வரும். "மானம் ஒன்றே.." பாட்டு வருவதற்குள் குழந்தை நச்சரிக்க ஆரம்பித்துவிட்டாள். பாட்டைக் கேட்காமல் போக எனக்கு மனமில்லை. அப்போது கேசட்டுகள் எல்லாம் கிடையாது, அபூர்வம். தியேட்டரில் போய்த்தான் கேட்க முடியும். ஒரு வழியாய் பாடல்க் காட்சி வந்தது. தியேட்டரில், தரை டிக்கெட்டிலிருந்து ஒரு நீள விசில், பிசிறில்லாமல் வந்தது. தொடர்ந்து "யாரும் சத்தம் போடக்கூடாது என்று ஒரு அறிவிப்பு." ஆகா தமிழ்நாடு பூராவும் ஒரே ரசனையாத் தான் இருக்கும் போலிருக்கு என்று மனசுக்குள் ஒரு ஒட்டுதலான உணர்வு ஏற்பட்டது.... குழந்தை கூட பாட்டைக் கேட்டு அமைதியாகி விட்டாள்.

கணேஷ் டூரிங்கில், ப்ரொஜெக்டர் ரூமைச் சுற்றி இரண்டு மூன்றடி அகலத்திற்கு வழுவழுவென்று சிமெண்ட் பெஞ்சு போல் தரைநீட்டிக் கொண்டிருக்கும். தியேட்டரை ஒட்டிய பகுதியை ஒரு 'பாக்ஸ்' டிக்கெட் போல ஆக்கி வைத்திருப்பார்கள். அதில் அதிகம் போனால் பத்துப் பேர் உட்காரலாம். நாங்கள் போனால் அதில் உட்கார வைத்துவிடுவார்கள். தரை டிக்கெட் என்பது மணல் விரித்தது. மணலைக் கூட்டி சற்றே உயரமாக்கி அதன் மேல் அமர்ந்து பார்ப்பார்கள். படம் ஆரம்பிக்கும் முன் பார்த்தால் அங்கங்கே சிறிய மணல் மேடாய் இருக்கும். முதல் இடை வேளை விட்டதுமே பீடி, சிகரெட் புகையும், வெட்ட வெளியில் "கால் முளைத்த கிணறாய்" மனிதர்கள் பெருக்கிய மூத்திர வாசனையும் ஆரம்பித்து விடும். பெண்களுக்கு சற்றே மறைவான பகுதி. ஓலையால் மறைப்பு. அதில் லைட் இருக்காது. போட்டாலும் பெண்களே உடைத்து விடுவார்கள், ஆண்களின், கொத்தும் பாம்புப் பார்வை அப்படி.

இலங்கையிலிருந்து ஒரு நண்பர் வந்திருந்தார். அப்போது எம்.ஜி.ஆர் ஆட்சிக்காலம், அவர்களுக்கு நல்ல மரியாதை இருந்தது. குடும்பத்துடன், யாழ்ப்பாணத்திலிருந்து வந்து சென்னையில் இருந்தார். யாழ்ப்பாணப் பல்கலையில் ஒரு பேராசிரியர். நிறைய வாசிப்பவர். (நம்மை விட ஈழ வாசகர்கள்தான் இன்றும் நிறைய வாசிக்கிறார்கள்) அவருக்கு தரை டிக்கெட்டில் உட்கார்ந்து தலைவர் படம் பார்க்க வேண்டுமென்ற ஆசை. அவரும் அவரது, மனைவியும் உற்சாகமாய், செகண்ட் ஷோவுக்கு கிளம்பிவிட் டார்கள். மனைவியை 'பாக்ஸில்' உட்காரவைத்துவிட்டு, நாங்கள் தரையில், மணலில் அமர்ந்தோம். தியேட்டர் பகுதிக்கு வெளியே காற்றோட்டமாய் அமர்ந்தோம். 'அன்னமிட்ட கை' போட்டிருந் தார்கள். நல்ல கூட்டம். போகிற வழியிலேயே 'பல்லி மார்க் அரசு சாராயம்' நைசாக வாங்கிக்கொண்டார். மனசாரச் சாப்பிட்டு, ரசித்துப் பார்த்தார். நான் தவிர்த்து விட்டேன். அவர் மனைவி என்னிடம், "அவரால ஓங்களோட பேர் அகத்துல கெட்டுராண்டாம்" என்று சத்தமிட்டு விட்டார்கள். முதல் இடைவேளை விட்டதும்,'பாக்ஸீல் வந்து அமர்ந்துகொண்டோம்.

படமும் நன்றாகவே இருக்கும். அது நன்றாக இருக்காது என்று நினைத்த படம், எதிர்பாராத விதமாய் நன்றாய் வந்து விட்டது. தாழையூத்து, 'சூப்பர் டாக்கீஸ்' தான் முதல் டூரிங் டாக்கீஸ் அனுபவம். பக்கத்து ஊரில் அண்ணன் வேலை பார்த்தான். அதுதான் சொந்தக் கிராமம். அவன் கிராம கர்ணமாக

வேலை பார்த்தான். ஸ்டடி லீவில் திடீரென்று, அங்கே போய் இருந்து படிக்கலாமே என்று தோன்றியது. கொஞ்சம் படிப்பதைக் குழப்பிக் கொண்டிருந்தேன். தேவைக்கு அதிகமாகப் படித்து குறிப்புகள் எடுப்பதிலேயே நிறைய நேரம் செலவழித்து விட்டேன். எல்லாவற்றையும் ரிவைஸ் செய்ய நேரமில்லை என்று திடீரென்று உரைத்தது. அதனால் கொஞ்சம் குழம்பியிருந்தேன். அங்கே போயும் மனம் ஒன்றும் நிலைப்படவில்லை. ஊருக்குப் போகிற வழியில்தான் தியேட்டர். பஸ் அதைக் கடக்கும்போதே பார்த்தேன். துலாபாரம் படம் என்று போஸ்டர் ஒட்டியிருந்தார்கள். பரணியின் போஸ்டர் டிசைன் அற்புதமாக இருக்கும். சாரதா என்றால் எனக்கு கொஞ்சம் அலாதிப் பிரியம். அவள் 'இவளை'ப் போன்ற ஜாடையில் இருப்பதும் ஒரு காரணம். மலையாளப் படம் பார்த்து வண்டி வண்டியாய்க் கண்ணீர் விட்டதும், தமிழில் வந்தபோது திரும்பவும் கண்ணீர் குறையாமல் சிந்தியதும் நினைவுக்கு வந்தது. மனசு இருக்கிற கஷ்டமான நிலைக்கு அந்தப் போஸ்டரே என்னவோ செய்தது.

சாயந்தரம் வரை ஓரளவு நன்றாகவே படித்துக்கொண்டிருந்தேன். சாயந்தரம் அண்ணனும், அவரது நண்பரும் படத்துக்குக் கிளம்பினார்கள். அண்ணனுக்கு சைக்கிள் ஓட்டத் தெரியாது. நண்பர் பின்னால் ஏறிக்கொண்டான். நான் ஒரு சைக்கிளில் கிளம்பினேன். அது என்ன விசேஷமோ அன்றும் அழுது தீர்த்தோம் எல்லோரும். படம் பார்க்கும்போது தேர்வுப் பயம் வேறு அப்பிக் கொண்டது. வீட்டுக்கு வந்து தூக்கமே வரவில்லை; மறு நாள் முதல் பஸ்ஸில் ஊருக்குக் கிளம்பிவிட்டேன். எனக்காக அண்ணன் நிறைய திண்பண்டங்கள் எல்லாம், யார் மூலமாகவோ ஜங்ஷனிலிருந்து வாங்கி வந்திருந்தான்.

மதுரையில் கே.புதூரில் கடைசி பஸ் ஸ்டாப். பஸ் சென்று திரும்புகிற இடத்தில்தான் ஆல்ஃபி என்றொரு நண்பர் இருந்தார். அவர் உயிரியலில் டாக்டர் பட்டம் பெற்றவர். ஆனால் பந்தா இல்லாத நண்பர். அவர் பிரம்மச்சாரி அறையில் ஒரு இரவு தங்க வேண்டிய சூழல். கே.புதூர் 47 வருஷத்துக்கு முன் ஒரு கிராமம்தான். ஆல்ஃபிக்கு தமிழ் படிக்கத் தெரியாது. ஆனால் சினிமாக்கள் பிடிக்கும். அன்றோடு அங்கிருந்த டூரிங் டாக்கீஸை மூடுகிறார்கள். கடைசிநாள் என்பதால் ஒரே டிக்கெட்டில் இரண்டு படங்கள். "எமது வந்தனோபசார விழாவை முன்னிட்டு இரண்டு படங்கள்" என்று போஸ்டர் ஒட்டியிருந்தார்கள். 'வசந்த மாளிகை'யும் 'நம் நாடு'ம். முதல்க் காட்சி வசந்த மாளிகை.

ஆல்ஃபி ஒரு பீர் ரசிகர். அறையில் உட்கார்ந்து பீர் சாப்பிட்டுக் கொண்டிருக்கும்போது வசந்த மாளிகை போகலாமே இந்த மூடுக்கு ஏத்த படம் என்று கிளம்பினோம். அவர் ஒரு மெஸ்ஸில் சாப்பிட்டுக் கொண்டிருந்தார். அதை நடத்தும் பெண், பொம்மி, அவருக்கு ரசிகை. இவர்தான் பயந்து ஒளிவார். அவள் டிக்கெட் கொடுத்தாள். நானும் என் கணவனும் வாத்தியார் படம் பாக்கப் போறோம், நீங்க இதுக்குப் போங்க என்று சொன்னாள். டிக்கெட் டோடு அவுட் பாஸ் தருவார்கள். ஒரு படம் முடிந்ததும் வெளியே வந்து விட்டு மறுபடி போக வசதியாய்.

நாங்கள் போகும்போது படம் போட்டு விட்டார்கள். பொம்மியின் கணவர், ஊருக்குள் போய், இன்னும் இரண்டு பீர் பாட்டில் வாங்கி வந்து தந்தார். இருட்டில் அவரே எங்களைச் சேரில் அமர்த்தி விட்டுச் சென்றார். அங்கே இரண்டு ப்ரொஜக்டர், ஒரு இடைவேளைதான். பாதிப்படம் ஓடி இடைவேளை நெருங்கும் போது, காலுக்கடியில் என்னவோ பெரிதாக ஓடியது. நாங்கள் பாதி பாட்டிலை காலுக்கு இடையில் வைத்திருந்தோம். பயந்து போய் காலை எடுத்தேன். பெருச்சாளி. என் பீரைக் காலி செய்து விட்டது. திடீரென்று விளக்குகள் போட்டபோது பார்த்தால், ஆல்ஃபியின், புது 'குவா வாடிஸ்' செருப்பைக் காணும். தூரத்தில் பெருச்சாளி கவ்விக் கொண்டு ஓடியது. துரத்திப் பிடிக்க முடிய வில்லை. "போதும் போதும் படம் பார்த்தது, வா" என்று என்னுடனும் ஒற்றைச் செருப்புடனும் வெளியேறினார். "அன்னத்தைத் தொட்ட கைகளினால் மதுக்கிண்ணத்தை இனி நான் தொடமாட்டேன்..." என்று முணுமுணுத்தபடி வந்தேன். "அதான் பெருச்சாளி குடிச்சுட்டுப் போயிட்டே, நீ எங்கேயிருந்துடா குடிப்பே" என்று சிரித்தபடியே ஒற்றைச் செருப்பை இருளில் ஓங்கி வீசினார் ஆல்ஃபி.

●

10
அழகென்பதே விஷமாகுமோ

ராதாசேகரை ஒரு திருமண வீட்டில் வைத்துப் பார்த்தேன். திருமணம் ஒரு கிராமத்தில் ஏற்கெனவே முடிந்து விட்டது. வரவேற்புத்தான் அந்தப் பெரிய நகரில் நடந்தது. மணமகனின் தந்தை ஒரு அரசு அதிகாரி. ஆனால் ரொம்ப நல்ல மனிதர். கால்க் காசு லஞ்சம் வாங்க மட்டார். வரவேற்புக்கான ஏற்பாட்டைக் கவனிக்க அதிகாரியின் நண்பரான என் அப்பா, என்னை அனுப்பி இருந்தார். திருநெல்வேலியிலிருந்து நானும், பாளையங் கோட்டையிலிருந்து ராதாவும் வந்திருந்தோம். வரவேற்புக்கு பலகாரங்கள் தயாரிக்கும் ராமச்சந்திர ஐயரும் திருநெல்வேலிக் காரர். அவர் ஓட்டல் வைத்து நொடித்துப்போனவர். அவரும் அதிகாரியின் நல்ல நண்பர். ஒரு தனியார் பள்ளியில் வைத்து வரவேற்பு நடக்க இருந்தது. அப்போதெல்லாம் கல்யாண மண்டபங்கள் ரொம்ப அரிது. பள்ளி விடுமுறைக்காலம். அங்கே நிறைய இடம் இருந்தது. ஒரு அறையில் இனிப்புகள் செய்து பாத்திரங்களில் மூடி வைத்திருந்தார்கள். தாம்பாளங்களில் தண்ணீர் விட்டு, அதில் செங்கல் வைத்து, அதன் மேல் பெரிய குத்துப் போணிகளில், இனிப்பை வைத்திருந்தார், ஐயர். எறும்புகளிடமிருந்து இனிப்பைக் காப்பாற்றவே இந்த யோசனை.

திரிபாகம், ஜாங்கிரி, லட்டு என்று மூன்று விதமான இனிப்பு. அது போக மைசூர்பக்கடா, மிக்சர் என்று

காரவகைகள். மைசூர் பக்கடா செய்வதில் ஐயர் பிரபலமானவர். அதற்காகவே ஒரு பெரிய ஓட்டலில் சகல மரியாதையுடன் இருந்து, பிறகு அதனா லேயே அங்கே முறைத்துக்கொண்டு, தனியே ஓட்டல் ஆரம்பித்து, நொடித்துப் போனவர். நான் அங்கே போனபோது, ஐயரும் ராதாவும் இனிப்புகளைக் கணக்கெடுத்துக் கொண்டிருந்தனர். ஐயருக்கு என்னை நன்றாகத் தெரியும். "வோய் வாரும் வேய், கந்தப் பிள்ளையோட கொடுக்கு, என்னவே உம்ம அனுப்பிட் டாரா, அவரு வரலியா", என்றார்." "அப்பா நாளைக்கு வாராங்க" என்றேன். இனிப்பு மணம் மூக்கைத் துளைத்தது. என்னையறியாமல் நாக்கைச் சப்புக் கொட்டிவிட்டேன் போலிருக்கிறது. ராதா சேகர், "சாமி, அவருக்கு ஒரு செட் ஸ்வீட் கொடுங்க, டேஸ்ட் பாக்கட்டும்" என்றார். அவராகவே எந்த அறிமுகமும் இல்லாமல், மனதைப் புரிந்து சொன்ன வார்த்தைகள் என்னைப் பெரிதும் கவர்ந்தன. ஐயர், "அவனுக்கில்லாததா," என்று ஒவ்வொன்றிலும் ஒன்றை எடுத்துக் கொடுத்தார். கொடுத்துக்கொண்டே, "இது யார் தெரியுமாடா அம்பி, உங்க அப்பாவோட ஸ்நேகிதர் மருமான், சேகர்ன்னு பேரு, அம்பி அப்படி ஒரு இங்கிதமான பையன். உங்காத்துப் புள்ளைங்க மாதிரி கிடையாது." என்றார். எனக்கு கோபமாய் வந்தது. "உம்ம வாயாலதான நீர் இப்படி ஆயிட்டேரு" என்று மனதிற்குள் சொல்லிக்கொண்டேன். ஸ்வீட் அற்புதமாய் இருந்தது. "எப்படிடா இருக்கு" என்றார் ஐயர். "திரிபாகத்துல பச்சைக் கற்பூரம் மணம் தூக்கலா இருக்குவோய்" என்றேன். "அதான கந்தப் பிள்ளை பையனா கொக்கா, அம்பி இன்னொரு பீஸ் எடுத்துச் சாப்பிட்டுப் பாரு, சமயத்தில கற்பூரம் ஒன்னு போல கரைஞ்சிருக்காது," என்று இன்னொன்றைத் தந்தார். அது சரியாக இருந்தது.

ராதா, "அது என்ன சாமி, பச்சைக் கற்பூரம், அதெல்லாமா ஸ்வீட்ல போடுவீங்க" என்று கேட்டான். ஐயர் அறையைப் பூட்டிக்கொண்டே, "அந்தா அவனண்ட கேளுங்க மருமகனே" என்று சொல்லிவிட்டு நகர்ந்தார். ராதாவும் நானும் அப்படித் தான் சிநேகிதமானோம். அவன் குடும்பத்தில் எல்லார் பேருக்கும் முன்னால் 'ராதா'என்ற பேர் இருக்குமாம். அவன் தாத்தா, "தயாள் பாக் ராதாஸ்வாமியின்" சீடராம். அது எப்படி அதில் சேர்ந்தார் என்று எல்லோருக்கும் ஆச்சரியமாம். "உங்கள் மாமா வீட்டில் யாருக்கும் இப்படிப் பெயர் இல்லயே" என்றேன். "அது என்னோட அப்பா தாத்தா வழி, இவர் என் அம்மாவோட கூடப்பிறந்த அண்ணன் என்றார்," ராதா.

அன்று இரவு, நாஞ்சில் மனோகரன் பேசும் அ.தி.மு.க கூட்டம், தேவி தியேட்டர் அருகே நடந்தது. அவர் அப்பொழுதுதான், தி.மு.கவிலிருந்து விலகி இங்கே சேர்ந்திருந்தார். அதற்குப் போவோமா என்றார் ராதா. போனோம். மனோகரன் வழக்கம் போல் தோரணையோடு, மிஸ்டர் கருணாநிதி, மிஸ்டர் எம்.ஜி.ஆர் என்று ஏதோ பேசிக் கொண்டிருந்தார். தொண்டர்கள் அவ்வளவாய் ரசிக்கவில்லை. நானும் ராதாவும் அரசியல் பற்றிப் பேச ஆரம்பித்தோம். காணாததற்கு என் பால்யகால நண்பனும் அவன் அண்ணனும் திடீரென்று வந்தார்கள். இரண்டு பேருமே எம்.ஜி.ஆர். ரசிகர்கள்; அவர்களுக்கும் ராதா நன்கு அறிமுகம் போல. கூட்டம் ரசிக்கவில்லை. பேசாமல் நான்கு பேரும், பக்கத் திலிருந்த ஒயின் ஷாப்பிற்குள் நுழைந்து விட்டோம். அண்ணனும் ராதாவும் ஒரு மேஜையிலும், 'மரியாதை'கருதி(!) தம்பியும் நானும் ஒரு மேஜையிலும் அமர்ந்துகொண்டோம். மேஜையென்ன மேஜை, அவர்கள் ஒரு அட்டைப் பெட்டி மேல், நாங்கள் ஒரு அட்டைப்பெட்டி மேல். கொஞ்ச நேரம்தான், எல்லோரும் ஒன்றாகி விட்டோம். அண்ணனும் தம்பியும்தான் "நீ குறையாச் சாப்பிடு" என்று ஒருவருக்கொருவர் சொல்லிக்கொண்டே இருந்தார்கள். ஆனால் எல்லோருமே குறைவாகத்தான் சாப்பிட்டுக் கொண்டிருந்தோம், ஏனென்றால் கையிருப்பு அவ்வளவுதான். ராதா, தெளிவாக அரசியல் பேசிக்கொண்டிருந்தான். "நம்மை திசை திருப்பறதுதான் அரசாங்கத்தோட வேலை, பாருங்க எப்படி ஒரு புதிய தலைமுறை குடிக்குப் பழகி விட்டோம்" என்றான். சுரீரென்று உண்மை சுட்டது. நான் அப்போதுதான் கவிதைகள் எழுத ஆரம்பித்திருந்தேன். நிறைய கவிதைகள் பிரசுரமாகியும் இருந்தது. ஒரு தொகுப்பு வெளிவந்திருந்தது. அதை ராதா படித்திருந்தான். தெளிவான அரசியல் பேசினாலும் அவனுக்குள் ஒரு கிண்டலான ஆசாமி ஒளிந்திருந்தான். அவன் என்னுடன் நெருக்கமாக ஒட்டிக்கொண்டான்.

ராதா ஒரு தீவிரமான இடதுசாரி ஆதரவாளர். அது பற்றி விஸ்தாரமாகப் பேசிக்கொண்டிருந்தோம். எனக்கும் ஒன்றிரண்டு தீவிர இடதுசாரி நண்பர்களைத் தெரியும். அவன், "தோழர் ஒருவரை அனுப்பி வைக்கிறேன், டப டபன்னு மோட்டர் பைக்கில் வருவார், பேசிப் பார்," என்றான். ஆனால் அவன் இயக்கத்திலிருந்து சமீபமாகச் சற்று விலகியே இருந்ததாகச் சொன்னான். யாரும் வரவுமில்லை, எந்த 'பைக்' சத்தமும் வீட்டு வாசலில் கேட்கவு மில்லை.

இரண்டு மூன்று மாதம் கழித்து நான் ஒரு வேலையில் சேர்ந்திருந்தேன். ஒரு லாட்ஜில் தங்கி இருந்தேன். பக்கத்து அறையில் இன்னொரு நண்பர். ஒரு நாள் காலையில் அந்த அறைக்கு ராதா வந்திருந்தார். "ஏய் நீயெங்கே இங்க என்று கேட்டார்". நான் விபரம் சொன்னேன். "ஏயப்பா பெரிய வேலை யாத்தான் புடிச்சுருக்கே" என்று கேலி செய்தார். உண்மையில் அவன் மாமா வாங்கித் தந்த வேலைதான் அது. அவன் கேட்ட போது மறுத்து விட்டாராம். அதுதான் கிண்டலாகப் பேசினான். திடீரென்று, "கார்மேகம் சார்" என்று அந்த அறை நண்பரைக் கூப்பிட்டான், அவர் அவனைப் பார்க்கவும், இடுப்பில் கட்டியிருந்த துண்டை சட்டென்று அவிழ்த்து மூடினான். "ரைட், உங்களை போட்டொ புடிச்சாச்சு, கேபினட் சைஸில் ப்ரிண்ட் போட்டு நாளைக்குத் தாரேன்" என்றான். கார்மேகம் சலித்துக் கொண்டார், "சும்மா இருக்கமாட்டானே, இவனை உங்களுக்குத் தெரியுமா, தெரியாதுன்னா பழகித் தொலச்சிராதிங்க, அறுத்துத் தள்ளீருவான்" என்றார். "யாரு அவரையா தெரியாது, ஏயப்பா, பெருங்கொண்ட கவிஞருல்லா.." என்றான் கிண்டலாக. "அது வேற தெரிஞ்சு போச்சா, வெளங்குன மாதிரித்தான்...." என்றார் கார்மேகம்.

இரண்டு பேரும் ஒரே கல்லூரியில் முதுகலை படித்தவர்கள். கார்மேகம் பாஸாகி, ஆராய்ச்சி மாணவராகச் சேர்ந்திருந்தார். ராதா, அரியர்ஸ் வைத்திருந்தான். அதை எழுதவே கார்மேகத்தின் அறைக்கு வந்திருந்தான். இரண்டு மாதம் தங்குவானாம். தினமும் காலையிலும் மாலையிலும் ரகளைதான். காலையில் எழுந்து துண்டைக் கட்டிக்கொண்டேதான் எல்லா வேலையும் செய்வான். கனத்த டர்க்கி டவல், நன்றாகக் காயாமல், ஒரு வித வாசனை வரும். கார்மேகம் ஒரு நாள் அதை உருவி, தலையைச் சுற்றித் தூர எறிந்து விட்டார். அப்புறம் ராதாவின் சேட்டைகள் அடங்கிப் போயின. சீரியஸாக மட்டுமே பேசுவான். என், மற்றும் அப்போது வரும் கணையாழி, கசடதபற, வானம்பாடி, சதங்கை கவிதைகளைத் தீவிரமாக இருவரும் விவாதிப்பார்கள், நான் மௌனமாய் வேடிக்கை பார்ப்பேன். அவ்வப்போது நான் கலந்துகொள்வேன். அவ்வப்போது ராதாவிடம் கிண்டல் எட்டிப் பார்க்கும். கார்மேகம், "மவனே இன்னமெ வேட்டியையே உருவி எறிஞ்சுருவேன்" என்பார். அமைதியாகி விடுவான். நான் கூட, "சரி விடுங்க கார்மேகம்", என்பேன். அப்புறம் என் ரூமிலேயே இருந்து படிக்க ஆரம்பித்தான். எம். ஏ. ஹிஸ்டரி. ரொம்ப அழகாக பாடத்தைப் பற்றிப் பேசுவான். பிறகு ஏன் ஃபெயிலானான் என்று ஆச்சரியமாய் இருக்கும். கேட்டால், "உம்ம கதைதான், நம்மளால ஒரு

ஃப்ரேமுக்குள்ள படிச்சு எழுத முடியலை" என்பான். ஒருவாறு பரிட்சை எழுதி முடித்து விட்டான். ஆனாலும் எங்களுடனேயே இருந்தான்.

நான் அலுவலகத்திலிருந்து வந்தபோது ராதா, ரொம்ப யோசனையுடன் இருந்தான். வெகு நேரமாய்ப் பேசவே இல்லை. அவனருகே, 'இந்தியன் லெஃப்ட் ரிவ்யூ', பத்திரிகை கிடந்தது. நான் அது பற்றிக் கேள்விப்பட்டிருக்கிறேன். பார்த்ததில்லை. அது கல்கத்தாவிலிருந்து வருவது. நான் அதை எடுத்தபோது, "தோழர், அதை அப்புறமாப் படியுங்க" என்று தன் பெட்டிக்குள் வைத்தான். 'யாரும் வந்தார்களா' என்றேன். தலையை ஆட்டினான். 'தோழரா', என்றேன். "இல்லை, அப்பா", என்றான். அவனுக்கு அம்மா கிடையாது. அப்பாதான் சிறு வயதிலிருந்தே வளர்த்தார். என் மற்ற கேள்விகள் எதற்குமே பதில் சொல்லவில்லை. திடீரென்று, "என்னுடன் துணைக்கு, ஒரு இடத்திற்கு வர முடியுமா," என்று கேட்டான். எனக்கு சற்று யோசனையாய் இருந்தது. யாராவது தோழர்களைப் பார்க்கப் போவானோ என்று நினைத்தேன். எனக்கு அந்த சித்தாந்தங்களின் மீது உடன் பாடும் இல்லை, வெறுப்பும் இல்லை. தைரியமில்லை என்று அவனே சொல்லுவான். அதுதான் உண்மை.

"சரி வா போகலாம்" என்றேன். "பணம் என்னிடம் ஏதுமில்லை" என்றேன். "அது பற்றிக் கவலையில்லை, இப்பத்தானே அப்பா வந்து போயிருக்கிறார்," என்று சிரித்தான். அப்பாடா என்றிருந்தது. அதற்கப்புறம் அவனது கலகலப்பு ஆரம்பித்து விட்டது. "போய்ட்டு வந்து வேணும்ன்னா 'கடைக்கு' கூடப் போகலாம்" என்றான். நாங்கள் பஸ் ஸ்டாண்டிற்குப் போனபோது, ஒரு பஸ் கிளம்பிக் கொண்டிருந்தது. வேகமாக ஓடிப்போய் ஏறினோம். நகரை விட்டு வெகு தூரம் செல்லும் பஸ், அது. அடிக்கடி பஸ் இருக்காது. எங்கே போகிறோம் என்றே தெரியாது. இன்னும் அவன் முகம் வாட்டமாகவே இருந்தது. கேட்கவும் யோசனையாய் இருந்தது. "ஆமா நடக்கிறது நடக்கட்டும்" என்று சும்மா இருந்தேன். புதிதாய் உருவாகி இருக்கும் ஒரு புறநகர்க் காலனிக்கு டிக்கெட் எடுத்தான். வழி போய்க்கொண்டே இருந்தது. பஸ் காலனிக்குள் போகாமல் அதையொட்டிய மெயின் சாலையில் நின்றது. உள்ளே நடந்தே போக வேண்டும். இறங்கும்போது கண்டக்டரிடம் கேட்டான், அடுத்த பஸ் எப்போ வரும் என்று. "இதே பஸ்தான், திரும்பி வர இன்னும் முக்கால் மணிநேரம் ஆகும், இதை விட்டால் வேறு பஸ் கிடையாது. வேண்டுமானால், இங்கிருந்து ஒரு மணி நேர நடை, நகரினை ஒட்டிய பகுதி வந்து விடும்" என்றார்.

திடீரென்று, "ரொம்ப பயந்துட்டியா, எங்க மாமா வீட்டுக்குத் தான் போகிறோம், மாமாவைப் பார்க்கும்படி அப்பா வற்புறுத் தினார், அதுதான் வந்தேன்" என்றான். கொஞ்சம் அப்பாடா என்றிருந்தது. அவனது அத்தை வந்து வரவேற்றார். வீடு பெரியதாகப் புதிதாக இருந்தது. அதன் அமைப்பிலேயே அவர்களது செல்வ வளமை தெரிந்தது. நாங்கள் வரவேற்பறையின் சோஃபாவில் இருந்தோம். மாமா வந்தார். என்னை இன்னாரென்று அறிமுகப் படுத்தினான். அப்பாவை அவருக்குத் தெரிந்திருந்தது. "உங்க அப்பாதானே பெரிய டெயிலர் கடை வச்சுருந்தது", என்று கேட்டார். அப்பா, பத்து மெஷின் வைத்து ஆட்கள் வைத்து பெரிய டெயிலரிங் கடை வைத்திருந்தாராம், நான் பார்த்ததே இல்லை. அவர் தையல் தொழிலாளி ஒன்றும் இல்லை. அவன் வீட்டின் உள்ளே போய் இருந்தான். என்னுடன் பத்து நிமிஷம் பேசி விட்டு அவரும் உள்ளே போய்விட்டார். நான் தனியாய் ஙே என்று விழித்துக்கொண்டிருந்தேன்.

"ராதா இந்த காஃபியை அந்தத் தம்பிக்குக் கொடு", என்று உள்ளிருந்து சத்தம் வந்தது. அவன் வந்ததும் கிளம்பி விட வேண்டும், என்று நினைத்துக்கொண்டு வாசலைப் பார்த்தேன். ஆனால் வந்தது ஒரு பெண். அப்படியொரு அழகு. சிகப்புப் பாவாடை தாவணியில், அச்சடித்த சிலை மாதிரி, கையில் ஒரு கிளி இருந்தால் மதுரை மீனாட்சிதான். கையில் காஃபித் தம்ளர் தான் இருந்தது. அதை என்னிடம் கொடுத்துவிட்டு, சோஃபாவில் உட்கார்ந்து கொண்டாள். என்னால் நம்பவே முடியவில்லை. இப்படியொரு அழகான பெண், நம் எதிரில் உட்கார்வாள் என்று எந்தக் காலத்திலும் நினைத்தது கூட கிடையாது. நான் காஃபியை ஒரு வாய் வைத்ததும், "நீங்கதான் மாமா கூட வந்தவங்களா, நீங்க யாரு, மாமா மாதிரி கட்சிக்காரரா" என்று படபடவென்று கேட்டாள். நான் சொன்னேன், "இல்லை, எனக்கு கட்சியில் எல்லாம் ஆர்வமில்லை, நான் எம்.எஸ்.சி மேத்ஸ் படிக்கிறேன்" என்று. "அப்படியா நானும் அதான் படிக்கேன், நீங்க சொல்லுங்க மாமாகிட்ட, நான் கட்டினா அவரைத்தான் கட்டிக்குவேன், இல்லைன்னா..." என்று பாவாடையின் இடுப்புப் பகுதியில் சுற்றி வைத்திருந்த ஒரு பாட்டிலை எடுத்துக் காண்பித்துவிட்டு, அழுதபடி உள்ளே போய் விட்டாள்.

நான் வாயடைத்துப் போய் இருந்தேன். காஃபியை எப்பொழுது சாப்பிட்டேன் என்று கூடத் தெரியவில்லை. இவளைக் கல்யாணம் செய்ய மறுக்கிறானா, அடக் கிறுக்கா, இதற்காக என்ன வேண்டு

மானாலும் செய்யலாமே.. என்று மனதிற்குள் அங்கலாய்த்துக் கொண்டிருந்தேன். ராதா வெளியே வந்தான். அவனுக்குப் பின்னால் அந்த ராதா. அவள் பார்வையாலேயே "நான் சொன்னது ஞாவக மிருக்கா" என்பது போலிருந்தது. நான் என்னையறியாமல் தலையை ஆட்டிவிட்டு வந்தேன். பஸ் போயிருந்தது. பசி வயிற்றைக் கிள்ளி யெடுத்தது. அவனது அத்தை சொல்லியுமிருந்தாள், "பஸ் கிடைக் கலைன்னா திரும்ப வந்துருங்க, சாப்பிடக்கூட இல்லையே.." என்று. அவனிடம் சொன்னேன், "வா சாப்பிட்டு விட்டாவது வருவோம்." "பசின்னா என்னான்னு தெரியவேண்டாமா கவிஞரே" என்றான் கேலியாக.

"அது வேறப்பா ஒரு ராத்திரி சாப்பிடாம இருக்கிறதெல்லாம் பசியாயிடுமா" என்றேன். "என்ன ராதா, என்ன சொல்லுதா," என்றான். நான் ஒன்றும் பேசவில்லை. உங்க அப்பா எதற்காக வந்தார் என்றேன். "என்ன, சம்பந்தம் பேசத்தான். நல்ல வேளை உம்ம வேலையில நான் இருந்திருந்தா இந்நேரம் கல்யாணம் நிச்சயம் ஆகியிருக்கும்" என்றான். "அடப்பாவி நான் வேணும்ன்னா வேலையை விட்டுடறேன், எனக்கும் இது பிடிக்கலை" என்றேன். "ஆனா அந்தப் பொண்ணை விட்டுராதே," என்றேன். "என்ன, பொண்ணு அழகா உம்ம "சகி" மாதிரி இருக்காளா" என்றான். "அய்யோ அவள்ல்லாம் இவ கிட்ட வரவே முடியாது. இவங்க ரொம்ப அழகாருக்காங்கடா" என்றேன். "அடே அப்படியா, நான் அழகாயில்லையே" என்றான். என்னால் பதில் சொல்ல முடிய வில்லை. "ஏய் அவளுக்கெல்லாம் டாக்டர், இஞ்சினியர்ன்னு அழகழகா மாப்பிள்ளை வருவாண்டா, எங்க மாமனாருக்கே அப்படித்தான் ஆசையிருக்கு... அப்புறம் ரொம்ப சொந்தத்தில கல்யாணம் பண்ணக்கூடாதுடா" என்றான். அய்யய்யோ நான் டாக்டராயில்லையே என்று தோன்றியது. அவன் அதைக் கண்டு பிடித்து விட்ட மாதிரிப் பேசினான். "உனக்கே கல்யாணம் பண்ணிக்கலாம் போல இருக்கோ". "நானும் என்ன அழகாவா இருக்கேன்" என்றேன்.

பேசிக்கொண்டே நடந்தோம். கொஞ்சம் நிலா வெளிச்ச மிருந்தது. தேய்பிறை நிலா. ஒன்றிரண்டு லாரி, பைக் எல்லாம் போயிற்று. கையை நீட்டினால் யாரும் நிப்பாட்டவில்லை. கால் வலித்தது. நகரத்துக்கு இன்னும் ஏழு கிலோ மீட்டர் இருந்தது. ஒரு சிறிய பாலம் வந்தது. அதில் உட்கார்ந்தோம். கீழே மணல்தான் இருந்தது. "வா அப்படி அந்தப் பாலத்துக்குக் கீழே படுப்போம்", என்றான். அதற்குள் ஒரு லாரி வந்தது. பாலம் என்பதால், சற்று மெதுவாக வந்தது. கேட்டோம், ஏற்றிக் கொண்டார்கள். நகருக்குள்

வந்தபோது அந்தத் தூங்கா நகரம் விழித்திருந்தது. பசிக்கும் தாகத்துக்கும் போதுமானது கிடைத்தது. லாட்ஜின் மொட்டை மாடியில்தான் படுப்போம். எதிரே பெரிய பெரிய கோபுரங்களைப் பார்த்ததும், ராதா, கையில் கிளியுடன் நினைவில் தோன்றினாள். "கண்டிப்பா அவளைக் கட்டிக்கோடா" என்று சொன்னேன். அவன் தூங்கிப் போயிருந்தான். காலையில் அவனைக் காணும்.

அதற்கப்புறம் அவனைப் பல வருடங்களுக்குப் பின்னரே பார்த்தேன். எப்படியோ விசாரித்து நான் வேலை பார்க்கும் வங்கிக்கு வந்தான். அவனது அப்பாவின் வியாபாரத்தைப் பார்க்கிறதாகச் சொன்னான். "உனக்குத் தெரியுமா, அந்த ராதா இப்ப லண்டன், லண்டன்ல இருக்கா...மாப்பிள்ளை டாக்டர்..., எனக்குத்தான் ஒருத்தியும் அமைய மாட்டேங்கா..." என்றான். பழைய குசும்பான சிரிப்புடன். "உம்ம மாதிரி பத்து மாத்திரை கூட சாப்பிட்டுப் பார்த்தேன். பிரயோசனமில்லை" எனப் பேசிக் கொண்டே இருந்தான், ஒருவர் அவனைத் தேடி வந்தார், "தோழர், போவோமா" என்றபடி. அவனும் விடைபெற்றான். கொஞ்ச நேரத்தில் ஒரு பைக் கிளம்பும் சத்தம் கேட்டது.

●

11
பட்டப்பெயர் (அ) பட்டப்பேர்

காலை எட்டேமுக்கால். வெயில் அந்த பஸ் ஸ்டாப்பின் மீது பாதி விழுந்துகொண்டிருந்தது. அன்று யார் முகத்தில் விழித் தேனோ, கல்லூரிக்குப் புறப்படும்போதே வீட்டில் தகராறு. சைக்கிளை அண்ணன் எடுத்துச் சென்றிருந்தான். கல்லூரிக்கு நேரமானதற்காக அம்மாவிடம் கத்திக் கொண்டிருந்தேன். அப்பா, "நான் தான் அவனை ஒரு இடத்திற்கு அனுப்பி இருக்கிறேன். இன்றைக்கு பஸ்ஸில் போ," என்று ஐம்பது பைசா காசை வீசியெறிந்தார். வாய் பேசாமல் பொறுக்கிக்கொண்டு புறப் பட்டேன். இந்த நேரத்தில் தெரிந்தே அவனை அனுப்பி வைத் திருந்தார் என்றால் ஏதாவது கடன் வாங்கி வரவோ, அல்லது பழைய பாத்திர பண்டங்களை விற்கவோதான் அனுப்பி இருப்பார். நான் வேலைக்குப் போக மாட்டேன் என்று சொல்லிவிட்டு ஆசை ஆசையாய் எம்.எஸ்.சி படிக்க ஆரம்பித்திருந்தேன். மரியாதையாய் ஏதாவது ஒரு வேலைக்குப் போயிருந்தால், குடும்ப நிலைமை கொஞ்சம் சீர்பட்டிருக்கும். வாழ்க்கை பற்றி தெரியாத வளர் பருவம், அதில் அபிலாஷைகள் கண்ணை மறைப்பது அதிசயம் ஒன்றுமில்லை.

பஸ் ஸ்டாண்டில் பாதி வெயிலுக்குப் பயந்து கூட்டம் அதை ஒட்டியிருந்த ஒரு ப்ரிண்டிங் ப்ரஸ்ஸின் உயரமான படிக்கட்டில் கொஞ்சம் உட்கார்ந்திருந்தது. அது ஒரு பழைய காலத்து அச்சகம். பலர் கை மாறி இப்போது

ஒரு இஸ்லாமியர் கைவசம் இருக்கிறது. அவர் 'லோகாம்பிகை அச்சகம்' என்ற பெயரை மாற்றவில்லை. அவர்களிடம் பழைய காலத்து பித்தளை எழுத்துக்களும், ப்ளாக்குகளும், உண்டு. ஈய எழுத்துக்கள் வந்த பின் பெரும்பாலான அச்சகங்கள் பித்தளையை நல்ல விலைக்கு விற்றுவிட்டன. இங்கே பித்தளையில் நல்ல பார்டர் டிசைன் வைத்திருப்பார்கள். நாங்கள், 1966இல், 11வது வட்ட தி.மு.க உட்கிளையாக 'மக்கள் திலகம் எம்.ஜி.ஆர் மன்றம்' ஆரம்பித்தபோது நிதி வசூலிக்க ரசீது புத்தகம், நோட்டீஸ் எல்லாம் அங்கேதான் அடித்தோம். ரொம்ப தெளிவாக, பிரமாதமான பார்டருடன் அச்சடித்திருந்தார்கள். அவர்களிடம் 'நம்பரிங் மெஷின்' இல்லை பொதுவாக அதை சில அச்சகங்களே வைத்திருப்பார்கள். ஒருவருக்கொருவர் இரவல் வாங்கிக்கொள்ளு வார்கள். 'கையூமி அச்சக'த்தில் போய் கேட்டு வந்தார்கள். அங்கே அவர்கள் வேலைக்குத் தேவையென்பதால் தர மறுத்து விட்டார்கள்.

நானும் கூடவே போனேன். பொதுவாய் அது என் பழக்கம். பிரஸ், போட்டோ ஸ்டுடியோ எதுவென்றாலும், ஏதாவது ஆர்டர் கொடுத்தால் பழிக்கிடையாய் அங்கேயே காத்துக் கிடப்பேன். "நம்பர் மெஷின் இல்லையென்றால் என்ன 'வல்லவனுக்கு புல்லும் ஆயுதம்" என்று 'பெரிய பாய்', வாப்பா முதலாளி, சொல்லிவிட்டு கல்லாவிலிருந்து எழுந்து, சட்டையைக் கழற்றி ஸ்டாண்டில் மாட்டி விட்டு, தரையில் கை மேஜை போட்டு உட்கார்ந்து கொண்டார். "கொண்டாடா அந்த ஃபோர்ட்டீன் பாய்ண்ட் நம்பர் டைப்ஸை, கொண்டா அந்த இங்க் ரோலரை" என்று சத்தமாய்ச் சொன்னார். வரிசையாக '0' வில் தொடங்கி '9' வரை டைப்ஸை அடுக்கிக் கொண்டார்,இடதுகை ஆட்காட்டி விரலில் இங்க் ரோலரிலிருந்து மையைத் தடவிக் கொண்டார். ஒன்றிலிருந்து ஒவ்வொரு டைப்பாக எடுத்து, மையில் தோய்த்து, அச்சுப் பிசகாமல். ரசீது புத்தகத்தில் ஒற்றி எடுத்தார். "ட்ரெடிலில் அடிச்ச மாதிரி இருக்கா, தம்பி, சொல்லும்" என்று என்னிடம் கேட்டார். "உக்காரும் தம்பி, ஏன் நிக்கேரு" என்றார். நான் படக்கென்று உட்கார்ந்தேன். பக்கம் புரளப் புரள எண்களை வேகமாக மாற்றிக்கொண்டார். அடித்த பின், வரிசை குலையாமல் திரும்பவும் அதே இடத்தில் வைத்தார். இதெல்லாம் நொடிப் பொழுதில் நடந்தது. "அந்தக் காலத்துல ஏது தம்பி 'நம்பர் மிஷினெல்லாம்...." என்கிற போது, 8ஐ இரண்டு முறை உபயோகித்து, 88 அடிப்பதற்குப் பதிலாக 89ஐ அடித்து விட்டார். "பாத்தேரா, இதுதான் கோவப்படக்கூடாதுங்கிறது, அது வேலைக்கு இடைஞ்சல்...." என்று சொல்லிக் கொண்டே, "ஏய் ஒரு பார்டர்

டைப் எடுத்தா"என்று அதை மையில் தோய்த்து அழகாக 89 மேல் அடித்து, தவறை திருத்தினார்......

ஆறு வருடமாகிறது. இன்றும் பிரஸ்ஸின் கல்லாவில் அவர்தான் உட்கார்ந்திருந்தார். யாராவது அந்தப் பிரஸ்ஸுக்கு இப்போது வருகிறார்களா, தெரியவில்லை. எவ்வளவோ முன்னேறி விட்டது; காலால் மிதிக்கும் ட்ரெடில் கொஞ்சம் கொஞ்சமாய் மாறி, இப்போது மோட்டாரில் ஓடுகிறது. நம்பரை, ட்ரெடில் தானாகவே அடிக்கிற வசதியெல்லாம் வந்து விட்டது...... நினைத்துக் கொண்டிருக்கும்போதே அவள் தூரத்தில் வந்தாள். இன்று காரில் போகவில்லை போலிருக்கிறதே.... அடடா இன்று யார் முகத்தில் விழித்தேன்.... எல்லாம் நன்மைக்கே என்கிற மாதிரி ஆகி விட்டதே என்று உள்ளுக்குள்.. நினைப்பு ஓட, புறப்படும் போது ரேடியோவில் கேட்ட ஏ எம். ராஜா பாட்டு ஒலித்தது...... "வெண்ணிலா நிலா, என் கண்ணல்ல, வா கலா..." அவள் போவது வேறு பஸ், என் கல்லூரியின் திசை வேறு. அவளை அபூர்வமாக பஸ் ஸ்டாப்பில் பார்த்த கல்லூரித் தோழிகள், "என்ன, காருக்கு என்ன ஆச்சு" என்று ஒரே மாதிரி குசலம் விசாரித்துக் கொண்டிருந்தார்கள். இன்று பார்த்து என் கையில் இருப்பதெல்லாம் நோட்டுக்களாக இருக்கிறது. தடியாய் ஏதாவது புத்தகம் இருக்கக் கூடாதா, நான் எம்.எஸ் சி படிப்பது தெரியுமா, தெரியாதா.. தெரிந்தாலும் ராட் 'சசி' தெரியாத மாதிரி நிற்பாளே என்று தோன்றியது.

அப்போது பார்த்து, பெரியநாயகம் என்னை நோக்கி, எதிர்த் திசையிலிருந்து கையை அசைத்தான். ஆஹா மாட்டிக் கொண்டோமே... "சரி, நரி இடம் போனால் என்ன, வலம் போனால் என்ன, மேல விழுந்து பிடுங்காமல் இருந்தால் போதும்.." என்று அவனைப் பார்த்தமாதிரியும் இல்லாமால் பார்க்காத மாதிரியும் இல்லாமல் மையமாகச் சிரித்து வைத்தேன். அவன் என்னை நோக்கித்தான் வந்தான். வந்து என்ன கூப்பிடப் போறானோ என்று பயமாயிருந்தது. ஸ்கூல் பட்டப்பேரைச் சொல்லி ஏலே 'மைனாக் குஞ்சு' என்று கூப்பிட்டால் கேவலமாகப் போய்விடுமே.... பதிலுக்கு நாம் என்னலே "செனை இட்லி" என்று கூப்பிட்டால் போகிறது என்று தோன்றினாலும். அவன் சரியான வாயாடி.... இன்னும் கேவலப்படுத்தி விடுவானே என்று பயம் அதிகரித்தது.

பெரிய நாயகம் என்னுடன் ஆறாவது வகுப்பில் படித்தான். அதுவும் பெயிலாகி. அவந்தான் கிளாஸ் மானிட்டர். அந்தப் பள்ளிக்கூடத்தில் பெயிலானவந்தான் கிளாஸ் லீடர். அப்போது

தான் யூனிஃபாரம் அறிமுகம் ஆகி இருந்தது. கால்ப் பரீட்சை வரை விதிவிலக்கு அளித்திருந்தார்கள்... அதனால் பெரிய நாயகம் தன்னுடைய கனத்த காக்கிச் சட்டையிலேயே வந்து கொண்டிருந்தான். ஒரே ஒரு சட்டைதான். பின் மண்டையில் லேசான புடைப்பு போலிருக்கும். அதனால் ஜோயல் சார் ஒரு நாள் அவனை ஏல 'செனை இட்லி' என்று கூப்பிட்டார். அதிலிருந்து அவன் பட்டப் பேர் எல்லோருக்கும் தெரிந்தது. ஜோயல் சார் எப்போதும் சோம்பியமாதிரித்தான் இருப்பார். பிளம் கேக் என்றால் உயிர். ஒரு பிளம் கேக் பத்துப் பைசாதான். "ஏல செனை இட்லி, நம்ம சரக்கு எங்கலெ" என்றதும் பெரிய நாயகம் புத்தகப் பையிலிருந்து கேக்கை எடுத்துக் கொடுப்பான். கிளாஸ் முடியப் போகும்போது காசு தந்து விடுவார். ஆனால் அதுவரை பெரிய நாயகம் முனங்கிக்கொண்டே இருப்பான். "முசிறு புடிச்சவன் தருவானோ தர மாட்டானோ" என்று. நான், "ஏன் பத்துப் பைசாவுக்கு இப்படிப் பயப்படுதே" என்று சொன்னேன்.

மறுநாள் ஸ்கூலுக்கு வரும் வழியில் பாத்திமா பேக்கரிக்கு அருகில் நின்று கொண்டிருந்தான், பெரியநாயகம். பேக்கரியின் புகை போக்கியிலிருந்து 'வனிலா' வாசனை வந்து கொண்டிருந்தது. அதுவே சொல்லிவிடும் மணி எட்டேமுக்கால் என்று. நானும் ஜாஃபரும் வாசனையை ரசித்தபடி, பொங்கலுக்குத் திறக்கப் போகிற, லெட்சுமி தியேட்டர், புது சினிமாக் கொட்டகையைப் பற்றிப் பேசிக்கொண்டு வந்தோம். முந்தின நாள் சாயங்காலம் நானும் அவனும் அதைப் போய்ப் பார்த்து வந்திருந்தோம். "ஏல இங்க வாலெ" என்றான் பெரியநாயகம். "இன்னிக்கி நீ ப்ளம் கேக் வாங்கித்தா, நான் சார்வா கிட்ட துட்டு வாங்கித் தாரேன்", என்றான். என்னிடம் காசு இல்லை என்றேன். "போடா, நீதான் பெரிய பண்ணையாராச்சே" என்றான். நான் பத்துப் பைசாவை எடுத்துக் கொடுத்தேன். கேக் வாங்கி அவன் பையில் வைத்துக் கொண்டான்.

கிளாசில் ஜோயல் சார் பீரியட், மூன்றாவது பிரீயட், அது முடிந்ததும் லஞ்ச் ரீசஸ். அவர் வாங்கித் தின்றாரே ஒழிய காசு தரவில்லை. மணியடித்ததும், நான் பெரிய நாயகத்திடம் கேட்டேன். அவன் சாரிடம் சொன்னான், "சார் இவனுக்கு பத்துப் பைசா வேணுமாம்" என்று. "ஏல அவன் யாருல" என்றார் சார். நான் எழுந்து நின்றேன். "ஏல மைனாக் குஞ்சு மாதிரி இருக்கெ, உனக்கு எதுக்குல காசு" என்றார். கிளாஸ் பூராவும் சிரித்தது. அவர் தரவேயில்லை. அதிலிருந்து எப்பவாவது, பெரிய நாயகம், காசு கேட்பான். கொடுக்கவில்லையென்றால், "பட்டப்பேரைச்

சொல்லவா" என்று பயமுறுத்துவான். ஏழாம் வகுப்பில் மறுபடி பெயிலாகிவிட்டான்.

அப்புறம் நான் எட்டாம் வகுப்பு முடிந்து பெரிய பள்ளிக்கூடம் போனபின் அவனைப் பார்க்கவேயில்லை. பட்டப்பேரும் மறைந்து விட்டது. வீடு தன் வசதியை இழந்துகொண்டே வந்தது. ஊரிலேயெ பெரிய டாக்டரான கோவிந்தய்யரும் அவர் மகன் சுப்ரமணிய டாக்டரும்தான் குடும்ப டாக்டராய் இருந்தார்கள். ஆறு மாசத்துக்கொருதரம் அறுவடையாகி நெல் வந்ததும் எல்லாக் கடனையும் அப்பா அடைப்பது வழக்கம். விஸ்வநாத பிள்ளை ஜவுளிக்கடை, சங்கரன் செட்டியார் பலசரக்குக் கடை, போத்தி ஓட்டல், மீ.அ.க. தாவூது சாயுபு இரும்புக்கடை என்று எல்லாம் கடன். ஒவ்வொருவராய் வந்து வாங்கிச் செல்வார்கள். ஓட்டல் கணக்கு உடனே மறுபடி ஏறும். மற்றவை கொஞ்சம் கொஞ்சமாய். அப்படி பழனிக் கம்பவுண்டர் கணக்கும் ஏறி விட்டது. டாக்டரெல்லாம் போய், இப்போது எந்த சீக்கு வந்தாலும், கம்பவுண்டர்தான். அவரும் அவர் மாட்டு ஊசியும் பயமாய் இருக்கும். அதுவும் ஏதாவது காயம் என்று போய் விட்டால் அவ்வளவுதான், அமுத்தித் துடைத்து அழ அழ வைத்து விடுவார்.

ஒரு நாள் பெரியநாயகம் வீட்டு வாசலில் வந்து நின்றான். "ஏல இதுதான் உங்க வீடா, நானும் நாலு நாளாய் அலையுதேன், உங்க ஐயா, கம்பவுண்டருக்குத் தர வேண்டிய ரூவா தர மாட்டேங்காரே. நீ என்னமோ பெரிய பண்ணையார் மாதிரி ஸ்கூலில் பீற்றிக் கொள்ளுவியே" என்றான். நான் அப்படியெல்லாம் செய்தது கிடையாது. சரி கேட்க வேண்டிய நேரம் என்று சும்மா இருந்தேன். இவன் என்ன அங்கே வேலை பார்க்கிறானா என்று யோசிக்கும்போதே திடீரென்று என் அண்ணன் வீட்டுக்குள்ளிருந்து வந்தான். "ஏல நீ யாருல, சுப்பாம் பிள்ளை மகன்தானே, தர முடியாதுன்னு சொன்னதா கம்பவுண்டர்கிட்ட சொல்லு, இப்ப நான் அங்கெ வந்தேன்னா, மேஜை, பீரோ, நாற்காலியெல்லாம் அள்ளிகிட்டு வந்துருவேன் எல்லாம் நாங்க கொடுத்தது, நீ ஓடீரு, உங்க அண்ணன்கிட்ட சொல்லுறேன் பாரு"... என்று பயங்கரமாகச் சத்தம் போட்டான். இவனா இப்படிப் பேசறது என்று ஆச்சரியமாய் இருந்தது. பெரிய நாயகம் சத்தம் காட்டாமல் நழுவினான்.

சொன்னது போலவே சாயங்காலம் டாக்ஸி ஸ்டாண்டில் சண்டை போட்டுக்கொண்டிருந்தான். ஒன்றிரண்டு டாக்ஸிதான் அப்போதெல்லாம் உண்டு. அதில் ஒன்று கணபதி வண்டி.

அவனிடம்தான் சிரித்தபடி சத்தம் போட்டுக் கொண்டிருந்தான். அதுதான் அவன் வழக்கம். ரெண்டு வார்த்தை கோபமாய்ப் பேசிவிட்டு சிரித்து விடுவான். “ஏய் கணவதி, ஓந்தம்பி பூடம் தெரியாம சாமி ஆடுதான், சொல்லி வை” என்றான். அவனும், “சரி, பாண்டியண்ணாச்சி, அவனுக்கு வெவரம் தெரியாது நான் சொல்லீருதேன்.” என்று சொல்லிக்கொண்டிருக்கும்போதே பெரியநாயகம் வந்தான்.. அவன் பொடதியில் ஒரு அடிவைத்தான், “ஏல சென இட்லிக் கோட்டி நாயே, ஓனக்கென்னலே ஆச்சு, போய் ரூவா கேட்டாங்கன்னு கேளு, தந்தா கொண்டுபோய்க் கொடு, இல்லேன்னா பேசாம இரு, நான் தொழில் படிச்சதே அவங்க வீட்டு வண்டியிலதான் தெரியுமாலே.. அப்புறம் உங்க ஐயா, அந்தக் குட்டம் பத்துன நாயா சாப்பாடு போட்டான், நாள் தவறாம போத்தி ஓட்டலில் வாங்கி குடுத்தது அண்ணாச்சிதாம்ல” என்று கூப்பாடு போட்டான். எனக்கு ஒரு விவரமும் தெரிய வில்லை. லேசாகத் தெரியும் பெரியநாயகம் அப்பா பால் வியாபாரம் பண்ணுகிறார், மூக்கெல்லாம் சப்பையாகிப் போய் தொழுநோய் வந்தவர் என்று கேள்விப்பட்டு இருக்கிறேன். ஒரு முறை அவசரத்திற்கு அவர் தொழுவில் பால் வாங்கப் போயிருக்கிறேன். எப்போது போனாலும் பால் கிடைக்கும். ரொம்ப தண்ணீராய் இருக்கும்.

கணபதி ஒரு நாள், ஒரு பெண்ணை டாக்ஸி ஸ்டாண்டில் வைத்து இதே போல் பொடதி அடி அடித்துக் கொண்டிருக்கும் போது பார்த்திருக்கிறேன். அது அவன் “வைத்திருப்பவள்” என்று யாரோ சொல்லிக்கொண்டிருந்தார்கள். அந்த அடி வாங்கியும் அவள் அந்த இடத்தை விட்டு நகரவில்லை. அன்று இரவே அவளும் அவனும் டாக்ஸிக்குள் கொஞ்சிக் கொண்டிருந்தார்கள். இரண்டு பேருமே நல்ல போதையில் இருந்தார்கள்.

இப்பொழுதுதான் கணபதியின் ஜாடை பிடிபட்டது. பெரிய நாயகம் அவனை விட சற்றுச் சிகப்பாயிருக்கிறான், அவ்வளவுதான். அடி வாங்கிய அதிர்ச்சி அவனை விட எனக்கே அதிகமாய் இருந்தது. பெரிய நாயகம் போகும்போது “ஏலே மைனாக் குஞ்சு” என்று சொல்வது போலிருந்தது. அதற்கப்புறம், அபூர்வமாய் எப்போதாவது அவனைப் பார்ப்பேன். பல இடங்களில் வேலை பார்த்தான். இப்போது அவன் அண்ணனது டாக்ஸிக்கு அருகிலிருந்துதான் என்னை நோக்கி வந்துகொண்டிருந்தான். நான் பட்டப் பேர் சொல்லி கூப்பிட்டு விடுவானோ என்று பயந்து கொண்டிருந்தேன்.

இல்லை. அவன் அன்பாய், “ஏய் ஒரு உதவி பண்ணுடே, இந்த கடன் வாங்கற ஃபாரத்தை கொஞ்சம் நிரப்பித் தா..

இப்ப வேண்டாம் சாயந்தரமா காலேஜ் விட்டு வந்ததும் நிரப்பித் தா..." என்றான். "இப்ப, எம் எஸ் சியோ என்னவோ படிக்கியாமலெ.. உங்க அண்ணாச்சிதான், ரொம்ப சந்தோஷமாச் சொன்னாரு..." என்றான். உண்மையில் எனக்குத்தான் கன சந்தோஷமாயிருந்தது. ராட்சசி கேட்டுக் கொண்டு இருக்கிறாளா என்று ஓரக் கண்ணால் பார்த்தேன், ஒரு உள்ளார்ந்த சிரிப்புடன். அவளும் சிரிக்கிற மாதிரி இருந்தது. சரியாய்ப் பார்க்கும் முன் பஸ் வந்து விட்டது. அவளுக்கான பஸ்.

சாயந்தரம் நானே பெரிய நாயகத்தைத் தேடிப் போனேன். அவன் ஒரு பெண்ணுடன் ஏதோ மல்லுக் கட்டிக்கொண்டிருந்தான். அவள் டாக்ஸிக்குள்ளிருந்து இறங்க மறுத்துக் கொண்டிருந்தாள். "இந்தா பாரு, வண்டி கேட்டு ஆள் வந்திருக்கு, இறங்கு" என்றான். அவள் இறங்கினாள். "எனக்குத் தெரியும் இது யாருன்னு, இது ஓஞ்சேக்காளியில்லா, நீயும் உங்க அண்ணன மாதிரி என்னை 'தாப்பா' போட்ரலாம்ன்னு நினைக்காத" என்றபடியே, "சரி, இந்தா இந்தக் கிளப்புல காபி சொல்லு" என்று அருகிலிருந்த காபிக்கடையருகே போனாள். அங்கிருந்து கேட்டார்கள்," என்ன, 'சேனா ஈனா', காபி குடுக்கவா". "குடுங்க குடுங்க" என்று சொல்லி கொண்டே என்னிடம், "எப்பா, கிறுக்குத் தேவடியா, நம்மளை புடிச்சுக்கிட்டாடே," என்றான். இது யாரு என்றேன். "எங்க அண்ணன் வச்சுருந்தானே அவதான், எங்கேயெல்லாமோ சுத்தீட்டு நம்மளைப் புடிச்சுக்கிட்டா, மறை வேற கழண்டுட்டு... எப்பவும் ஒரே மாதிரி இருக்க மாட்டா... என்னத்தியும் சமைச்சுப் போடுதா ளேன்னு பார்த்தா பெரிய சீண்ட்ரமாப் போச்சு...., "என்றான். "நீ என்ன சாப்பாடு மட்டுமா சாப்பிடுதே அவட்ட" என்று பக்கத்து வண்டி டிரைவர் கேட்டான். "ஆமா, அதான்... அண்டிக் கொழுப்பு" என்றான். ஸ்டாண்டில் இப்பொழுது பத்துக்கு மேல் வண்டிகள் இருந்தன... 'டி' போர்ட் வண்டிகள் எல்லாம் வந்திருந்தன. உங்க அண்ணன் எங்கே என்று கேட்டேன். "அவனா, மதுரைப் பக்கம் போயிட்டான்... ஊரைச் சுத்தி ஒரே கடன்..." என்றான். "சரி என்னமோ நிரப்பணும்ன்னியே" என்றேன்... "அதா.. நிரப்பிக் குடுத்துட்டேன்... இந்த வண்டியைக் கொடுத்துட்டு 'டி' போர்டு வாங்கணும்.... அந்த 'டி' போர்டத்தான் என்ன பண்ணனும்ன்னு தெரியல..." என்று அவளைக் காண்பித்தான்... தலை ஜாடையால்.. "ஆமா, நாளைக்கு லெச்சுமியில் உங்க ஆளு படம் போடுதானே, முத ஆளா போயிருவியே" என்றான், பத்து வருடப் பழக்கம் லேசாக நெளியும் ஒரு சிரிப்புடன். நாளை முதல், லெட்சுமி தியேட்டரில் "ஒரு தாய் மக்கள்".

●

12

கொணக்கம்

இந்த உடம்புக்கு என்னவோ வந்து தொலைத்து விட்டது. முழங்கை, தோள்பட்டைகளில் வலி. வண்ணதாசனா தி.ஜானகி ராமனா நினைவில்லை, ஒரு கடிதம் எழுதியிருந்தார்கள். சரஸ்வதி பூஜை அன்னிக்குத்தான் படிக்க வேண்டும் என்று மனசு கிடந்து அடித்துக் கொள்ளும் என்று. அதே மாதிரி கைக்கு 'கொணக்கம்' வந்திருக்கும்போதுதான் ஏதேதோ எழுதத் தோன்றுகிறது.' முயற்சி பண்ணிப் பார்க்கிறேன். இல்லைன்னா, கொஞ்சம் இடைவேளை விட வேண்டியதுதான்.

சரி, நாற்பது வருடம் முன்னால் போவோம். கடைசியாய் அந்த வாணியம்பாடிக் கல்லூரிப் பேராசிரியர், எனக்கு மணி கட்டினார். "ஸாரி மிஸ்டர், உங்க ஜாப்ல ப்ரஃபஸருக்கு திருப்தி இல்லையாம்... ஹி வாண்ட்ஸ் யூ டூ குய்ட் யுவர் செல்ஃப்...." என்றார். அந்த பயாலஜி டிபார்ட்மெண்டின் ஃபார்மலின் வாசனை ஏற்கெனவே குமட்டிக்கொண்டு வந்தது. அப்துல் காதர் சார், அவர் வயது கணிசமாய்க் கழிந்தாலும் ஆராய்ச்சி மாணவராகச் சேர்ந்திருந்தார், சொன்னதும் இன்னும் குமட்டிக் கொண்டு என்னவோ போல் இருந்தது. அரசல் புரசலாக காதில் விழுந்ததுதான். எனக்கு அங்கே வேலை வாங்கித் தந்தவர் பணி ஓய்வு பெற்றுச் சென்றுவிட்டார்.... ப்ரொஃபசரின் இனத்தைச் சேர்ந்தவர் ஒருவரின் தற்காலிகப் பதவி,

அமெரிக்காவின் பி.எல் 480 ஸ்கீம் முடிவதால், பறிபோகிற நிலை.... அந்தப் பையனுக்கு வேண்டிய இன்னொரு பெண் ப்ரொஃபஸரின் தளராத முயற்சியில் அவனுக்காக நான் பலிகடாவானேன்.

“அவர்களாக நீக்கட்டும், நீ ஏன் ராஜினாமா செய்ய வேண்டும், சும்மா இருடா” என்று என்னிடம் சொன்னார்கள். அப்பா வேறு காச நோயால் உடல் ‘கொணக்கம்’ கண்டு, சங்கடத்தில் இருந்தார். வேலையை விட அவருக்குச் சம்மதமில்லை. எனக்கோ தொடரவேண்டாம், வேறு எங்காவது முயற்சிக்கலாம் என்று தோன்றியது. காணாததற்கு என்னிடம் அன்பாக இருக்கக்கூடிய இரண்டு பேர் மேகாலயாவில் புதிதாக ஆரம்பித்திருந்த யுனிவர் சிட்டிக்குச் சென்று விட்டார்கள். எனக்கு டைப்ரைட்டிங் தெரியாதது பெரிய குறை. அதற்கு உதவி செய்ய நண்பர்களைச் சம்பாதித்திருந்தேன்.. என்றாலும் அதையே காரணமாகக் காட்டி நெருக்கடி தந்தார் அந்த அம்மணி. புதுச் செருப்பு காலைக் கடித்து விட பேண்ட் அணிய முடியாமல் வேஷ்டி கட்டிக் கொண்டு இரண்டொரு நாள் வந்ததை வேறு, “வாட் என் இண்ட்டீசெண்ட் ஃபெல்லோ” என்று பத்தவைத்து விட்டார், அம்மணி. ஏதோஒரு “விருத்தி” (கோபம் போன்ற மனநிலை)யில், “சரி, எழுதித் தருகிறேன்” என்று சொல்லிவிட்டேன். அந்தத் துறையில் நிறைய உட்பிரிவுகள் உண்டு; சுற்றுச் சூழலியல் (ஈக்காலஜி) துறையில் நான் பணியாற்றினேன். அதற்கு அந்த நேரத்தில், இப்பொழுதைய காலம் போல, அவ்வளவு முக்கியத்துவம் கிடையாது. அதனால் அங்கு சேர்ந்திருந்த ஆராய்ச்சி மாணவர்கள் எல்லோருமே கொஞ்சம் வயதானவர்கள். தவிரவும் வேறு துறையில் இடம் கிடைக்காதவர்கள். நிதி ஒதுக்கீடு நிறைய இருந்தது.

சும்மா துறையை எட்டிப் பார்க்க வந்த பழைய மாணவர்தான் பன்னீர் செல்வம். அவர் எம்.எஸ்.சி முடித்துவிட்டு சும்மா இருந்தார். சமீபத்தில் கல்யாணம் ஆகியவர். அவர் ரொம்ப வசதியான ஆள் என்றார்கள். வயது முப்பதுக்கு மேல் இருக்கும். ஆனால் ஆள், திருகிவிட்ட ஜமீந்தார் மீசையுடன் போலீஸ் அதிகாரி மாதிரி இருந்தார். நெற்றியில் கேசரிக்கலரில் குங்குமத் தீற்றல், என் சிகப்புக் குங்குமத்தீற்றல் போல, ஏதோ பைக் விபத்தில் முகத்தில் அடிபட்டு, கண்ணின் ஓரங்களில் ரத்தம் கட்டியிருந்தது. அது கூடுதல் பயங்கரத்தை தந்தது. ப்ரொஃபசர், “நீ இங்கேயே ஆராய்ச்சி உதவியளராகச் சேர்ந்து விடு” என்று சொன்னார். அவரும் உடனே தலை ஆட்டிவிட்டார். ஒரு

'ஜாய்னிங் ரிப்பொர்ட் கொடு' என்று சொல்லிவிட்டு, 'ப்ரொஃப்' நகர்ந்து விட்டார். ஜாய்னிங் ரிப்போர்ட்டா, என்று இழுத்தார். என்னிடம் தம்பி உங்களுக்கு எழுதத் தெரியுமா என்று ஒரு வெள்ளைத் தாளுடன் அருகே வந்தார். எனக்கென்று அங்கே மேஜை எதுவும் கிடையாது. இரண்டு 'பௌதிகத்தராசு'களுக்கு இடையே ஒரு ஸ்டூலும் அல்லாத நாற்காலியும் அல்லாத ஒரு ஆசனத்தில் அமர்ந்திருந்தேன். விறுவிறுவென்று எழுதிக் கொடுத்தேன்.... தம்பி பேரையெல்லாம் அழகாய் ஞாபகம் வைத்து எழுதிவிட்டீர்களே.. ஒருதடவைதானே எல்லோரும் சொன்னார்கள்," என்று வியந்தார் அவர். "எவ்வளவு சம்பளம்னு உங்களுக்கு ஏதும் தெரியுமா" என்றார், "ஐநூறு ரூபாயா இருக்கும்" என்றேன். "ஏயப்பா இது போதுமே வாடிப்பட்டி வையம்பட்டி வரைக்கும்" என்றார். எங்கள் ஊர் திருநெல்வேலியில், இந்த மாதிரி சூழல்களில், "இது போதுமே கங்கை கொண்டான் கயத்தாறு வரைக்கும்" என்பார்கள். தென்காசிப் பக்கமென்றால், "இதை வச்சு ஒப்பேத்தலாமே.. ஆலங்குளம் அத்தியூத்து வரைக்கும்" என்பார்கள்.

இப்போது பன்னீர் சார், "தம்பி இவங்கள்ளாம் உங்களை நல்லா ஏமாத்தறாங்க... நீங்க சம்மதிக்காதீங்க" என்றார். அதே போல் சைலேந்திரி என்று ஒரு ஆந்திரா பக்கத்துப் பெண், ரமாப்ரபா போல் அழகாயிருக்கும். அவளுடைய தீஸிசில் வருகிற சில புள்ளியியல் கணக்குகளை நான் செய்து தந்திருந்தேன்.. என்னிடம் நேராகக் கேட்கவில்லை...தீசிஸ் டைப் அடித்துத் தருகிற ஒருவர் மூலம் என்னிடம் கேட்டு, நான் செய்து கொடுத் திருந்தேன்.. அவளும் வந்து, "நீங்கள் வேலையை விடப் போகிறீர் களாமே.. நான் ப்ரொஃப் கிட்டச் சொல்லட்டுமா." என்றாள். முதன் முறையாகப் பேசினாள், அவள். சென்னையிலிருந்து ஒரு நண்பர், "நீ இங்கே வா நான் முயற்சி செய்கிறேன், உனக்கு வேலை கிடைக்காமல்ப் போகாது" என்று கடிதம் எழுதியிருந்தார். சரி ஆனது ஆகிறது என்று ராஜினாமாக் கடிதத்தை நீட்டி விட்டேன். 'ப்ரொஃப்' நல்ல மனிதர். அம்மணிதான் ரொம்ப தீவிரமாக இருந்தார். ஒரு மாத நோட்டீஸ் கொடுக்க வேண்டும் என்றார்கள் நிர்வாக அலுவலகத்தில். என்னவாவது செய்யுங்கள் என்று அறைக்குத் திரும்பினேன்.

அறைக்கு வெளியே, ஒல்லியாய் தாடியுடன் ஒருவர் நின்று கொண்டிருந்தார். அவர் அணிந்திருந்த சட்டை, பேண்ட் எல்லாம் எங்கோ பார்த்த மாதிரி இருந்தது. பக்கத்தில் போனதும்

புரிந்தது.. அட இவர் நம்ம C.B.I ஆளுல்லா என்று. ஆனா, என்ன இப்படியொரு பரதேசிக் கோலத்தில் நிற்கிறாரே என்று நினைத்தேன். பன்னீர் செல்வம்தான் இவரை அறிமுகப்படுத்தி யிருந்தார். அறிமுகமான அன்று அவர் என் அறையில்தான் தங்கி இருந்தார். என் அறை, ஒரு சந்தை மடம். சாயங்காலமானால் அரட்டைக் கச்சேரிக்கு நிறையப் பேர் வருவார்கள். பன்னீர் சார், அறிமுகப்படுத்தும்போதே, அவர் யார் என்பதை ரொம்ப ரகசியமாய் வைத்துக்கொள்ளும்படி சொல்லியிருந்தார். நான் சொன்னேன், "சார் என் அறையில் ரகசியமெல்லாம் கிடையாதே... அங்க இருக்கிறவங்க, வருகிறவர்களெல்லாம் சளம்பல் கேஸுல்லா", என்றேன். அதெல்லாம் அவர் பார்த்துக்கிடுவார், 'ஸி.பி.ஐன்னா சும்மாவா' என்றார். ஆனால் ஆள் என்னவோ ஒரு மாணவனைப் போலத்தான் இருந்தார். அறைக்குள் நுழைந்ததுமே இங்கே சிகரெட் பிடிக்கலாமா என்று கேட்டார்.. தாராளமாய் என்றேன். "ஆஷ்ட்ரே இல்லையா" என்றார். "சாமபலைத் தட்ட தரையில்லை என்றால் மட்டுமே பயன்படும் சாதனம்தான் ஆஷ்ட்ரே" என்று சொல்லிவிட்டு அவர் முகத்தைப் பார்த்தேன். ஒரு விளைவும் இல்லை. கொஞ்ச நேரம் கழித்து, "அப்படிச் சொல்றீங்களா ஓஹ்..." என்று சிரித்தபடியே ஒரு *555* சிகரெட் பாக்கெட்டை எடுத்துப் பிரித்தார்.

மணி பத்தை நெருங்கிக்கொண்டிருந்தது. சாப்பாடு அவரே வாங்கித் தந்தார். செமத்தியான சாப்பாடு. நான் பேச்சுவாக்கில் அவர் வேலை, காரியம் என்று பேச ஆரம்பித்த போதெல்லாம் நைசாக 'அது ரகசியம்' என்பது போல தட்டிக் கழித்துவிட்டார். இந்த ஏரியாவில் சில தீவிரவாத நடவடிக்கைகள் நடப்பதாக லேசாகச் சொன்னார். இது ஏதுடா வம்பு என்று தோன்றியது. தூங்கலாம் என்பது போல் கண்ணைச் சுற்றிக்கொண்டு வந்தது. சரியாக அப்போது பார்த்து சுப்புராஜ் நாய்னா வந்தார். தலையைச் சொறிந்தபடி, "ஜீ, ஒரு பீடி இருக்குமா" என்றபடியே. அது அந்த விடுதியில் வழக்கம். ராத்திரியானால் மக்கள், பீடிக்கு இறங்கிவிடுவார்கள். அதுக்கு முந்திய ஸ்டேஜ் 'கூட்டு தம்'. அவர் கேட்டு வாய் மூடும் முன் ஸி.பி.ஐ, தன் '*555*'ஐ நீட்டினார். நாய்னா 'ஹி ஹி' என்று மறுத்தார். சும்மா எடுத்துக்குங்க என்றார். நாய்னா இன்னொரு 'ஹி ஹி' யுடன் இரண்டு சிகரெட் எடுத்துக் கொண்டார். எனக்கு என்னவோ போல் இருந்தது.

அவர் இரண்டு நாள் இருந்தார். பகலில் அறையைவிட்டு வெளியே வரவே இல்லை. மறுநாள் இரவில் அறைக்கு வந்தவர் களுக்கெல்லாம் கொலுச் சுண்டல் மாதிரி '*555*' கிடைத்தது.

மூன்று நாள்த் தாடியுடன், ஒரு அதிகாலையில் கிளம்பி விட்டார். இன்று சாப்பிட்டு பல நாளானவர் போல் இருந்தார். பன்னீர் சார் சொல்லுவார், 'தம்பி அவர் பல வேடங்களில் அலைவார்' என்று. ஒரு வேளை இது ஒரு வேஷமோ என்று நினைத்தேன். இல்லை நிஜமாகவே பசியுடன் இருந்தார். காபி வாங்கிக் கொடுத்தேன். கதவைச் சாத்திக் கொள்ளலாமா என்று கேட்டு சாத்திக் கொண்டார். பையிலிருந்து ஒரு பீடியை எடுத்துப் பற்றவைத்தார். சரியாக, மீண்டும் நாய்னா வந்து கதவைத் தட்டினார். சென்ற தடவையே எல்லோரும் என்னை இது யாரென்று குடைந்திருந்தார்கள். பன்னீர் சார் உறவினர் என்று மட்டும் சொல்லியிருந்தேன். பீடியும் கையுமாக அவரைப் பார்த்ததும் நாய்னா நழுவி விட்டார். இரவில் சாப்பிடக் கூப்பிட்டும் மறுத்து விட்டார். காலையில் ஆளைக் காணும்.

அவரை சஸ்பெண்ட் செய்து இருப்பதாக பன்னீர் சார் சொன்னார், மறுநாள் காலையில். அதோடு அன்று மதியம் அவர் வீட்டுக்கு என்னைச் சாப்பிட அழைத்தார். ஒரு வாரமாக இதுதான் நடந்து கொண்டிருக்கிறது. வழியனுப்பு உபசாரம். ஒவ்வொருவரும் அன்பைப் 'பொழிந்து' கொண்டிருந்தார்கள். இம்யூனாலஜி டிபார்ட்மெண்ட் சைலேந்திரி அவளது துறையினருடன், ட்ரீட்டுக்கு வந்து எல்லோருக்கும் ஆச்சரியம் தந்தாள். எளிதில் வரமாட்டாள். அடப் பாவி, இந்த ஒரு வருடமாக உனக்காக விட்ட ஜொள்ளுக்கு கணக்கே இல்லையே என்று நினைத்துக்கொண்டேன். போகப் போகிற நேரத்தில் இது என்ன கரிசனம்..... புரியவில்லை.

மதியம் ஒரு சைக்கிளை எடுத்துக்கொண்டு அலுவலகத்திலிருந்து ஒரு ஸ்டாப் தள்ளி இருந்த பன்னீர் செல்வத்தின் வீட்டிற்குப் போனேன். அவர் ஏற்கெனவே ஏற்பாடுகளைக் கவனிக்க முன்னாலேயே போயிருந்தார். அவர் மனைவியுடன் சமீபமாகத்தான் அந்த வீட்டுக்கு குடிவந்திருந்தார். அவர் வீட்டுக்கு எல்லோரும் போயிருக்கிறோம். ஒருமுறை நண்பர் ஒருவர், ஊரிலிருந்து மயில்க் கறி செய்துகொண்டு வந்திருந்தார். அவர் ஒரு வேட்டைப் பிரியர். இதில் வேடிக்கை என்னவென்றால் அவர் காந்திகிராமம் பல்கலையில் ஆசிரியர். ரொம்ப சுவாரஸ்யமான ஆள். கத்திரி சிகரெட்தான் குடிப்பார். அவர் கோபப் பட்டால் எல்லோருக்கும் சிரிப்பு வந்து விடும். அவர் இருந்து நண்பர்கள், குபீரென்று சிரித்தால், அவர் "சீரியஸாக" எதையாவது சொல்லியிருப்பார் என்று தூரத்தில் இருந்தே தெரிந்துகொள்ளலாம். நாம் என்ன விஷயமாவாது பேசிக்கொண்டிருந்தால், "என்ன,

என்ன" என்று இடையில் வந்துதான் கேட்பார். ஒரு நாள் நான் சொன்னேன், "சார் இப்படி இண்டெர்வெல்லிலிருந்து படம் பார்க்கிறதை எப்ப சார் நிறுத்தப் போறீங்க" என்று. கேட்டுக் கொண்டிருந்த எல்லோரும் கூச்சலாய்ச் சிரிக்க மொத்த துறையுமே, ஈக்காலஜிக்கு வந்து விட்டது. எனக்கே சங்கடமாய்ப் போய்விட்டது. ஆனால் வாழ்க்கையே நம்மைக் கேலி செய்வது என்பது வேறு ஒரு முரண் நகை. அவர் டாக்டரேட் வாங்கிய கையோடு, கிட்னி ஃபெய்லியரில் இறந்து போனாராம், இரண்டு மூன்று ஆண்டுகளுக்குப் பின் பேப்பரில் விளம்பரம் போட்டிருந் தார்கள். அடப்பாவி, முப்பத்திச் சொச்சம் வயசில், இண்டெர் வெல்லிலேயே உன் முடிவும் வரணுமா என்று தோன்றியது.

ரகசியமாய் மயில்க்கறி சாப்பிட பன்னீர்சார் வீட்டிற்குப் போயிருந்தோம். அப்போது அவர் மனைவி இல்லை. நான் அன்று ஒரு துண்டு சாப்பிட்டதும் வேண்டாம் என்று மறுத்து விட்டேன். அவர் கொண்டு வருகிற கோழிக்கறி மிக மிக நன்றாயிருக்கும். இது என்னவோ ரொம்ப மரத்துபோன மாதிரி இருந்தது. தவிரவும் ஏதோ ஒரு மனத்தடை. பன்னீர் சார், "நான் முருக பக்தன், எனக்கு வேண்டாம்" என்றார். அப்போதும் அவர் சிரிப்புக்கிடையே கோபப்பட்டார்... "ஓஹோ அப்ப நாங் கள்ளாம் பாவத்தைக் கட்டிக்கிடனுமோ" என்று. மற்றவர்கள் வெளுத்துக் கட்டிகொண்டு இருந்தார்கள். அவர் வீடு எனக்கு முன்பே தெரிந்திருந்தாலும், இப்போது ஒரு பெண் வந்துவிட்டதால் அதற்கான இசைத்தன்மை நிறைந்த அடையாளங்களுடனிருந்து, உள்ளே நுழையச் சற்று தயக்கமாய் இருந்தது. முன்புறத் தார் சாலையொட்டி ஒரு அறை உண்டு. அதனுள்ளிருந்து, மல்லிகை, விபூதி, குங்குமம் எலுமிச்சை என்று கலவையாக ஒரு மணம் வந்தது. சாம்பிராணிப் புகை, அடைத்த கதவிடுக்கின் வழியே வந்து கொண்டிருந்தது.

'சார்', என்று அழைக்கும் முன்னே பன்னீர் வெளியே வந்து "வாங்க தம்பி, செருப்பை கீழேயே கழற்றி விடுங்கள், அப்பா பூஜையில் இருக்கிறார்" என்றார். தார்சாலில் இருந்து கீழே இறங்கி செருப்பைப் போட்டுவிட்டு வந்தேன். சாப்பாடு ரொம்ப சாதாரணமாய் இருந்தது.... இதற்கென்ன ஏற்பாடு வேண்டிக்கிடக்கு என்று நினைக்கும்போதே அவர் மனைவி வழக்கம் போல அடுத்த வீட்டு வாசனைப் பவுடர் அதிகம் மணப்பது போல் நன்றாக இருந்தார்கள். சார் இன்னக்கி மாமா வந்துவிட்டதால் மட்டன் சமைக்க முடியலை என்றார். பரவாயில்லை என்றேன். தரையில் எல்லோரும் உட்கார்ந்து கொண்டு சாப்பிட்டது நன்றாயிருந்தது.

சாப்பிட்டுவிட்டு ஹாலில் அமர்ந்து கொஞ்ச நேரம் பேசிக் கொண்டிருந்தோம். "சார் உங்க கவிதைகளைப் படித்தேன், ரொம்ப நல்லாயிருந்தது.... ஆனால் பாவம் கஷ்டமாய் இருக்கு.. கலைமகள் கைப்பொருளே உன்னைக் கவனிக்க ஆளில்லையோ..ன்னு வசந்தமாளிகை பாட்டு நினைவுக்கு வந்தது..." என்றார் சிரித்தபடி, அவர் மனைவி. பன்னீர் உள்ளே போய் விட்டு வருகிறேன் என்று போனார். அவரது அப்பா உள்ளே வந்தார். பூஜை முடித்து வந்திருக்கிறார். அவரைக் கண்டதும், திருமதி பன்னீர்செல்வம் எழுந்து கொண்டார். நானும் எழுந்தேன். இருவரையும் சைகையால் அமரச் சொன்னார். என்ன நினைத்தாரோ 'திருமதி'யும் எழுந்து உள்ளே போய்விட்டார்.

'அப்பா' திடீரென்று பேசத் தொடங்கினார் "உனக்கு இன்று என்னைப் பார்க்க வேண்டுமென்று இருக்கிறது, ஒரு பேப்பரில் வருகிற எல்லா விளம்பரமும் எல்லார் கண்ணுக்கும் தட்டுப் படாது, அது மாதிரி என் முகம் கண்ணில் படவேண்டுமென்று விதி இருக்கிறவர்களுக்குத்தான் இது லபிக்கும்", என்றார். எனக்கு ஒன்றும் புரியவில்லை. ஆனாலேதோ ஒரு பயம் வந்தது. பேசாமல் போய்விடுவோமா என்று நினைக்கும்போதே, "அப்படியெல்லாம் போய் விட முடியாது" என்றார். "ஆஹா இது என்னவோ கரிவேலைக்காரன் பேசற பேச்சாயில்ல இருக்கு என்று தோன்றியதை உடனே அழித்து விட்டேன்." மனுஷன் சிரித்தார். வாய் கோணியது. எச்சில் வடிந்தது. கையால் துடைத்தார். அப்போதுதான் பார்த்தேன் கை 'கொணக்கி' இருந்தது. "நாளை மறுநாள் சிறப்பு பூஜை, மந்திர உச்சாடனம் இருக்கு, நீ வரவேண்டும்" என்றார். நம்மை மீறி வந்து விடுவோமோ என்று தோன்ற ஆரம்பித்து விட்டது. எதையாவது யோசித்தால் அதை அவர் வாசிக்கிறார் என்பது புரிந்தது. எக்ஸார்ஸிஸ்ட் நாவல் மாதிரி. நான் புட்டாரத்தி அம்மனை நினைத்துக்கொண்டேன். அவர் சிரித்தபடி கொஞ்சம் குங்குமம் தந்தார், தந்து விட்டு, அறைக்குள் போய் விட்டார். நான் குங்குமத்தைப் பூசவில்லை. யோசித்துக் கொண்டிருந்தேன். 'திருமதி' ஒரு சிறிய இலை நறுக்குடன் வந்தார். அதில் குங்குமத்தை வைத்துக் கொள்ளச் சொன்னார். அவர் பேச வாயெடுப்பதற்குள் பன்னீர் வந்து விட்டார். நாங்கள் கிளம்பினோம். வழியில் அப்பாவின் உச்சாடனத்திற்கு வாருங்கள் என்றார். ஆனால் ஏதோ கட்டாயத்தின் பேரில் சொல்வது போலிருந்தது.

மறுநாள் அலுவலகத்திலிருந்து பஸ்ஸில் டவுணுக்குப் போய்க் கொண்டிருந்தேன். எப்போதுமே கூட்டம் அதிகமிருக்கிற பஸ்.

இரண்டாவது ஸ்டாப்பில் பன்னீர் சாரும் திருமதியும் ஏறினார்கள். உட்கார இடமில்லை. என் அருகே ஒரு இடம் காலியானது. நான் எழுந்து கொண்டு அவர்களை உட்காரச் சொன்னேன். பன்னீர் சார், வேண்டாம் என்று சொல்லிவிட்டார். ஆனால் 'திருமதி' படக்கென்று உட்கார்ந்தார். மீண்டும் எழ முயலுகையில் பன்னீர், நீங்க சும்மா உக்காருங்க என்று அழுத்தமாகச் சொன்னார். கூட்டம் நெருக்கியதில் பன்னீர் சார் சற்று நகர்ந்திருந்தார். 'திருமதி' மெதுவாக, "சார், நாளைக்கி பூஜை அது இதுன்னு வந்திராதிங்க, மாமா தொல்லைக்குப் பயந்துதான் நாங்க ஊரை விட்டே வந்தோம்.... இங்கேயும் வந்துட்டாரு, என் வீட்டுக்காரருக்கு அப்பாவை மீறி ஒன்னும் செய்ய முடியாது, நல்லபடியா ஊர்போய்ச் சேருங்க. பேசாம நாளைக்கு சாயந்தரம் நடை திறந்ததுமே மீனாட்சி அம்மன் கோயிலில் போய் உக்காந்துருங்க. கோயில் அடைக்கும்வரை வெளிய வராதிங்க, அவரைப் பத்தியும் நினைக்காதீங்க". என்று மூச்சு விடாமல் சொன்னார்." "சாருக்கும் உங்களை வரச் சொல்வதில் இஷ்டம் கிடையாது, ஆனாலும் அவரால முடியல, அந்தா பாத்தீங்களா, அந்தக் கடையில் நிற்கிற பையனை, மாமாவோட சிஷ்யன், எப்படி நிக்கான் பார்த் திங்களா" என்று வெளியே காண்பித்தார். வெளியே, ஸி.பி.ஐ. நின்று கொண்டிருந்தார். திருமதியிடம் உங்கள் பெயர் என்ன என்று கேட்க நினைத்தேன்... கேட்கவில்லை. காந்திமதியாகவோ புட்டாரத்தியாகவோதான் இருக்கும். நான் அப்போது அந்தப் உபாசனைப் பைத்தியத்தில் தான் அலைந்துகொண்டிருந்தேன்.

●

13

“லங்கொட கோடா”.....

இப்பொழுது போல் அவ்வளவு பஸ் வசதிகள் கிடையாது அப்பொழுது. ஒன்றிரண்டு எக்ஸ்பிரஸ் பஸ்கள்தான். அதுவும் சென்னையிலிருந்து வரும். இரவில் பத்து மணிவாக்கில் ஒரு பாஸஞ்சர் ரயில் புறப்படும். அது காலை ஐந்து மணி வாக்கில் ஊர் வந்து சேரும். ஜங்ஷனிலிருந்து டவுனுக்கு சிட்டி பஸ் போக்குவரத்து ஆரம்பிக்க ஆறு மணி ஆகிவிடும். அதனால் பெரும்பாலும் சுல்தானியா ஓட்டலில் ஒரு டீ குடித்துவிட்டு “நடடா ராஜா நடடா” என்று நடந்து விடுவேன். கிட்டத்தட்ட மூன்று மைல். ஜார்ஜ் பெர்னாண்டஸ் தலைமையிலான ரயில்வே தொழிற்சங்கம் ஒரு பெரிய வேலை நிறுத்தப் போராட்டம் நடத்தியது. ஒரு வாரம் போல ரயில் போக்குவரத்து ஸ்தம்பித்தது. அதனால் ஏகப்பட்ட சாதாரண பஸ்களை மாநில அரசு இயக்கியது, (இந்திராவின் ஆலோசனைப்படி. ஆனாலும் ஆட்சி பின்னால் கலைக்கப்பட்டது) அதிலிருந்துதான் 100 மைல்களுக்கு அப்பால் உள்ள ஊர்களுக்கும் சாதாரண பஸ்கள் தொடர்ந்து, அதிகமாக இயக்கப் பட்டன. அது பெரிய வசதியாகி விட்டது. மாதம் ஒரு முறை ஊருக்கு வந்து கொண்டிருந்தவன் வாராவாரம், வாரமிரு முறை என்று ஊருக்கு வந்துவிடுவேன். அப்போதுதான் வேலையும் கையை விட்டுப்போய்க் கொண்டிருந்தது. ஆனித்திரு விழாவையொட்டி ஊரில் பொருட்காட்சி தொடங்கியிருந்தது.

பதின் வயதில் பொருட்காட்சியைப் போல் சந்தோஷம் தரும் விஷயம் எதுவும் கிடையாது. சாயந்தரமாகி, பொருட்காட்சிக்குள் நுழைந்தால் ஒவ்வொருவனின் 'புறா'வையும் கூட்டமாகப் பின் தொடர்ந்து 'பத்திரமாக' வெளியே அனுப்பிவிட்டு அடுத்த புறாவின் பின்னால் அலையத் தொடங்கும் 'பொறுப்பான' உத்தியோகம். "ஏண்டா இப்படி பின்னாலேயே வந்து தொலைக் கிறீங்க" என்ற வெறுப்பான பார்வையைக் கூட "ஆஹா அவ நம்மளைப் பாக்காடா" என்று எடுத்துக்கொண்டு வெட்கமில்லாமல் திரிவோம். ஓரிரு சமயம் ஒன்றிரண்டு பேருக்கு கனிவான பார்வையும் கிட்டிவிடும், அன்று பூராவும் அவன் தலை கீழாய்த்தான் நடப்பான். இதெல்லாம் இருபது வயதுக்கு முந்திய, கல்லூரி வாழ்க்கையை ஒட்டிய நடைமுறை. இருபதுகளில், வேலை தேடிக்கொண்டிருந்த காலங்களில் நடைபெற்ற பொருட் காட்சிகள் அவ்வளவு சோபிக்கவில்லை. அதற்குள் 'இன்னாருக்கு இன்னாரென்று' கரை ஒதுங்கி, கரையத் தொடங்கிய காலம் வந்து விட்டது. நான்,

<u>அவளின் பார்வைகள்</u>

காயங்களுடன்
கதறலுடன்
ஓடி ஒளியும் ஒரு பன்றியைத்
தேடிக் கொத்தும்
பசியற்ற காக்கைகள்

என்று கவிதை எழுதி புலம்ப ஆரம்பித்து விட்டேன்.

இன்னும் ஓரிரு நாட்களில் பொருட்காட்சி ஆரம்பிக்க இருந்தது. வேலையற்றவர்களாய், தெருவில் உட்கார்ந்து பேசிக் கொண்டிருந்தோம்.அப்போதுதான் சித்திரைப் பொருட்காட்சி முடிந்திருந்தது. அது முடிந்த கையோடு ஸ்டால் போடுபவர்கள் ஆனித்திருவிழாவுக்கு வந்து விடுவார்கள். இது முடிந்தால் தூத்துக்குடி மாதா கோயில் திருவிழா பொருட்காட்சி. இல்லை யென்றால் குழித்துறை வாவுபலி பொருட்காட்சி. ஸ்டால்காரர்களின் வாழ்க்கையே ஒரு பெரிய நாவல் எழுதக் கூடிய அளவு சுவாரஸ்யம் கொண்டவை. மதுரை சித்திரைப் பொருட்காட்சிக்குச் சென்று வந்திருந்த ஒருவன், "நம்ம ஏதாவது ஸ்டால் போடுவோமா" என்று கேட்டான். அப்பொழுதுதான் மாநகராட்சி தேர்தல்கள் முடிந்து நாங்கள் வேலை பார்த்த கட்சி நகராட்சியில் அசுர பலத்துடன் இருந்தது. அதனால் ஒரு ஸ்டாலைக் கேட்டால் கவுன்சிலர் உதவுவார் என்று நினைப்பு. "தொண்டர் தம் பெருமை

சொல்லவும் பெரிதில் லையா". 'ஸ்டால் போட பணம்...?' என்று மற்றொருவன் இழுக்க, அவன் திட்டத்தைச் சொன்னான். "நமக்கு ஸ்டால் எல்லாம் வேண்டாம். மைதானத்தில் பத்துக்குப்பத்து இடம் போதும். கொஞ்சம் பலகைகள் வைத்து ஒரு மேஜை போல, ஒன்று. அப்புறம் நூறு ரூபாய்க்கு சில்லறைகள், கொஞ்சம் செம்பு அல்லது இரும்பு வளையல்கள். நாலு புறமும் கனத்த பந்தல் கம்புகளால் தடுப்பு கட்டி வைக்க வேண்டும் அவ்வளவுதான்.

மேஜையில் நாணையங்களை ஒட்டிவிட வேண்டும். ஒரு ரூபாய்க்கு மூன்று வளையங்கள். வளையத்தை வாங்குபவர்கள் கம்புக்கு அப்புறம் நின்று ஒட்டிவைக்கப்பட்ட காசுகளின் மீது வளையத்தை எறிய வேண்டும் காசின் மீது சரியாக வளையம் விழுந்தால், அது எவ்வளவோ அதைக் கொடுக்க வேண்டும். இல்லையென்றால் ஒரு ரூபாய் 'கம்பெனிக்கு'. பெரும்பாலும் வளையத்திற்குள் காசு வருமாறு யாராலும் எறிய முடியாது", என்றான். ஒரு சாவி வளையத்தை வைத்து தெருவிலேயே பரீட்சை செய்து பார்த்தோம். யாராலும் வளையத்திற்குள் காசு வரும் மாதிரி போடமுடியவில்லை எல்லோருக்கும் இது பிடித்திருந்தது. யோசனை சொன்னவன் ரொம்ப துணிச்சலானவன். இந்தி எதிர்ப்புப் போராட்டத்தின் போது, அப்போதைய காங்கிரஸ் எம்.பி வீட்டிலேயே ஏறி கருப்புக் கொடி கட்டியவன். தீவிரமான கட்சி அபிமானி. கவுன்சிலரிடம் சாயங்காலம் எல்லோரும் போய் ஸ்டால் கேட்பது என்ற 'இனிமையான' முடிவுடன் மதியச் சாப்பாட்டுக்கு 'சபை' கலைந்தது.

நான் சாப்பிட்டுவிட்டு, "தேடிவந்த மாப்பிள்ளை" என்று நினைவு, மாட்னி வசூல் என்னவென்று பார்க்க லெக்ஷ்மி தியேட்டருக்குக் கிளம்பினேன். பொதுவாக இந்த 'சோலி'க்கு யாரும் என்னுடன் வரமாட்டார்கள். போகும் வழியில் சேர்மன் வீட்டின் முன், பெரிய கார் ஒன்று நின்றது, கேரளா பதிவு எண்ணுடன். ஒரே பரபரப்பாய் இருந்தது. ஒன்றிரண்டு தெரிந்த தோழர்கள் நின்றுகொண்டிருந்தார்கள். என்ன விஷயம் என்று விசாரிக்காமலே சொன்னார்கள். வந்திருந்தது சங்கணாச்சேரி முனிசிபல் சேர்மன்.ஸ்கில் கேம்ஸ் என்ற பெயரில் பொருட் காட்சிகளில் பலவகை கேம்ஸ், ரிக்கார்ட் டான்ஸ் எல்லாம் நடத்துவதில் கேரளாவில் 'ரொம்பக் கெட்டிக்காரர்' என்று சொன்னார்கள். இந்த வருடம் ஆனித்தேரோட்டப் பொருட் காட்சியில் தம்போலா, பின்(டார்ட்) எறியும் விளையாட்டு என்று புதிது புதிதாக வரப்போவதாகப் பேசிக் கொண்டார்கள்.

அதுவரை சினிமா தியேட்டர் முன்னால் மூணு சீட்டு, வட்டமாக வெட்டிய சிகரெட் அட்டையில் எண்கள் எழுதி கவிழ்த்துப் போட்டிருப்பார்கள். பத்துப்பைசா கொடுத்து அதில் ஆறு அட்டைகள் எடுத்து அதன் எண்ணிக்கையைக் கூட்டினால் வரும் எண்ணுக்கு என்ன தொகை என்று ஒரு சார்ட்டில் குறித்திருக்கும், அதைத் தருவார்கள். நீங்கள் என்ன விதமாக ஆறு அட்டைகள் எடுத்துக் கூட்டினாலும், அதில் முக்கால் வாசிக்கு மேல் 'பிளாங்கி'யாகத்தான் இருக்கும். இது போக, பர்மா அகதிகளாக வந்த நிறையப் பேர் அறிமுகப்படுத்திய 'ரூலெட்' என்று, கொஞ்சமான சூது விளையாட்டுக்களே நகருக்கு அறிமுகம். நாங்கள் போட உத்தேசித்திருந்த வளையம் எறியும் விளையாட்டு வெறும் ஜுஜுபி என்று புரிந்தது. அதற்கும் ஆயிரக் கணக்கில் ஏலம் போயிருப்பதாகச் சொன்னார்கள். நான் அவர்களிடம் எங்கள் 'மகத்தான யோசனை'யைச் சொல்லவில்லை. சாய்ந்தரம் கவுன்சிலரைப் பார்க்க அழைத்த போது, "போங்கடா, அதெல்லாம் ஏற்கெனவே ஏற்பாடு நடக்கு, எக்ஸிபிஷன் வரட்டும் பாருங்க" என்று சொன்னேன். அப்படியும் சிலர் கவுன்சலரிடம் கேட்டு, அவர் அந்த ஸ்டால்ல வேலை வாங்கித் தருகிறேன் பத்து ரூபாய் சம்பளம் என்றாராம். அதையும் வேண்டாமென்று வந்து விட்டார்கள். அப்புறம் இரண்டு மூன்று வருடங்கள் கழிந்து தெரிந்தது, அது எவ்வளவு மடத்தனம் என்று.

பொருட்காட்சி ஆரம்பித்ததும்தான் தெரிந்தது. செங்கணாச் சேரி பார்ட்டியின் பிரலாபங்கள். ரிக்கார்ட் டான்ஸுக்கும், மாடல் ஸ்டுடியோவிற்கும் கூட்டம் அலைமோதிக் கொண்டிருந்தது. தினசரி, பிரபல நடிகர்கள் நடத்தும் நாடகங்கள் கூட படுத்து விட்டன. பெரிய பெரிய அரங்குகள் மாதிரி அமைத்து 'பின் எறிதலும்' 'தம்போலாவும்' நடந்து கொண்டிருந்தது. சில பெரியவர்கள் சொன்னார்கள், 'இதெல்லாம் அரதப் பழசுடா, அந்தக்கால 'பாம்பே ஷோ'விலேயே உண்டுடா'' என்று. இது இரண்டு மூன்று வருடம் தொடர்ந்தது. சேர்மனும் கவுன்சிலர்களும் அள்ளிக் குவித்துக்கொண்டிருந்தார்கள். ஊரெங்கும் ஒரே பேச்சாக இருந்தது. அப்புறம் அதுவே பழகி விட்டது. கூட்டத்தோடு கூட்டமாக ரிக்கார்ட் டான்ஸ், மாடல் ஸ்டுடியோ (சினிமாப் படம் எப்படி எடுக்கிறார்கள் என்று காண்பிக்கிறார்களாம். ஆனால் அதுவும் ரிக்கார்ட் டான்ஸ்தான்.) எல்லாம் ஒளிந்து ஒளிந்து பார்த்துவிட்டு வந்தோம். வேறென்ன செய்ய முடியும்.

தம்போலா ரொம்ப பிரபலமாகிவிட்டது. எட்டணாவுக்கு ஒரு டிக்கெட் வாங்கவேண்டும். அதில், மூன்று வரிசையில் விட்டு விட்டு எண்கள் இருக்கும். ஒரு ஷோவுக்கு ஐநூறு டிக்கெட்டிற்கு

மேல் விற்பார்கள். விற்பனை முடிந்து மணி அடித்ததும் ஆட்டம் ஆரம்பிக்கும். மைக்கில் அறிவிப்பார்கள் ஆட்டம் ஆரம்பிக்கப் போகிறது, என்று. ஒருவர் ஒரு குடுவையிலிருக்கும் டோக்கன்களை குலுக்கி எதையாவது எடுத்து அதிலுள்ள எண்ணை வாசிப்பார். நாம், நம் டிக்கெட்டில் அது இருந்தால் அதை சாக்பீஸால் அல்லது பேனாவால் 'டிக்' செய்ய வேண்டும். இப்படியே அவர் ஒவ்வொன்றாக எடுத்துத் தொடர்ந்து வாசிப்பார். நமது டிக்கெட்டில் ஏதாவது ஒரு வரிசையின் எண்கள் அனைத்தும் அடிபட்டால், "எங்கிருந்தாவது ஒரு கூச்சல் வரும், அடிச்சாச்சு" என்று. பெரும் பாலும் ஒரு பைத்தியக்காரத் தோற்றமுள்ள ஒருவர் ஓடிவருவார். அவருக்கு நூறு ரூபாய் பரிசு கிடைக்கும். இன்னும் அவருக்கு சான்ஸ் உண்டு. இன்னும் வாசிப்பார்கள். இன்னொரு வரிசை யாருக்காவது முழுதுமாய் அடிபடும், அவருக்கு நூறு ரூபாய். மூன்று வரிசையும் எப்போதாவதுதான் யாருக்காவது அடிபடும், அவருக்கு முன்னூறு ரூபாய் பரிசு. முதலில் இதற்குக் கூட்டம் சேரவில்லை. போகப்போக பொருட்காட்சியின் பாதிக்கூட்டம் இங்கேதான் இருந்தது. மூடை மூடையாக சாக்பீஸ் துண்டுகள் ஒவ்வொரு நாளும் செலவாகியது. பரிசு விழாத சீட்டுக்கள் பொருட்காட்சியெங்கும் சிதறிக் கிடந்தன. ராசியான இடத்திற்கு வெட்டுப்பழி குத்துப்பழியாய் சண்டை. சிலர் சீட்டுக்கு அடியில் வைத்து டிக் அடிக்க வசதியாய் சிறு சிறு அட்டைகள் கொண்டு வந்தார்கள். சிலர் அதை விற்பனை செய்து பிழைப்புத் தேடிக் கொண்டார்கள்.

சிலர் அட்டைக்குப் பதிலாய் செருப்பில் வைத்து டிக் செய்தார்கள். எங்களுக்குப் பழக்கமான பார்பர், 'பெருமாள்' கடையை எப்போடா அடைப்போம் என்று ஓடிவந்து விடுவார். அவர் கடையில் மின்சாரம் கிடையாது. காற்றோட்டமான கடை. என்னைக் கண்டுவிட்டால் போதும், தம்பி உங்க செருப்பை இங்கனெ கழட்டிப் போடுங்க என்று என்னைக் கூப்பிட்டு அருகே உட்கார வைத்துக்கொள்ளுவார். அதில் வைத்து டிக் அடித்த ஒரே ஒரு நாள் அவருக்கு இருநூறு ரூபாய் கிடைத்ததுதான் காரணம். ஒருவர் ஒரு டிக்கெட் வாங்கியது போய் பத்து டிக்கெட்டுகள் வரை வாங்கி, துணைக்கு ஆள் வைத்து விளையாட ஆரம்பித்து விட்டார்கள். பொழுதுபோக்கு என்பதெல்லாம் பழங்கதையாய் ஆகி பொருட்காட்சி என்றாலே "ஸ்கில் கேம்ஸ்" என்று ஆகி விட்டது.

நான் ஊரிலிருந்து பஸ்ஸில் வந்து இறங்கியபோது, மணி எட்டுத்தான் ஆகியிருந்தது. அன்றுதான் அந்த வருடப் பொருட் காட்சி ஆரம்பமாகி இரண்டு மூன்று நாள் ஆகியிருந்தது..

வழியிலேயே, பையோடு உள்ளே நுழைந்து விட்டேன். ஒரு வாரம் லீவு எடுத்திருந்தேன். இந்த வருடம் ஆச்சரியமாய், தெருவில் உள்ள உறவினர் இருவர் லட்சக்கணக்கில் முதல் போட்டு பல விளையாட்டுகளை எடுத்திருந்தனர். அதில் வேலைக்கு இருந்த தெல்லாம் வேலை கிடைக்காத நண்பர்கள். மற்றவற்றில் அற்புதமான 'கேரளாக் கன்னிகள்'. 'அம்மிணி' அதில் ஒன்று. அவளும் நின்று கொண்டிருந்தாள். அவளெல்லாம் அப்படி நிற்க வேண்டிய அழகில்லை. சுருண்ட முடியும், வெண்ணிறமும், மெல்லிய சங்கிலியும், சந்தனக்கீற்றுமாய் அப்படியொரு அழகாய் இருந்தாள். பச்சாதாபமாய் இருந்தது. கொஞ்ச நேரம் அவளையே அருகே நின்று பார்த்துக்கொண்டிருந்தேன்." ஏல விடுரா, அதை ஏற்கெனவே அவன் ப்ராக்கெட் போட்டுட் டாண்டா" என்று ஒரு நண்பனின் பெயரைச் சொல்லிப் பின்னாலிருந்து சில நண்பர்கள் முதுகில் தட்டினார்கள். அதைக் கேட்டு அம்மிணி சிரித்தாள். அவனும் ரொம்ப அழகாயிருப்பான். அவள் அவனிடம் மயங்கியதில் ஆச்சரியமில்லை. "ஏண்டா மூனு நாளில் என்னடா நடந்துருக்கு இங்க" என்றேன். "வா சொல்லறோம்" என்று ரவுண்ட் போக ஆரம்பித்தோம். "பையில என்னமும் இருக்கா" என்றான், இருப்பதிலேயே வளர்ந்தவன். இருந்தது.

"வா தம்போலா பக்கம் போயிரலாம்" என்று ஒதுங்கினான். போகும்போதே இரண்டு காஃபி டோக்கனைக் கொடுத்து ப்ரூஸ்டாலில் இரண்டு கிளாஸில் காஃபி வாங்கிக் கொண்டான். காஃபி குடிக்கியா என்றான். 'அதுக்கு' முந்தி இது எதுக்கடா" என்றேன். "அது தெரியும்டா", என்று காஃபியைத் தூரக் கொட்டி விட்டு வெற்று கிளாஸுடன் நைசாக ப்ரூ ஸ்டாலை விட்டு நகர்ந்தான். "எப்படிலே மூக்கில வேத்துருமோ, ஆள் வர்றதுக்கு முன்னயே" என்றேன். "ஆமா, ஒங்க காலு நேரா அம்மிணி கிட்ட போய் நின்னுச்சுல்லா அது மாதிரித்தான்" என்று சிரித்தான். ப்ளாஸ்டிக் டம்ளர் வராத பொற்காலமது. "சரி காஃபி டோக் கன்லாம் ஏதுடா" என்றேன்." இரு, எவ்வளவு கதையிருக்கு, அவசரப் படுதியே" என்றபடி தம்போலா ரசிகர்களுக்குப் பின்னால் போனோம். அங்கே வாடிக்கையாளர்களுக்காக பெரிய தண்ணீர் ட்ரம் ஒன்றை ஒரு உயர ஸ்டாண்டின் மேல் வைத்திருந்தார்கள். கிளாஸைக் கழுவி ஒன்றில் தண்ணீருடன் வந்தான் 'வா உக்காரு', என்று கீழே உட்கார்ந்தான். சுற்றி இதே போல் இரண்டு மூன்று குழு உட்கார்ந்திருந்தது. எடுரா என்றான். பையிலிருந்து எடுத்தேன். ஏயப்பா அரைக்கும் மேல இருக்கும் போல இருக்கே என்று அருகில் இருந்து சத்தம் வந்தது. சிங் நின்று கொண்டிருந்தான்.

சீக்கிரமே மதுவிலக்கு மறுபடி அமலாக இருந்தது. அதனால் கொஞ்சம் ஸ்டாக் பண்ணியிருந்தோம் மதுரையில். அதில் ஒன்றுதான் இது. சிங் ஒரு மிட்டாய்க்கடைக்காரரின் தம்பி. ஆள் நல்ல உயரம், நல்ல சிகப்பு, ஒட்ட வெட்டிய க்ருகட், ஒரு மாதிரியான கொத்து மீசை, தொடை தெரிய மேலேற்றி மடித்துக் கட்டிய வேட்டி. நின்றுகொண்டே இருந்தான்.

'சாப்பிடுதீங்களா' என்றேன். 'நீங்க முடியுங்க' என்றான். 'உக்காருங்களேன்' என்றேன். சிரித்தான். மீண்டும் சொல்லவே, சுற்றும் முற்றும் பார்த்துவிட்டு முதுகிலிருந்து பளபளக்கும் அருவாள் ஒன்றை எடுத்து நைசாகக் கீழே வைத்துவிட்டு வேட்டியை அவிழ்த்து அருவாளை மறைத்தபடி உட்கார்ந்தான். பயமாய் இருந்தது. யாரோ இரண்டு பேர் அவசரமாக வந்து, "ஏல கொத்து மீசை சீக்கிரம் வா, ஸ்டாலில் யாரோ தகராறு பண்றானாம்" என்றார்கள். 'நம்ம வளர்ந்தவன்', 'இந்தா சிங்கு நீ தொழிலைப் பார்க்கப் போ' என்று அவனிடம் ஒரு கிளாஸை நீட்டினான். அதில் எதுவும் சேர்த்திருக்கவில்லை. "ஏல ஒரு வாரத்துக்கு இதுதாண்டா, இருக்கற காசையெல்லாம் போட்டு வாங்கியிருக்கேன்" என்றேன். "தலைவா காலியாச்சுன்னா சொல்லுங்க, வடக்கு ஓரமா பன்னீர் விக்கி, வாங்கீருவோம்" என்றபடியே போனான் சிங். அதற்குள் தலைவனாகி இருந்தேன். "சரி வீட்டுக்கு போக வேண்டாமா, எனக்கு வேண்டாம்" என்றேன் "எங்கடா, அண்ணன்காரன் வந்துருக்கான். அம்மாவோ சித்தி வீட்டுக்குப் போயிருப்பா, சின்னஞ்சிறுசுக நம்ம வேற தொல்லையா, வா, சாப்பிட்டுட்டு, ரத்னால மன்னாதிமன்னன் போட்டிருக்கான். செகண்ட் ஷோ பார்த்துட்டுப் போனா சரியா இருக்கும்" என்றான். எனக்கு மனசில்லை. மறுத்துவிட்டேன்

தம்போலா அரங்கிலிருந்து மைக்கில் "லங்கொட கோடா" என்று சத்தம் வந்தது. அதைத் தொடர்ந்து யாரோ "அடிச்சாச்சு, அடிச்சாச்சு," என்று எழுந்து ஓடினார்கள். ஏல இன்னும் "லங்கொட கோடாவை" விடலியா என்றேன். 'லங்கொட கோடா' என்றால் ஒன்பதாம் நம்பர். அது தம்போலா பாஷையாகி விட்டிருந்தது. அதற்குள் மற்ற இரண்டு பேர் கையில் மசால் பட்டாணியுடன் வந்தார்கள். இந்தக் காலமாய் இருந்தால் "நண்பேண்டா" என்று கொண்டாடி இருக்கலாம். அதைத் தொட்டுக் கொண்டு அவன் ரெண்டு ரவுண்ட் முடித்ததும் கிளம்பினோம்.

'பின்' அடிக்கிற ஸ்டாலில் கொஞ்சம் விளையாடப் போகலாம் என்றான் ஒருவன். அவன் கொஞ்சம் காசு ஓட்டமுள்ளவன். வழியில் நம்பரில் பிரம்பு வளையம் எறிகிற ஸ்டாலில் நின்று

கொண்டிருந்தவன் சிரித்தான். அதில் பத்து ரூபாய்க்கு டபுள். கேட்கிற நம்பர் மீது எறிய வேண்டும். அவனிடம் நூறு ரூபாய்க்கு சில்லறை மாற்றச் சொன்னான், வளர்ந்தவன். எதுக்குடா என்றேன். "பேசாம சொல்லறதைச் செய், குடுக்கிறதை அப்படியே வாங்கிட்டு வா" என்றான். அவனும் நண்பந்தான். நூறு ரூபாயை நீட்டி சில்லறை என்றேன். அவனும் தந்தான். தரும்போது ஒரு விரலைக் காட்டினான். புரிந்தது. பத்து ரூபாயைக் கொடுத்து ஒரு வளையம் வாங்கி ஏழாம் நம்பர் மீது "குறி" பார்த்து வீசினேன். அது இரண்டில் விழுந்தது. "இதுக்கு குறி வேற பாக்கணுமா" என்று வளர்ந்தவன் சிரித்தான். நகர்ந்தோம். ரூபாயை எண்ணிப் பார்த்தேன் 160 ரூபாய் இருந்தது. "அவனுக்கு முப்பது நமக்கு முப்பது என்றான் வளர்ந்தவன். நாங்க ஏற்கெனவே மாற்றி விட்டோம் நீ புது ஆளா வந்திருக்கியா அதனாலதான் உங்கிட்ட சொன்னோம், என்ன நடக்குன்னு கேட்டயே இதான் நடக்கு." என்றான். திருடனிடமே திருடிக் கொண்டிருந்தார்கள். ஆகா இப்படியொரு வழி இருக்கும்ன்னு தெரிஞ்சா அந்தக் காலத்தில் பத்து ரூபாய் சம்பளத்துக்கு ஸ்டாலில் நின்றிருக்கலாமே என்று தோன்றியது. இன்னும் பலவழிகளில் ஸ்டால் முதலாளிக்குத் தெரியாமல் பணம் எடுத்துக் கொண்டிருந்தார்கள். அதெல்லாம் போகவும் லாபம் கிடைத்ததென்றால் எவ்வளவு மக்கள் எவ்வளவு பேர் ஏமாந்திருக்கிறார்கள் என்றும் தோன்றியது.

'பின்' அடிக்கிற ஸ்டாலுக்குள் போனோம். சிங் வேடிக்கை பார்ப்பவன் போல் நின்று கொண்டிருந்தான். யாராவது, நான் ஜெயித்த கலரில்தான் வைத்தேன் என்று தகராறு வரும். உண்மை யாகவும் இருக்கும். பெரும்பாலும் வம்பு செய்யாமல் கொடுத்து அனுப்பி விடுவார்கள். எங்கே போகப்போறான், கழுதை ஒரு ரவுண்ட் சுற்றி விட்டு இங்கேயே வந்துதான் இழக்கப்போறான் என்று ஸ்டால் நடத்துபவர்கள் சொல்வார்கள். அதையும் மீறி பெரிய கை கலப்பு மாதிரி வந்தால், சிங் உள்ளே வந்து விடுவான். லேசாக தோளைப்பிடிக்கிற மாதிரித்தான் இருக்கும். ஆனால் உடும்புப் பிடியாக பிடிப்பான். 'வாங்க அண்ணாச்சி' என்று நைசாக வெளியே அழைத்துப் போய் விடுவான். பேச்சுக் கொடுத்தபடியே ஆளரவமற்ற இருட்டுக்கு அழைத்துச் சென்று அருவாளை எடுப்பான். இதற்குள் இரண்டு மூன்று பேர் சூழ்ந்திருப் பார்கள். சம்பந்தப்பட்ட நபர் பயத்தில் வெலவெலத்திருப்பான். கையில் இருக்கும் காசை வாங்கிவிட்டு நகர்ந்து விடுவார்கள். சிங் எங்கே போகிறான் என்றே தெரியாது. ஆனால் அவனிடம் அருவாளும் இருக்காது, கொஞ்ச நேரத்தில் ஸ்டால் பக்கம் நிற்பான்.

மறுநாள் சீக்கிரமே அந்த ஸ்டாலுக்கு வந்து விட்டோம், அம்மிணியைப் பார்த்தபின்தான். ஸ்டாலுக்குள் நுழைந்ததும் நான், "வழக்கமான முறையில் ஆடுவோமா" என்றேன். நான் வழக்கமாய் ஒரே கலரில் ஒரு ரூபாய், அடுத்து இரண்டு ரூபாய் அடுத்து நாலு ரூபாய் என்று வைத்துக்கொண்டே போவேன். ஏதாவது ஒரு கட்டத்தில் போட்ட பணத்துடன் ஒரு ரூபாய் அதிகம் கிடைக்கும். ஆனால் ஸ்டால்காரர்கள், இவன் என்னவோ செய்கிறான் என்று பயப்படுவார்கள். அதனால் நாங்கள் போனாலே இந்தாங்க காஃபி டோக்கன் என்று தந்து விடுவார்கள். அதே உத்தியைத்தான் இப்போதும் செய்கிறீர்களா என்றேன். ஆமாம் என்றார்கள். பிறகு எதுக்கு ஆட வேண்டும் என்று சொல்லிவிட்டு வெளியே வந்தோம். சிங் பன்னீர் சாப்பிடப் போவோமா என்றான். வேண்டாம்ப்பா என்றேன் எனக்கு அவனது நெருக்கம் பயமாயிருந்தது. முன்னாலெல்லாம் முதல் நாள் தலைவர் படத்துக்கு வரும்போது, பாவமாய் இருப்பான். மரியாதையாய் கடையில் உட்கார்ந்து அல்வா வெட்டிக் கொடுத்துக் கொண்டிருப்பான். ஒரு துண்டு வெட்டினால் நிறுக்கவே வேண்டாம். கரெக்டாக இருக்கும். யாராவது குறைவா இருக்கே என்றால் கால் கிலோதானே கேட்டீங்க என்று தராசில் போடுவான், கரெக்டாக இருக்கும். அவன் எப்போது இப்படி ஆனான், என்று தெரியவில்லை. கட்சியை விட்டு தலைவரை விலக்கியபின், படங்களே வராததால் இப்படி ஆனானா... இல்லை புதுக்கலாச்சாரத்தினாலா..... அண்ணன் தம்பிக்கு இடையில் அடிக்கடி சண்டை வருமென்று கேள்விப்பட்டிருக்கிறேன்.

தினமும் ஏதாவதொரு ஸ்டாலில் 'சில்லறை மாற்றுவது,' அம்மிணியிடம் பேச்சுக் கொடுப்பது என்று ஒரு வாரமும் கழிந்தது. அம்மிணி சிரிப்பதோடு நிறுத்திவிடுவாள். ஒரே ஒருநாள் மட்டும் 'அவனைப் பார்த்தா வரச் சொல்' என்கிற மாதிரி பேசத்தொடங்கினாள். அதற்குள் அவளது பாதுகாவலன் வந்து எந்தா என்று கேட்டுக்கொண்டே அருகே வந்தான். நான் தள்ளி வந்தேன். ஏதோ சொன்னான். நான் கோபமாய்ச் சண்டையிடப் போனேன். அம்மிணி வேண்டாம் என்பது போல் சைகை காண்பித்தாள். வளர்ந்தவனும் வாடா ராத்திரி லாட்ஜில போய் ரைடு விடுவோம் என்றான். எல்லாப் பெண்களும், பக்கத்தில் உள்ள துவாரகா லாட்ஜில் தங்கி இருந்தார்கள். அதன் குத்தகைதாரர் தெரிந்தவர். என்னால் பெரிதாகச் சண்டையெல்லாம் போட முடியாது. ஆனால் எளிதாகச் சண்டை இழுத்துவிடுவேன். எப்போதும் ஒரு அசட்டுத் தைரியம். அம்மிணியும் அவனும் ரொம்பவும் நேசித்தார்கள். ஊர் ஊராய் பொருட்காட்சிகளுக்

கெல்லாம் பின்னாலேயே போனான் அவன் என்று கேள்வி. நான் ராத்திரி ஊர் போயிடலாம்ன்னு இருக்கேன்டா ட்ரெயினில் போகிறேன் என்றேன். அன்று சங்கர் கணேஷ் கச்சேரி இருந்தது. மனம் என்னவோ போலிருந்தது. ஒரு தம்போலா டிக்கெட் வாங்கி விட்டு உட்கார்ந்தோம். ஒருவன் முகமெல்லாம் ரத்தத்தோடு வந்தான். “ஏல இதுதான் ஸ்கேட்டிங் படிக்கிற லட்சணமா” என்று வளர்ந்தவன் கேலி பண்ணினான். அவன் போன பின், “இவன் ஒரு அம்மிணியை ஸ்கேட்டிங் ஸ்டாலில் கணக்கு பண்றாண்டா” என்றான். நான் பேசாமலிருப்பதைப் பார்த்து, வா என்று வெளியே அழைத்துப் போனான்.

அன்று வரை மன்னாதிமன்னன் ஓடிக் கொண்டிருந்தது. முதல் தடவையில் கூட ஒரு வாரம் ஓடியதா தெரியவில்லை. செகண்ட் ஷோ படம் போடத் தொடங்கியிருந்தார்கள்... நல்லவேளை “அச்சமென்பது மடமையடா” என்று டி.எம்.எஸ். முழங்க ஆரம்பிக்கையிலேயே போய்விட்டோம். பல்லக்கிலிருந்து பத்மினி எட்டிப்பார்க்கையில், வளர்ந்தவன், “ஏல அம்மிணி டா” என்றான். “ச்சே அவ இதை விட அழகு” என்றேன். அதற்கப்புறம் படம் பார்த்த நினைவே இல்லை. படம் முடிந்து விட்டது என்று இரண்டு பேரையும் யாரோ எழுப்பி விட்டார்கள்.

●

14
நாநா...

'நரிப்பல் நாராயணசாமியும் ராமமூர்த்தியும் வந்தபோது, நன்றாகத் தூங்கிக்கொண்டிருந்தேன். "என்னா தம்பீ, மாத்திரை மயக்கம் இன்னும் போகலியா" என்ற சிரிப்புடன் கலந்த குரல் கனவுக்குள் மறுபடி மறுபடி கேட்டது. "இது நரிப்பல்லின் குரலல்லவா" என்றவாறே விழிப்புத் தட்டியது. 'நாநா'வைப் பார்க்கவே வெட்கமாயிருந்தது. வெட்டு ஒன்று துண்டு ரெண்டு என்று சொல்லி விடுகிறவர் அவர். கெட்ட வார்த்தைக்குப் பஞ்சமே இருக்காது. பஸ்ஸை அந்தக் கடைசி நிறுத்தத்தில், சந்திப் பிள்ளையார் முக்கில், நிறுத்திவிட்டு எல்லா டவுண் பஸ் கண்டக்டர்களும் டிரைவர்களும் காபி, டீ, சிகரெட், பீடி, வெற்றிலை பாக்கு, புகையிலை என்று பத்து நிமிட ஓய்வெடுக்கிற இடமும் நாங்கள் சந்திக்கிற இடமும் அதுதான்.

ஒரு காலத்தில் 'டிஎம்.பி.எஸ்' (திருநெல்வேலி மோட்டார் பஸ் சர்வீஸ்) என்று தொழிலாளர்கள் ஒன்றாய்ச் சேர்ந்து ஆரம்பித்த பஸ் சர்வீஸ்தான் டவுண் பஸ்களாக ஓடிக்கொண்டிருந்தது. டி.வி.எஸ்.கம்பெனி பின்னாலிருந்து இயக்கிக்கொண்டிருந்தார்கள். அப்போது ஒரு நாமம் போட்ட ஐயங்கார், சதுரமான சிறிய மரப் பெட்டிக்குள் வைக்கப்பட்ட டைம்பீஸ் சகிதம் அவருக்கான ஒரு ஷெட்டில் உட்கார்ந்திருப்பார். பஸ் கரெக்டாக வரவேண்டிய நேரத்திற்கு வந்து, புறப்படவேண்டிய நேரத்திற்குப் புறப்படும். டைம்பீஸைப் பார்த்துவிட்டு

அய்யங்கார் நிமிர்ந்தால், கரெக்டாக வரவேண்டிய ரெண்டாம் நம்பர் பாளை பஸ் ஸ்டாண்ட் பஸ் வந்து நிற்கும். அவர் தலையை அசைத்தால், “சரி நேரமாச்சு கிளம்பலாம்” என்று அர்த்தம், பஸ் கிளம்பிவிடும். அவர் வாய் பேசி நான் பார்த்ததே இல்லை. கூட்டம் இருக்கா இல்லையா என்பதெல்லாம் கிடையாது. அப்போதெல்லாம் கூட்டமும் கிடையாது. வீரராகவபுரம் என்கிற ஜங்ஷனுக்கு நடந்தே போய்விடுவார்கள். அதிகம் போனால் சைக்கிள்.

மருத மர நிழலை அனுபவித்தபடியும், பசுமையான வய(ல்)க் காட்டிலிருந்து வீசுகிற குளிர்ந்த காற்றை சுவாசித்தபடியேயும் ஜங்ஷன் ரோட்டில் நடப்பது பரமானந்தம் என்பார், சின்னத் தாத்தா. அப்புறம் தனியார் பஸ்கள் என்று பாலசரஸ்வதி டிரான் ஸ்போர்ட், ஆண்ட்ருஸ் பஸ் எல்லாம் வந்துவிட்டது. மூன்றாம் நம்பர் பாலசரஸ்வதி பஸ், கடிகாரம் வைத்த பஸ் என்றே பிரபலமாகிவிட்டது. அதன் உரிமையாளர் பையன் நறுவிசான நடையுடை பாவனையோடு, போத்தி ஓட்டல் முன் நிற்பார். அவர் சாப்பிடுவதும் அவ்வளவு அழகாயிருக்கும். கல்யாணி யண்ணனின் வகுப்புத் தோழர். பேட்டைக்கு ஏழாம் நம்பர் பஸ். அதுவும் அபூர்வம். அப்போதுதான் பேட்டைக்கு ‘ஷண்டிங் சைக்கிளை’ அறிமுகப்படுத்தினார், எங்கள் தெரு முனையில் வாடகை சைக்கிள்க் கடை வைத்திருந்த “வீ.ம” சைக்கிள் ஷாப் கடை முஸ்லிம் பாய். ‘வீனா. மானா’ பள்ளிவாசல் மேலரதவீதியில் இன்றும் பிரபலம். அங்கே முஹர்ரம் திருவிழா விமரிசையாக இருக்கும். நான் சிறுவனாக இருந்தபோது, ‘அல்லாகோயில் திருவிழா’வான முஹர்ரம், என்றால் ஸ்கூலில் கடைசிப்பீரியட் இருக்காது. அன்று சாயந்தரம் மார்பிள் தாள் ஒட்டிய ஒரு சப்பரம் போல ஒன்றை எடுத்துச்செல்வார்கள். அதில், ஒரு உருவமுமே இருக்காது. முஹரத்துக்கு இரண்டு நாளைக்கு முன் எங்கள் தெருவில் உள்ள வீடுகளிலெல்லாம், ஒரு மௌலவி வந்து ஜீனி வாங்கிப் போவார். இந்து, முஸ்லிம் என்றெல்லாம் பேதம் கிடையாது. முஸ்லிம்களே தெருவில் இல்லை. எங்கள் பக்கத்து வீட்டில் ஒருவர், இஸ்மாயில் சாயுபு என்று ஒருவர் மட்டும் உண்டு, அவர் கமெர்ஷியல் டேக்ஸ் ஆபிஸில் வேலை பார்த்தார்.

சீனியை வைத்து ஒரு வகையான உருண்டை செய்வார்கள். லேசான வாசனையோடு குளிர்ச்சியாக இருக்கும். முஹர்ரம் முடிந்ததும் கொஞ்சம் போல் மௌலவி கொண்டுவந்து தருவார்.

மௌலவி என்பதெல்லாம் இப்போது தெரிந்துகொண்ட நாம கரணங்கள். முஸ்லிம் பாய் என்றுதான் அப்போது தெரியும். இதெல்லாம் இன்றைக்கு ஐம்பது வருஷத்துக்கு முந்திய சமாச்சாரம்.

வீனாமானா ஷண்டிங் சைக்கிள்கடை பேட்டையிலும் உண்டு. அங்கே சைக்கிளை எடுக்கும்போது ஒரு சிகரெட் அட்டையில் அந்நேரத்தைக் குறித்து, ஒரு தேதி ரப்பர் ஸ்டாம்ப் அடித்துக் கொடுப்பார்கள். பெரும்பாலும் நன்கு அறிமுகமானவர்களுக்கே சைக்கிளை வாடகைக்குக் கொடுப்பார்கள். சைக்கிளை இங்கே வந்து ஒப்படைத்துவிட்டு அரைமணிநேர வாடகை பத்துப் பைசா என்றால் இருபது பைசா தரவேண்டும். இரண்டு மடங்கு வாடகை. கொஞ்ச நாளைக்கு 'வீ.ம ஷண்டிங் சைக்கிள் ஷாப்' பிரபலமாய் இருந்தது. ஒன்றிரண்டு சைக்கிள் காணாமல்ப் போய்விட்டது. அதோடு அதை நிறுத்திவிட்டார்கள். கதை வேறெங்கோ போகிறது. 'நாநா'வும் ராமமூர்த்தியும் செத்துப் பிழைத்த என்னைப் பார்க்க வந்திருந்தார்கள். இரண்டு பேருமே யூனிஃபாரத்தில் இருந்தார்கள். பஸ்ஸை நிறுத்திவிட்டு சாப்பிடுகிற நேரத்திற்கு வந்திருக்கிறார்கள் என்று புரிந்தது. பெண்கள் கல்லூரியின் இரண்டாவது ட்ரிப்பை முடித்து வந்திருக்கிறார்கள்.

காலையில் ஏழே முக்காலுக்கு அந்தக் கல்லூரிக்கான முதல் ட்ரிப். அதில்தான் எனக்கு 'வேலை.' அவள் கல்லூரிக்கு காரில் போகாத நாளன்று சீக்கிரமே இந்த ட்ரிப்பில் போய்விடுவாள். ஜங்ஷன் வரை பத்திரமாகக் கொண்டு சேர்த்துவிட்டு, டவுணுக்கு வருகிற இன்னொரு பஸ்ஸில் பரசு கண்டக்டராக ஓடுவான், அதில் ஏறி திரும்ப வந்து என் கல்லூரிக்கு சைக்கிளில் மிதிக்க வேண்டும். எட்டேமுக்காலுக்கு, ரெடியாய் கல்லூரித் தோழர்கள் வீட்டருகே நிற்பார்கள், "வாலெ படிக்கிற ஜோலியப் பாப்போம்" என்பான் ஒருவன். "இப்பத்தான் அவன் ஒழுங்கா படிக்க ஆரம்பிச் சுட்டானே.. மினர்வா கைடெல்லாம் வாங்கியிருக்கான்.." என்று இன்னொருவன் கிண்டலடித்துக்கொண்டே வர, மேற்காக சைக்கிளை மிதிப்போம். மினர்வா கைட் ஆங்கிலத்திற்கு ரொம்பத் தரமானது. நடையே கடினமாயிருக்கும். இரண்டாவது வருடம் தான் அப்போதெல்லாம் பல்கலைத் தேர்வுகள். முதல் வருடம் பூராவும் தேர்வுகளே கிடையாது. ஒரே சினிமா, ஊர்சுற்றல் என்று கொண்டாட்டமாய்க் கழியும். ஒவ்வொரு வெள்ளிக் கிழமையும் சினிமாவுக்கு மத்தியானம் கல்லூரியைக் கட் அடித்துவிட்டுக் கிளம்பிவிடுவோம். அதற்கு ஆட்களைக் கிளப்புவது என் முக்கியமான பணி.

இவளைப் பின்தொடர ஆரம்பித்தபின், “சினிமாவாவது ஒண்ணாவது, மூச்சு விடாதிங்கடா” என்று ஒதுங்கி விடுவேன். “ஏல, எங்களையெல்லாம் என்ன ஏச்சு ஏசி படத்துக்கு இழுத்துட்டுப் போவே, இப்போ வெத்திலை பாக்கு வச்சு அழைச்சாலும் வர மாட்டேங்கே...” என்று திட்டுவார்கள். நான் காதிலேயே வாங்க மாட்டேன். “ஏல ஆக்கங்கெட்ட கூவை, 'சிநேகிதி', 'ஐந்துலட்சம்' மாதிரி காமெடி படமாம்டா, வாடா போவோம்...” என்று அந்த ரவுண்ட் ஹாலின் ஜன்னலெட்டிக் கூப்பிடுவார்கள். தலையைக் கவிழ்ந்தபடி உட்கார்ந்து கொள்வேன். ஆங்கில ஆசிரியர் கூட கிண்டலாகச் சொல்லுவார், “பார்வதி டாக்கீஸில் பெல்லடிச் சாச்சு, நீ போகலியா இன்னும்” என்று. அவருக்கும் சிரிப்புத்தான் பதில். “இப்பல்லாம் நாப்பது மார்க் வாங்கிருதே, அனொட் டேஷன்ல்லாம் நல்லா எழுதுதே, இப்படீப் படிச்சேன்னா பி, பி ப்ளஸ் வாங்கிருவே, விட்டுராதெ” என்பார். “ஆஹா, என்ன மாயமெல்லாம் பண்ணுதுப்பா இந்தப் பொட்டப்பிள்ளை நினைப்பு..” என்று குரல் ஜன்னலருகிலிருந்து வரும், வெளியே சினிமாப் போக காத்துக்கொண்டிருக்கும் தோழர்களிடமிருந்து. ஒரு காலத்தில் நான் அங்கே நின்று, “ஏல வாலே வெளியே” என்று கூப்பிட்டுக் கொண்டிருந்தவன்.

'நாநா', “தம்பி இந்தாங்க” என்று ஒரு ஹார்லிக்ஸ் பாட்டிலை நீட்டினார். அண்ணாச்சி இதெல்லாம் எதுக்கு, என்றேன் கண்ணில் நீர் கோர்த்தது. 'நாநா' சற்று வயதான ஆள். கண்டக்டராக ஓடுபவர். பெண்கள் கல்லூரிப் பஸ்ஸில் அவரைத்தான் போடு வார்கள். யாரையும் ஃபுட் போர்டில் நிக்க விடமாட்டார். பெரும் பாலும், பஸ் புறப்படும்போது தொற்றி ஏறும் பசங்களைத் திட்டுவார். பட்டென்று பஸ்ஸை நிறுத்திவிட்டு. “ஏம்ல அரைக் கிலோ கறிக்கும் அஞ்சாறு மயிருக்கும் இந்த அலை அலயுதீங்க,” என்று. பெண்கள் எல்லாம் தலையைக் கவிழ்ந்து சிரிப்பார்கள். பஸ்ஸில் பிள்ளைகளை யாராவது 'எர்த்' அடித்தால் (காலால் உரசுதல்) பிள்ளைகள் அவரிடம் சொல்ல, அவர் எழுந்து சண்டைக்குப் போய்விடுவார். “ஏல, என்ன, பூடம் தெரியாம சாமி ஆடுதீங்களா உன்னிதையும் உங்க ஐயா இதையும் சேர்த்து அறுத்துருவேன்” என்று. ஆனால் ராமமூர்த்திதான் பெரும்பாலும் கண்டக்டர், அதனால எனக்கும் இன்னொருவனுக்கும் சலுகை யுண்டு.. பொதுவாக எல்லா கண்டக்டர்களும் எங்களிடம் நன்றாகப் பழகுவார்கள். இவையெல்லாமே தனியார் பஸ்கள். சம்பளம் ரொம்பக் குறைவு. கலெக்ஷன் பேட்டாதான். ராம மூர்த்தியும் பரசுவும் ஆள் நரையானாய் (ஒல்லியாய்) இருப்பார்கள்.

அதனால் எவ்வளவு கூட்டமென்றாலும், புகுந்து புறப்பட்டு டிக்கெட் தந்து விடுவார்கள். சமயத்தில் ரூட் மாறி கூட பஸ்ஸை ஓட்டி வருவார்கள். இன்று வாத்தியார் படம் எப்போ விடுகிறது என்று நாங்கள் சொல்லிவிடுவோம், ஏனென்றால் எப்போ படம் போட்டார்கள் என்று எங்களுக்குத்தான் தெரியும். சனி, ஞாயிறு கூட்டம் அதிகமிருந்தால் ஆறு மணிக்காட்சியை முன்னதாகவே போட்டு விடுவார்கள். அதை அனுசரித்து பரசு, பஸ்ஸை தியேட்டர் முன்னால் தேய்த்துக் கொண்டிருப்பான். பயணிகளை எவ்வளவு முடியுமோ அவ்வளவு திணித்து விடுவான். எங்களுக்கு டிக்கெட்டெல்லாம் கிடையாது.

எங்கே வேணும்ன்னாலும் இறங்கிக் கொள்ளுவோம். செக்கிங் வந்தால் மட்டும் டிக்கெட்டை கிழித்து வைத்துக் கொள்ளுவான். கூட்ட நேரத்தில் நாங்களே இன்வாய்ஸ் எழுதுவோம் அவர்களுக்காக. பொதுவாக டிக்கெட் கொடுப்பதில் சில தில்லுமுல்லுகள் இருக்கும், அது எங்களுக்கும் தெரியும். அதனாலும் சலுகைகள் உண்டு. ராமமூர்த்தி சிந்து பூந்துறையில் இருந்தான். அவன் அம்மாவுக்கு, அவனுக்கு கல்யாணம் செய்து வைக்க அப்படியொரு அவசரம். போகிற போதெல்லாம் சொல்லுவாள். தம்பி, இந்தக் காலேஜ் புள்ளைங்க யாரையாவது பார்க்கானா தம்பி, கல்யாணம்ன்னா ஒத்துக்கவே மாட்டேங்கானே, நீங்களாவது படிக்கிற புள்ளைங்க, இவனுக்குத்தான் வேலை இருக்கே, அதும் இவன் மாமா கம்பெனிதானே.. அப்படியொன்னும் நிப்பாட்டீர மாட்டாங்க....” என்று. மாமாட்ட பொண்ணு இல்லையாம்மா என்போம். “அதெல்லாம் ஓவரான ஆசை” என்பாள்.

அன்றும் ராமமூர்த்தி சொன்னான், “அம்மா ரொம்ப வருத்தப்பட்டாங்கப்பா, அந்தத் தம்பியா இப்படி மாத்திரை சாப்பிட்டுச்சு” என்று கேட்டதாக. நாநா, “என்ன தம்பி, சும்மா புள்ளைய தூக்கிட்டுப் போயிர வேண்டாம்.... நான்ல்லாம் அந்தக் காலத்துல நாலு மைலு வாழைத்தோப்பு வழியா தூக்கிட்டு ஓடிருக்கேன், அப்படியொன்னும் அவ சுந்தரியில்லையே, இவன் நேத்துதான் காமிச்சான்” என்றார். மீசையை சரியாக ஒதுக்க வில்லை. அதனால் அவர் முகத்துக்கு வெளியே அபூர்வமாய் முளைத்திருக்கும் ஒரு பல் விகாரமாய்த் தெரிந்தது. அவருக்கு அதிசயமாய் ஒரு மேல் வரிசைப்பல் வாய்க்குள் இல்லாமல் முகத்தின் வெளிப்புறத்தில் இருக்கும். அதை மீசையை பெரிதாக வளர்த்து மறைத்திருப்பார். அதனாலேயே அவருக்கு நரிப்பல் நாராயணசாமி என்று பட்டப்பேர். அதுவே சுருங்கி நாநாவாகி

விட்டது. அவரை யாராவது சக பஸ்தொழிலாளிகள் கிண்டலடித்தால் "இன்னொரு பல் இருக்கு பாக்கியா" என்று சட்டையத் தூக்கி அரைநாண்கயிற்றால் கட்டியிருக்கும் பேண்டின் இடுப்புப் பகுதியை அவிழ்ப்பது போல் முயற்சிப்பார்.. "எய்யா நீரு காமிச்சாலும் காமிச்சிருவேரு" என்று ஓடி விடுவார்கள். இல்லையென்றால் மீசையை ஒதுக்கி பல்லைக் காண்பித்து, "ஆமாலெ தேச்சு விடு வாலே," என்பார்.

கண்டக்டர்களிடம் ஒரு பழக்கம். கையில் வள்ளிசாக காசில்லையென்றால், தொப்பியைக் (அது பெரும்பாலும் பைக்குள்தான் இருக்கும்) கழற்றி சக கண்டக்டர்களிடம் நீட்டி "கவனிக்கிறது" என்பார்கள். மற்றவர்கள் மறு பேச்சுப் பேசாமல் இரண்டு ரூபாய் கொடுத்துவிட வேண்டும். ஒரு வகையில் இது மொய் விருந்து மாதிரி. ரொம்ப முடியாத பட்சத்தில்தான் இப்படிச் செய்வார்கள். கொடுக்கிறவனிடம் காசில்லையென்றாலும் கலெக்ஷனிலிருந்தாவது கொடுத்து விடவேண்டும். அவன் வேறு யாரிடமாவது இதே போல் வாங்கிக்கொள்ளுவான். இரண்டு ரூபாய் மட்டுமே என்பது எழுதப்படாத விதி. கூடவும் கூடாது, குறையவும் செய்யாது. இது கடனில்லை. டிரைவருக்காகவும் கண்டக்டர்கள் கேட்பதுண்டு.

நாநா தொப்பிக் காசு கேட்கவே மாட்டார். ராஃபேல் எப்போதும் நாநா சீட் எதிரே உள்ள நீள சீட்டில் உட்காருவாள். அவள் அம்மா ஒரு நர்ஸ். அவர் பிரசவம் பார்க்காமல் எங்களில் 90 சதவிகிதம் பேர் பிறந்திருக்க மாட்டார்கள். சிறு வகுப்பில் ஒரே ஒரு வருடம் எங்களுடன் படித்தாள். நாநா சொல்லுகிற பச்சை பச்சையான ஜோக்குக்கெல்லாம் சத்தமாகச் சிரிப்பாள். கருப்பாய் இருந்தாலும் லட்சணமாய் இருப்பாள். தலைமுடியை பலவிதமாக அலங்காரம் செய்து கொள்ளுவாள். அவள்தான் சொன்னாள், "நீ எதற்கு அந்த அழைப்பிதழை 'செல்லா' மூலம் கொடுத்துவிட்டாய். என்னிடமாவது கொடுத்திருக்கலாம். நான் தனியாகக் கொடுத்திருப்பேன், எல்லார் முன்னிலையிலும் கொடுத்ததால் அவள் அதை கிழித்துப் போட்டுவிட்டாள்" என்று. அது கல்லூரியில் நடந்த வள்ளுவர் ஈராயிரம் ஆண்டு விழாவுக்கான அழைப்பிதழ். பல நண்பர்களும், ஒரு நண்பனின் தங்கை மூலமாகப் பலருக்கும் கொடுத்து விட்டார்கள். நானும் அவளுக்குக் கொடுத்துவிட்டேன். கிட்டத்தட்ட ஒரு மாதம் கழித்து ராஃபேல், பஸ் படியில் நின்று கொண்டு பயணம் செய்த என்னிடம் இதை மெதுவாகச் சொன்னாள். அன்றுதான் எங்கள் கல்லூரியின் கடைசித் தினம்.

நான் அதைக் கேட்டதும் அடுத்த ஸ்டாப்பில் இறங்கி விட்டேன். உடலை என்னவோ செய்தது. ராஃபேல் "ஏய், ஏய்" என்று கூப்பிட்டது கிணற்றடியில் இருந்து கூப்பிடுவது போல் கேட்டது.

ஆயிற்று அதெல்லாம் கழிந்து இன்னுமொரு மாதம். இதோ தேர்வும் எழுதாமல் பதினாறு தூக்க மாத்திரைகளை விழுங்கி தப்பிப் பிழைத்துப் படுத்திருக்கிறேன். நாநாவும் ராமமூர்த்தியும், சாப்பாட்டைத் தியாகம் செய்துவிட்டு பார்க்க வந்திருக்கிறார்கள். நாநா சொன்னார், "நல்ல வேளை தம்பி, அன்னக்கிப்பாத்து இவன் ஹைகிரவுண்ட் வண்டியில ஓடிட்டிருந்தான். வீட்டில உன்னைய சோதிச்ச டாக்டரோட சீட்டில்லாமல் ஹைகிரவுண்டில சேக்க மாட்டாங்களாமில்லா, அதை எடுத்துகிட்டு உன்னோட ஃப்ரெண்ட்ஸ்ங்க ரோட்டுக்கு ஓடீ வரவும், இவன் வண்டியக் கிளப்பவும் சரியா இருந்திருக்கு. போர்டைக் கழட்டிட்டு வண்டிய எங்கயும் நிப்பாட்டாம ஹைகிரவுண்டுக்கே கொண்டு வந்துட்டான். இந்தா மெம்மோ வாங்கீட்டு நிக்கான்" என்றார். என்னப்பா உண்மையா என்றேன். "அதெல்லாம் இல்லை. நீ ரெஸ்ட் எடு" என்றான் "நாநா அதிசயமா, தொப்பிக் காசு சேர்த்து உனக்கு ஹார்லிக்ஸ் வாங்கீட்டு வந்திருக்காரு சாப்பிடு," என்றான் சிரித்தபடியே.... "மேகம் வந்தவ தீட்டு மாதிரி ஒன்னொட வாய் நிக்கவே செய்யாதுலெ.. வாலே," என்று ராமமூர்த்தியை இழுத்துப் போனார் நாநா.

●

15

மேல் நோக்கிய பயணம்

இளங்கலை வகுப்பு படித்த கல்லூரி, வீட்டிலிருந்து மேற்கே இருந்தது. அவள் வீடும் மேற்கேதான், ஆனால் அடுத்த தெரு. கல்லூரிக்கு போகும் பாதை, மருதமரமும்,வயலும், குளமும் நிறைந்து குளுமையாக இருக்கும். செக்கடி தாண்டும் வரை சாலையும் வழுவழுவென்ற சிமெண்ட் சாலை. செக்கடியில் நாலைந்து கல்ச் செக்குகள் சுற்றிக் கொண்டே இருக்கும். செக்குகள் இருக்கும் மைதானத்தில் வெயில் தெரியாமல் மரங்களாய் இருக்கும்.இருந்தாலும் காலையிலேயே எண்ணெய் ஆட்டுவதற்கு ஆரம்பித்து விடுவார்கள். கல்லூரிக் காலங்களை விட உயர்நிலைப் பள்ளிக்கூடம் செல்லும் காலங்களில், வாடகை சைக்கிள் எடுத்துக் கொண்டு லீவு நாட்களில், செக்கடி வரை அல்லது அதைத் தொட்டு திருவேங்கிடநாத புரம் என்கிற 'திருநாங்கோயில்' போவோம். அப்போது செக்கடியில் வேடிக்கை பார்த்துக் கொண்டே நிற்போம். செட்டியார், "நீங்கள்ளாம் யாரு வீட்டுப் புள்ளைங்கப்பா" என்பார்......" அடேடே அப்படியா, என்ன, பள்ளிக்கூடம் போகாம சுத்திக்கிட்டு திரியிறீங்க". புண்ணாக்கு சாப்பிடறீங்களா என்று கேட்பார்.'அதுக்குத்தனே நிக்கோம்' என்கிற மாதிரி பலமாய் தலையை ஆட்டுவோம்.

உலக்கையை ஒட்டி, அடை போல் சேர்ந்திருக்கும் எள்ளுப் புண்ணாக்கை எடுத்துத் தருவார். 'சத சதவென்று' எண்ணெய், கருப்பட்டி மணத்தோடு தின்பதற்கு நன்றாய் இருக்கும். எங்கள் வீட்டுக்கு எண்ணெய் கொண்டு வருகிற செட்டியாரின் பிண்ணாக்கு நறநறவென்று கல்லும் மண்ணுமாய் இருக்கும். இது நன்றாக இருக்கும்." புண்ணாக்கு தாறீர செக்குல பேளட்டா" என்று மிரட்டி, கோபப்பட்ட செட்டியாரிடம் அடி வாங்கிச் செல்லும் நரியின் கதை தவறாமல் நினைவு வரும். அதேபோல் கல்லூரிக்குப் போகும் போது கண்ணில் படும் செக்கடியில் நான் அரை டிரவுசருடன் புண்ணாக்கிற்காக நின்ற காலங்கள் படம் போல் விரியும். நானே, என் பழைய காலத்தில் அங்கே நிற்பது போல் இருக்கும். ஸ்கூலில் சார்வாள் பெரிய பையன்களை, "ஏல் ஏம்லெ செக்குலக்கை மாதிரி நிக்கே..." என்று திட்டுவதன் அர்த்தம் செக்கின் நடுவில் சுழன்று கொண்டிருக்கும் பெரிய உலக்கையைப் பார்க்கும் போது நினைவுக்கு வரும். "எண்ணெய்ச் செட்டியார் வீட்டுக்கு வெள்ளை அடிச்ச மாதிரியில்லா இருக்கு" என்று வெள்ளை அடிக்கும் லட்சுமணன் அலுத்துக் கொள்வான், சுவரில் சுண்ணாம்புத் தண்ணீர் ஒட்டாவிட்டால்.

தவிரவும் காலையில் கல்லூரிக்குச் செல்லும் போதும் சரி, மாலையில் திரும்பும் போதும் சரி முகத்துக்கு நேரே வெயில் விழாது. அது ஒரு வசதி. செக்கடிக்கு முன்னதாக ஒரு தர்ஹா உண்டு. அதில் முஸ்லிம், இந்து எல்லோரும் தொழுவார்கள். திருநீறு கூட இருக்கும். அந்த இடம், மரமும் நிழலும்,சுற்றியும் வயலுடன் அவ்வளவு குளிர்ச்சியாக இருக்கும். அங்கேதான் போலீஸ், சைக்கிளில் டபுள்ஸ் போகிறவர்களைப் பிடிக்க சற்று ஒதுங்கினபடி நிற்பார்கள். அதனால் தர்கா அருகே வரும்போதே எதிரே வருபவரிடம் கேட்போம்.. "அண்ணாச்சி, போலிஸ் யாரும் நிக்காங்களா" என்று. வெள்ளிக்கிழமை தோறும் தவறாமல், புதுப்பட மாட்னி ஷோவுக்கு கல்லூரியை கட் அடித்துவிட்டுப் போகும் போது, சைக்கிளில் டபுள்ஸ் போவோம். அப்படி ஒரு படத்துக்குப் போகும் போது எதிரே வந்தவர் சொன்ன 'பொய்யை'க் கேட்டு மாட்டிக் கொண்டோம்.அப்புறம் தான் தெரிந்தது.. அவரே மஃப்டி போலீஸ் என்று. அப்படிப் பார்த்த படம், 'சுபதினம்'. எதிர் நீச்சல் படத்தின் வெற்றியயைத் தொடர்ந்து நாகேஷ் நடித்து வந்தது.எதிர் நீச்சலில் நாகேஷ் ஜெயந்தி ஜோடியை ஒத்துக் கொள்ள முடியாத ஒரு நிரடல் இருந்தாலும், அது ஒரு வித்தியாசமான காதல்க் கதை. அந்தப் படத்தின் காதல் என் தோள் மட்ட நண்பர்கள் நிறைய பேரின் மனதில், நான் உட்பட, ஒரு சஞ்சலத்தை உண்டு பண்ணியது.ஒரு

வேளை அது எங்கள் பதினெட்டு வயதுக் கோளாறாகவும் இருக்கலாம். நாங்கள் இரண்டாமாண்டு படித்துக் கொண்டிருந் தோம். ஒவ்வொருவருக்கும் ஒரு பெண் சினேகிதி கிடைத்தாள் அல்லது கிடைத்து விடுவாளென்று கனவு வளர்த்துக் கொண்டிருந்தோம். நான் என் பால்ய கால சகியைச் சரண் புகுந்தேன்.

"நின்னையே ரதியென்று நினைக்கிறேனடி, கண்ணம்மா, தன்னையே சசியென்று சரணமெய்தினேன்..." என்று பாரதி யாரையும், "செம்மாதுளையில் கொஞ்சம், பொன்மாங்கனியில் கொஞ்சம் சேர்த்தெடுத்துச் செய்த செம்பு மேனி...." என்று சினிமாப் பாடல்களையும் நகலெடுத்து, சிலர் கவிதைகள் எழுத ஆரம்பித்திருந்தோம். எதிர் நீச்சல் மாதுவைப் போல் பி.எஸ்.சி முடித்து விட்டால், டெல்லியில் வேலை கிடைத்து விடும் என்று சினிமாவின் "சுப முடிவை" வாழ்க்கைக்குப் பொருத்திப் பார்த்துக் கொண்டிருந்தோம். 'ஒழுங்கா டிகிரியை வாங்கிருவோம்டா, இல்லேன்னா, அவளுக பாஸ் பண்ணிட்டா நம்மளை மதிக்க மாட்டாளுகடா," என்று உள்ளக் கிடக்கையை ரகசியமாகப் பரிமாறிக் கொண்டோம். குட்டிக் குட்டி கெட்ட பழக்கங்களைத் தூரக் கட்டினோம்.என்னிடம் அதுவரை எதுவுமிருக்கவில்லை.

பி.எஸ்.சி மூன்றாமாண்டு சினிமாவுக்கே போகவில்லை. அதற்கேற்றாற் போல் அந்த வருடம் இரண்டே இரண்டு எம்.ஜி.ஆர் படங்களே வந்தன. அதிலும் ஒன்று லீவில், அதாவது மே முதல்த் தேதி வந்தது. இரண்டாமாண்டு வரை வெள்ளிக் கிழமை தோறும் சினிமாவுக்கு, நண்பர்களை வகுப்பிலிருந்து அழைத்து, திரட்டிக் கொண்டு போனவன், மூன்றாமாண்டு, வகுப்புக்குள் 'கப்சிப்'பென்று அடைந்து கொள்வேன். ஜன்னலோரமாக நின்று "ஏல இப்ப நீ வாறியா இல்லையா..." என்று ரகசியமாய்ப் பல்லைக் கடித்துக் கொண்டு கூப்பிடு பவர்களைக் கண்டு கொள்ளவே மாட்டேன்.மறுநாள் பசங்க திட்டோதிட்டென்று திட்டுவார்கள்.. சிரித்துக் கொண்டே, ஒரு 'ஆசைமுக'த்தை நினைத்துக் கொள்வேன். ஆச்சரியகரமாக, அந்தக் காலகட்டத்தில் என் கோபங்கள் எங்கே போயிற்றென்றே தெரியவில்லை.

முதுகலைக்கு வந்த போது கல்லூரி கிழக்கே இருந்தது. காலையில் போகும்போதும் மாலையில் திரும்பும் போதும் வெயில் முகத்தில் விழும். காணாததற்கு நேர்வழியான நெல்லையப்பர் ஹைரோடில் மேம்பாலம் கட்டிக் கொண்டிருந்தார்கள். அதனால் இன்னும் மூன்று நான்கு கிலோ மீட்டர்கள் சுற்றிப்

போக வேண்டியதிருந்தது. இரண்டு வழிகள் இருந்தன. இரண்டுமே ஒரே தூரம். நான் குறுக்குத்துறை ஆற்றுக்குப் போகும் வழியையே தேர்ந்தெடுத்தேன். பஸ்கள் இந்த வழியாக ஓடாததும், சாலையெங்கும் மருத மரங்கள் நிறைந்திருந்ததும் சில காரணங்கள். வழியில் ஒரு இசக்கியம்மன் கோயில் ஒன்றுண்டு. சிறு வயதிலிருந்தே அதைக் கடக்கும் போது பயமாயிருக்கும். இவ்வளவுக்கும் கோயிலின் முகப்பும் இசக்கி அம்மனும் சாலையிலிருந்து சற்று உள்ளே தள்ளியே இருக்கும். ஆனாலும் ஏதோஒரு பயம், அந்த வயதிலும்.ஒரு நாள் துணிந்து அது என்ன, சாமி முழுங்கியா விடும் என்று சைக்கிளைக் கோயிலுக்கருகில் செலுத்தினேன். எதிர்பார்த்த மாதிரி, அம்மன் ஒன்றும் பயங்கரமாக இல்லை. சற்றே அகன்ற வாயில், சிகப்பாய் 'மஞ்சனை'யைத் தேய்த்து வைத்திருந்தார்கள். அது மட்டும் ரத்தம் போல் சற்று பயமாயிருந்தது. சாலையோரமாய் ஒரு பச்சைக் குழந்தையின் தலையைக் கடித்தபடி இருக்கும் சுடுமண்ணில் செய்து வழமையான வர்ணங்கள் பூசிய சிற்பங்கள் போல, கோயிலினுள் இருக்கும் கல்ச்சிலை பயங்கரமானதாக இல்லை

என்னைத் தவிர ஆள் அரவமே இல்லை, ரொம்ப நேரம் தனியாய் நிற்கவும் முடியவில்லை மறுபடி பயம் வந்தது. ஏதோ ஒரு கதவுக் "கம்பை"யில் கிடந்த சாம்பல் போன்ற திருநீற்றை எடுத்து பட்டும் படாமலும் பூசிக் கொண்டு பட்டென்று புறப்பட்டேன். சைக்கிள் ஸ்டாண்டை அவசரமாகத் தள்ளிய போது அது சற்று சிக்கியது, யாரோ என்னையும், சைக்கிளையும் பின்னுக்கு இழுப்பது போல் ஒரு பிரமை. திரும்பிப் பார்த்தேன். மடைப்பள்ளி போலிருந்த ஒரு அறையிலிருந்து மஞ்சள்ச் சேலையும், சடை விழுந்த முடியுடனும் ஒரு பெண் வெளி வந்தாள். புகையுடன் போராடி, கண்ணிலிருந்து வழியும் நீருடனும் சற்றே கரி படிந்த முகத்துடனுமிருந்தாள்." எய்யா, வாருங்க, சூடன் காமிக்கேன், அம்மாளக் கும்பிட்டுட்டுப் போங்க" என்றாள். மறுபடி தயக்கத்துடன் போனேன். சூடன் காண்பித்து, மஞ்சனை பிரசாதம் தந்தாள். சூடன் தட்டில் போட காசுக்காக சட்டைப் பையைத் துழாவினேன். காசு எதுவும் இல்லை. ஒரு ரூபாய் நோட்டு ஒன்று இருந்தது. என் தயக்கத்தைப் பார்த்து, "காணிக்கை இல்லேன்னா பரவாயில்லைய்யா" என்றாள், சிரித்தபடி. சிரிப்பில் ஒரு மஞ்சள் பளீரிட்டது. சேலையின் பிரதிபலிப்பா அல்லது.... மறுபடி பயமாய் இருந்தது. "செவ்வாய்க்கிழமை ராத்திரி விசேஷமாய் இருக்கும் வாங்க

ராசா" என்றாள். சரி என்று தலையை ஆட்டியபடி நகர்ந்தேன். 'இப்பொழுது சைக்கிள் ஸ்டாண்ட் தகராறு செய்யவில்லை'. "யாத்தா இன்னம இந்தப் பக்கமே வரக் கூடாது" என்று தோன்றியது.

அன்று இரவில் ஒரு கனவு வந்தது.அதே போல் ஒரு கோயிலில் கொடை நடக்கிறது, மடைப்பள்ளி அறை போன்ற ஒன்றில், கட்டிலில் படுத்திருக்கிறேன், "பூசையாகப் போகுது வா", என்று யாரோ எழுப்பிப் போகிறார்கள், எழுந்திருக்கவே முடிய வில்லை, கட்டிலை விட்டு அசையவே முடியவில்லை. அப்புறம் விழிப்பு வந்து விட்டது. தண்ணீர் குடித்துவிட்டு படுத்தேன். நீண்ட நேரம் தூங்கவேயில்லை.இதே போல் முன்பொருதரம் ஒரு கனவு வந்தது. கிட்டத்தட்ட இதே போன்ற கனவு. அப்போது புட்டாரத்தி அம்மன் கோயிலுக்கு தினமும் காலையில் போய் விட்டு வந்துதான் சாப்பாடு. அங்கே அம்மன் அழகாய் இருக்கும். பி.எஸ்.சி படிக்கும்போது இவ்வளவு தீவிரமான உபாசனைகள் எதுவுமில்லை. நாத்திக வாதம் நிறையவே இருந்தது.

இளங்கலைக்கும் முதுகலைக்கும் இடைப்பட்ட நாட்களின், நிகழ்வுகளின் ரஸவாதங்கள் வித விதமானவை.ஒரு களிமண், அழகான உருவாக்கப்பட்டு பின் அதுவே காலடியில் போட்டு மிதித்து நசுக்கப்பட்டது. எது உருவாக்கியதோ அதுவே அழித்தது. 'ஆக்கி அழித்த' சக்தியை விட முடியவில்லை "அடைய முடியாப் பொருளின் மீது ஆசை தீராது அபிமானம் மாறாது.." என்று தேவதாஸ் பாடுகிற பாடலைப் போல், விடமுடியாத படிக்கு அதைக் கொண்டாடிக் கொண்டிருந்தேன். அதுவே சிதைந்த பின்னும், அது என்னைச் சிதைத்த பின்னும். சிரிப்பிற்கும் அழுகைக்கும், எல்லா நிகழ்வுகளுக்கும் மொத்த உருவகமுமே அதுவாக இருந்தது. எல்லாவற்றிற்கான காரணமும் அது என்பதன் 'சொறியல்ச்சுகம்' மூளையெங்கும் பரவியது. இரண்டே ஆண்டுகளில் என்னவெல்லாமோ நிகழ்ந்து விட்டது. கனவுலகின் மொழி வேறாகவும் நனவுலகின் மொழி வேறாகவும் ஆகி விட்டது. இப்படிச் சொல்வதெல்லாம் இன்றைய மொழி ஆளுமையினால் சாத்தியாமாகியிருக்கலாம் ஆனால் இதன் பாசாங்கை நனவுலகின் மொழி கேலி செய்வதை உள்ளூர உணர முடிகிறது.

ஒரு நாள், சைக்கிளில் செல்ல மனமில்லை, பஸ்ஸில் போனேன். ஜங்ஷன் ஆத்துப்பாலம் கடந்து கொக்கிரகுளம்

ஸ்டாப்பில் ஒருவர் ஏறி, கடைசி, நீள இருக்கையான 'சங்கப் பலகையில்' என்னருகே உட்கார்ந்தார். ஏற்கெனவே அதில் ஆறு பேர் இருந்தோம். ஆனாலும் ஏனோ எல்லோரும் இடம் ஒதுக்கி கொடுத்தோம். கையில், கழுத்தில் ஏகத்துக்கு சந்தனம். தோளில் பெரிய வல்லாட்டு. வாயிலிருந்து ஒரு வாசனை..கை விரலில் புத்தம் புதிய ஒரு அகல மோதிரம். அவருடன் ஏறியவர், நின்று கொண்டே சொன்னார், 'யோவ் உமக்கு இன்னக்கி யோகம்யா, பஸ்ஸில் ஏறினால் சீட் கிடைக்கு, சாராயக்கடைக்குப் போனா, முதல்க் குடிகாரன்னு மோதிரம் போடுதான், உம்ம பின்னாலேயே வாரேன் எனக்கு ஒரு எழவும் நடக்கலையே" என்று சொன்னதும் தான் புரிந்தது. அன்றுதான் மது விலக்கு நீக்கப்பட்டு, சாராயக் கடைகள் திறக்கப்பட்டிருந்தது. முதலில் போணி பண்ணு கிறவருக்கு ஒரு பவுன் மோதிரம் போடுவது வழக்கமாம். கள்ளு, சாராயக்கடையில்தான் இந்தப் பழக்கம் உண்டுமாம். வெளிநாட்டு மது விற்கும் கடையில் கிடையாது.

"தேயோளி பன்னீர் மாதிரி சரக்குல்லா, ஏ எழவு, இதுக்கு எம்புட்டு சங்கடம், ஓடைக்குள்ளயும், கருவக்காட்டிலயும் ஒளிஞ்சு ஒளிஞ்சு அழுக்குத்தண்ணியா குடிச்சு, ஏல இறங்குல இன்னும் கொஞ்சம் ஏத்தீட்டுப் போவோம்" என்று அடுத்த ஸ்டாப்பில் இறங்கிவிட்டார். இறங்கும் போது, "தம்பி படிக்கிற புள்ளைக, அந்தக் கடைப்பக்கமே போயிரக் கூடாது.. என்னா சரியா..." என்றபடியே இறங்கினார். சிரிப்பும் அதிர்ச்சியுமாய் இருந்தது. சமாதானபுரம் சாராயக்கடையில் கூட்டம் அலைமோதிக் கொண்டிருந்தது. இதை யார் சாப்பிடுவார்கள், கடைக்குப் போக வெட்கமாய், கூச்சமாய் இருக்காதா என்றெல்லாம் ஒரு வாரம் முன்புதான் பேசிக் கொண்டிருந்தோம். ஆனால் கூட்டம் அலை மோதிக் கொண்டிருந்தது. "அப்போ எல்லாரும் ரெடியாத்தான் இருக்காங்களா.." என்று தோன்றியது. "சே, காலம் கெட்டுப் போச்சுப்பா" என்று தோன்றியது. ஆமா நாமளும்தான் என்று மாலையில் நிரூபணமாயிற்று.

சாயந்தரம் தெருவில் கூடியபோது, எல்லோருடைய பேச்சும் அவரவர்கள் அன்று சந்தித்த குடிமக்களைப் பற்றியே இருந்தது. "மதுரையில், முதல்ப் போணி பண்றவனுக்கு மூனு பவுன் சங்கிலியாம்லெ". எல்லோருமே அதிகமும் 'பன்னீர் மாதிரி இருக்காம்லே" என்றுதான் சொன்னார்கள். அப்போதுதான் குமார் அண்ணாச்சி வந்தார். அவர் நாரைக்கிணறு சரக்கு சாப்பிடுகிற ஆள். "கள்ளி, வாங்கடே போயிட்டு வந்திருவோம், நம்ம சப்ளை, சும்மா ஒரு நூறு மில்லி சாப்பிடுங்கப்பா.." என்றார். அவர்,

என்ன பேசினாலும், பேச்சுக்கிடையே அடிக்கடி 'கள்ளி' வருவாள். எல்லோரும் மண்டையைச் சொறிந்தோம்.சிலர் ஒரு அசட்டுத் துணிச்சலுடன் கிளம்பினோம். "கள்ளி, வாங்கடே, கள்ளு சாப்பிடலாம், அது ஒன்னும் செய்யாது" என்றார். கருப்பந் துறையில்தான் புதிய கள்ளுக்கடை திறந்திருந்தார்கள். இசக்கியம்மன் கோயில் வழியாகத்தான் போகவேண்டும். புறப்படும் போதே மணி எட்டாகியிருந்தது. காலார நடந்து, போய்ச் சேரும்போது எட்டரையாகிவிட்டது. கள்ளுக் கடையில், கள் எல்லாம் காலி. கடைக்கு அருகேதான் மயானம். இவ்வளவு தூரம் வந்தும் இன்னக்கி அமையலையே, என்று சிறு அங்கலாய்ப்பு ஏற்பட்டது. கள்ளுக்கடைக்காரரே சொன்னார், "யோவ், குமார்ப்பிள்ளைவாள் ரெண்டாம் நம்பருக்குப் போங்க சரக்கு நல்லாருக்கு" என்று. சாராயமா என்று சிலர் தயங்கினோம். அதெல்லாம் கொஞ்ச நேரம்தான்.

பக்கத்து ரெண்டாம் நம்பர் சாராயக்கடைக்குள் நுழைந்தோம். நல்ல இருட்டு. காடா விளக்கு இரண்டும், ஒரு ஹரிக்கேன் லைட்டும், இருளை முடிந்த அளவு விரட்டிக் கொண்டிருந்தது. ஒரு சிறிய மண் குடிசை, பாதியில் ஒரு சுவர், அதில் ஒரு தொண்டு, டிக்கெட் கவுண்டர் மாதிரி. அதற்குப் பின்னால் நல்லி வைத்த ஒரு தகர டின். அதிலிருந்து மில்லி மில்லியாய் அளந்து கொடுத்தார்கள். எனக்கும் இன்னொருவனுக்கும் ஆளுக்கு ஐம்பதுமில்லி. அதற்கு அரை பாட்டில் கறுப்புக் கலர் 'மிக்ஸ்'. உள்ளே நுழைந்ததுமே மேலப்பாளையம் 'தலைவர் மன்றத்து' சோமு... நின்று கொண்டிருந்தான். ஏயப்பா இங்க பாரு யாரு வாரான்னு.. நம்ம செயலாளர்ல்லா" என்றான். அவன் கையிலிருந்த பொறிகடலையை நீட்டினான். அடடா மாட்டிக் கொண்டோமே என்றிருந்தது. "வாழ்க்கையில் இதுவரை சிகரெட் கூட அதிகம் குடித்திராதவன்... இப்போ சாராயக்கடையில்..." என்று நினைத்த படியே வாங்கிக் கொண்டேன். திரும்பும் போது போதை உச்சத்தில் இருந்தது. அது வெறும் மெட்டல் ரோடு. மணல், செங்கல் வண்டிகள் போய்ப் போய் சாலை நடுவில் இரண்டு பள்ளம் நீளமாக. அதில் கால் வைக்கும்போது புழுதி மண், பூவாய் மெத்து மெத்து என்றிருந்தது.

அதை அனுபவித்துக் கொண்டு நடந்து கொண்டிருந்த போது குபுக்கென்று மின்னல் போல் ஒரு முகம், மனதில் தோன்றி மறைந்தது. இன்னொரு மிடறு சாப்பிட்டால் அது நிரந்தரமாக வெளிச்சம் தருமோ என்றிருந்தது. "ஏயப்பா ரெண்டு கள்ளிகளுக்கும் நல்லா ஏறிப்போச்சு போலிருக்கே" என்று கிண்டல் செய்து கொண்டு வந்தார், குமார் அண்ணாச்சி. ஆமா அரை பாட்டில்

கறுப்புக்கலர் காலி பண்ணியிருக்கானே என்று இன்னொருவர். இசக்கியம்மன் கோயிலைத் தாண்டும் போது பயமே இல்லை. இந்த மாயமெல்லாம் செய்யுமா இது என்று தோன்றியது.

இன்று நினைத்தால் ஆச்சரியமாய் இருக்கிறது.அந்த ஐம்பது மில்லி ரொம்ப நேரம் வெலை செய்து கொண்டிருந்தது.குமார் அண்ணாச்சி சொன்னார், "யாரொருத்தன் பாட்டில் மூடியைத் திறந்ததும், கள்ளி, ஆடுதானோ அவந்தான் புண்ணியாத்மா, இங்க பாரு சவம் என்ன சாப்பிட்டாலும் ஏறமாட்டேங்கு" அந்த வார்த்தைகளின் உண்மையும் ஒரு காலத்தில் புரிந்தது. அன்றைய இரவு வித்தியாசமாய் இருந்தது. நினைவா கனவா புரியவில்லை.... அரசு 'பெரியாஸ்பத்திரி'யில் படுத்திருப்பது போல் கனவு. காலையில் அது நினைவுதான் என்பது போல் தொடர்ந்து கொண்டே இருந்தது.

அங்கே மூன்று நாள் நினைவில்லாமல் கிடந்தேன் என்றார்கள். நினைவு திரும்பிய போது.. முதலில் அவளே நினைவுக்கு வந்தாள். அந்த மரணமயக்கத்திலும் கனவுகள், அவள் கனவுகள்தான்... ஒரு போலீஸ்காரர் உசுப்பியதன் பின்புதான் தெரிந்தது, காலும் கையும் கட்டிலோடு கட்டிப் போடப்பட்டிருந்த இடங்களில் புண்ணாகி இருந்தது. காலையும் கையையும் வெட்டி வெட்டி இழுத்ததினால், கட்டிப் போட வேண்டியதாயிற்றாம். தோள்பட்டையில் படுக்கைப் புண் வந்திருந்தது. மூன்று நாட்களாக அம்மா சாப்பிடவில்லை என்று யாரோ சொல்லிக் கொண்டிருந்தார்கள்... போலிஸ்காரர் ஸ்டேட்மெண்ட் வாங்க பரபரத்துக் கொண்டிருந்தார். ஒரு டாக்டர் வந்து சத்தம் போட்டார், "நான் சொல்லாமல், சர்ட்டிஃபை பண்ணாமல் எப்படி ஸ்டேட்மெண்ட் வாங்கலா"மென்று. நிறைய நண்பர்களும் சுற்றத்தாரும் 'சுற்றி நின்றார்கள். பேசவெல்லாம் ஆவியில்லை. "சாந்திநிகேதனின் ஆலமரங்கள்" என்று ஒரு சொற்கூட்டம் மனசில் ஓடியது... (அந்த சூழலில் அப்படித் தோன்றியதை இன்றைக்கு நினைத்தாலும் ஆச்சரியமாய் இருக்கிறது.)

ஓரிருவாரம், நல விசாரிப்புகளுக்கு எல்லோரும் வந்து போய் மீண்டும் தனிமைக்குள் விழுந்த போது புரிந்தது, மேற்கு நோக்கிய கல்லூரிப் பயணத்திற்கும், கிழக்கு நோக்கிய கல்லூரிப் பயணத்திற்குமிடையே, இருபது முப்பது தூக்க மாத்திரைகளை விழுங்கி விட்டு மேல் நோக்கிய பயணத்திற்கு முயற்சித்து, அதிலும் பரிதாபகரமாய் தோற்றிருந்தேன்..

●

16

திரி கருகும் நேரம்....

கோயில்ப் பிச்சை சார் நன்றாக கணக்கு சொல்லித் தருவார். இன்னொருவரும் நன்றாகச் சொல்லித் தருவார். ஆனால் அவர் அடி பின்னிவிடுவார். அவரிடம் டியூஷன் படிக்கிறவர்களையே அடிப்பார். கையை எட்டிப் பிடிப்பார், அப்புறம் பின்புறமாக வளைத்து மேல் முதுகில் ஒரு குத்து, பையன், 'அம்மா' என்று கண்ணீர் மல்க உட்கார்ந்து விடுவான். அவ்வளவுதான்... இன்னும் ஒரு மாசத்துக்கு அவன் எந்தச் சேட்டையும் பண்ண மாட்டான். ஒழுங்கா ஹோம் ஒர்க் செய்து விடுவான். கோயில் பிச்சை சார் அப்படியில்லை. அவர் அடிக்க மாட்டார். எப்படியும் எல்லாரையும் கணக்கில் பாஸ் பண்ண வைத்துவிடுவார்.

அன்று பள்ளிக்கூடத்தில் டி.ஈ.ஓ ஆய்வு. ஸ்கூல் இன்ஸ்பெக்ஷன். முந்தின நாள், அது ஞாயிற்றுக்கிழமை என்றாலும் கிளாஸுக்கு வந்து கலர் பேப்பர், சார்ட் எல்லாம் ஒட்டி அலங்காரம் செய்திருந்தோம். டி.ஈ.ஓ. ஒவ்வொரு கிளாஸாக வரும்போது எங்கள் வகுப்பில் கோயில் பிச்சை சாரின் கணக்கு வகுப்பு. அதனால் சார், இருப்பதிலேயே எளிதான 'வர்க்க மூலம்' (square root) கண்டுபிடிக்கும் பாடத்தை நடத்துவது போல் ஏற்பாடு செய்திருந்தார். அதை ஏற்கெனவே கொஞ்சம் நடத்தியிருந்தார். அதோடு மட்டுமில்லாமல் மாணவர்களைக் கலவையாக அமர வைத்திருந்தார். வழக்கமாக நன்றாகப்

படிக்கும் மாணவர்கள் முன்னாடி பெஞ்சுகளிலும், படிக்காத மாணவர்கள் "மாப்பிள்ளை பெஞ்ச்" என்கிற கடைசி பெஞ்சிலும் இருப்பார்கள். சார், நன்றாகப் படிக்காத மாணவர்களில் உயரம் குறைந்தவர்களை முன் வரிசையில் உட்கார வைத்திருந்தார். நான், படிப்பில் சுமார் ரகம். இரண்டாவது பெஞ்சு. என்னை கடைசிப் பெஞ்சில் உட்கார வைத்திருந்தார். தடித்துரைராஜ் பக்கத்தில் நான் உட்கார வைக்கப் பட்டேன்.

துரைராஜுக்கு நிறைய பட்டப்பேர். ஆள், நல்ல சிகப்பா யிருப்பான். அதனால் வெள்ளைப்பாச்சா. எந்தக் காலத்திலோ சின்ன வகுப்பில், இடைவேளையின்போது வெளிக்கிருந்து கொண்டிருந்தவன் அவசரமாக மணியடித்ததும், கழுவாமலே கிளாஸுக்கு வந்து விட்டான்... அதிலிருந்து அவன் பெயர் பீ..கே துரைராஜ் (பீக் குண்டி). இந்தப் பெயரைச் சொன்னால் அநியாயக் கோபம் வந்து யாரானாலும் அறைந்து விடுவான். யாரோ ஒரு சாரையே, பீ.கே என்று கூப்பிட்டதற்கு, முகத்தில் புத்தகத்தை தூக்கி எறிந்து, "இங்க பாரும், இன்னம இப்படிக் கூப்பிட்டேர்ன்னா, உம்ம வீட்டு பட்டாசலையே நாற அடிச் சுருவே"ன்னு சொல்லிவிட்டு உட்கார்ந்து கொண்டானாம். மற்றபடி எப்போதும் சிரித்தபடிதான் இருப்பான். கோபப் பட மாட்டான். மாப்பிள்ளை பெஞ்சில் எப்போதும் நைசான சிரிப்புச் சத்தம் வரும். அவந்தான் ஏதாவது செய்திருப்பான். டிராயரை விலக்கி பக்கத்தில் உள்ளவர்களுக்கு 'தரிசனம்' காண்பிப் பானாம். அவனுக்கு உலக்கைப்பூண் என்றொரு பெயரும் உண்டு.

ஆனால் என் ராசியோ என்னவோ, நான் எட்டாம் வகுப்பில் அவனுடன் சேர்ந்தேன். அது அவனுக்கு மூன்றாம் வருடம், அதிலிருந்து அவன் பாஸாகி என்னுடன் வருகிறான். இதோ எஸ்.எஸ்.எல்.சி வந்து விட்டான். நான் அவனருகே ஒரு எலிக் குஞ்சைப் போல் உக்காந்தேன். "மாப்பிளை நல்லா உக்காருலே, அத்தான் தொடையில வேணும்ன்னாலும் உட்காருலே" என்றான். பக்கத்தில் பெரிய பெரிய பையன்களாக இருந்தவர்கள் சிரித்தார்கள். எனக்கு என்னவோ போலிருந்தது. மூன்று வருடப் பழக்கம் காரணமாகவோ என்னவோ அவன் அவர்களை அடக்கினான், "சும்மாருங்கலே, இது எனக்கு உண்மையிலேயே மாப்ளைலே" என்று. அதற்குள் டி.ஈ.ஓ. வந்து விட்டார். சார், போர்டிலேயே எழுதிப் போட்டிருந்தார். "வர்க்க மூலம்" என்று.

டி.இ.ஓ கிளாசை நோட்டம் விட்டார். அவருக்கு இங்கே ஏதோ கோல்மால் நடந்திருக்கு என்று புரிந்த மாதிரி இருந்தது.

வேறு சில 'அட்டெண்டண்டன்ஸ்' ரிக்கார்டுகள், 'ஓர்க் டன்' ரிஜிஸ்டர் போன்றவற்றையெல்லாம் பார்த்தார். 'உரியோர், உள்ளோர்' (ROLL, PRESENT) எண்ணிக்கையைக் கண்ணாலேயே சரி பார்த்தார். திடீரென்று, "பதினாறுக்கு 'வர்க்கம்' என்ன" என்று கேட்டார். முதல்ப் பையன், நன்றாகப் படிக்கும் சிவராமன், "நாலு" என்றான் கம்பீரமாக. "நெக்ஸ்ட்" என்றார். அடுத்தவன், ஒன்றுமே சொல்லவில்லை. திடீரென்று என்னிடம் கேட்டார். "இரண்டு" என்றேன். சிவராமன் சொன்னதே தப்பென்றால் நான்கின் வர்க்க மூலத்தைச் சொல்லவேண்டுமோ என்று குழப்பமாய் 'இரண்டு' என்றேன். "நெக்ஸ்ட்"என்றார். "போச்சு, தொரைராஜ் எங்கே சொல்லப்போகிறான்" என்று நினைக்கும் போதே, நோட்டின் ஓரத்தில் அவன் எழுதிப் பார்த்திருந்ததைப் பார்த்துச் சொன்னான், "256" என்று. வகுப்பில் நிறையப் பேர் சிரித்தார்கள். சிரிக்கிறவர்களையெல்லாம், டி.ஈ.ஓ ஏளனமாகப் பார்த்துவிட்டு துரைராஜிடம் "குட்" என்றார். சொல்லிவிட்டு எழுந்து போய்விட்டார். கோயில்பிச்சை சார் வணக்கம் வைத்ததைக் கூடப் பார்த்தும் பார்க்காமல் சென்றுவிட்டார்.

வகுப்பில் ஒரே சலசலப்பு. கோயில் பிச்சை சார் துரை ராஜைக் கூப்பிட்டு, தன் சட்டைப்பையிலிருந்த பேனாவை எடுத்துக் கொடுத்து தட்டிக்கொடுத்தார். அதில் பெரிய நன்றியுணர்ச்சி இருந்ததாக இப்போது தோன்றுகிறது. "என்னடா பசங்களா, 'வர்க்கம்' (square) நடத்திட்டுத்தானே 'வர்க்க மூலம்' (square root) நடத்தி இருக்கேன், கெடுத்திட்டீங்களேடா" என்றார். அப்புறம்தான் "ஆஹா, வந்தவர் எவ்வளவு கெட்டிக்காரர்" என்று புரிந்தது. ஸ்கூலே இந்த வேடிக்கையான முன்னேற்பாட்டைப் பற்றியும், மூக்கறுபட்டது பற்றியும் பேசியதாகச் சொன்னார்கள். கோயில்ப்பிச்சை சாரிடம் ஏகப்பட்ட டியூஷன் மாணவர்கள் உண்டு.. அதனாலேயே மற்ற வாத்திமார்களுக்கு அவர்மேல் ஒரு பொறாமை. இந்தச் சம்பவம் அவர்களுக்குக் கொண் டாட்டமாக இருந்தது.

நானும் துரைராஜும் கோயில்ப் பிச்சை சாரிடம் கடைசி மூன்று மாதங்கள் மட்டும் டியூஷன் படித்து, நான் ஒருவாறாய் பள்ளியிறுதித் தேர்வில் கணக்கில் 76 மார்க் வாங்கினேன். இல்லா விட்டால் பெயிலாகிக் கூட இருந்திருப்பேன். துரைராஜும் பாஸாகி விட்டான். அப்புறம் என் கல்லூரி வாழ்க்கையில் துரைராஜை எப்போதாவது ஏதாவதொரு ரதவீதியில், அல்லது லைப்ரரியில் பார்ப்பேன்.. அவனும் சிரிப்பான், "நல்லாப் படிக்கியா" என்பான்.

அவன் படிப்பை நிறுத்திவிட்டு சும்மாதான் சுற்றிக் கொண்டிருந்தான். அவன் அநேகமாக காபி கிளப் நடத்தி ஓய்ந்துபோன ஒருவருடன் சுற்றிக்கொண்டிருப்பான். அவருடன் எப்போதும் இருபது வயதுக்குள்ளான 'பையன்'கள் ஒன்றிரண்டு பேர் சுற்றிக் கொண்டிருக்கக் காணலாம். அவர் பையன்கள் மேல் நாட்டம் உள்ளவர் என்று சொல்லுவார்கள். ஆனால் ஆளைப் பாத்தால் வெள்ளையும் சள்ளையுமாய் உடுத்தி சாதுவானவராய் இருப்பார். துரைராஜ் அவருடன் இருக்கையில், என்னைப் பார்த்துச் சிரித்தால் என் மற்ற நண்பர்கள், "ஏலேய் மாப்ளை கற்பு பத்திரம்டா" என்று கிண்டலடிப்பார்கள். இதெல்லாம் கிளப்புக் கடைக்காரர் காதில் விழுந்தாலும் கண்டுகொள்ளாத மாதிரி அவரும் லேசாகப் புன்னகையொன்றை நெளிய விடுவார்.

அதை என் வாழ்வின் இருண்டகாலம் என்பதா அல்லது மறுமலர்ச்சிக்காலம் என்பதா தெரியவில்லை. கல்லூரியில் மூன்று வருடம் முடிந்து, இன்னும் டிகிரியை வாங்காமல், நானும் எழுதுகிறவனாயும் படிக்கிறவனாயும் அலைந்துகொண்டிருந்தேன். எல்லோருக்குமே ஆச்சரியம், "காலேஜிலேயே முதல் மாணவனாய் நல்லாப் படிப்பானே, மூதேவிக்கு என்ன கெரகமோ டிகிரிய முடிக்காம சுத்துதானெ" என்று பேசிக்கொள்ளுவார்கள்.

அன்றும் காலையில் லைப்ரரி போய்விட்டு பேப்பர்கள் எல்லாம் பார்த்துக்கொண்டிருந்தேன். அப்போது 'சித்ராலயா' என்று டைரக்டர் ஸ்ரீதர் ஒரு சினிமாப் பத்திரிகை நடத்தினார். ஆங்கிலத்தில் வரும் 'ஸ்க்ரீன்' பத்திரிகை போல டேப்லாய்ட் மாதிரியில் வந்து கொண்டிருந்தது. வியாழக்கிழமையோ என்னவோ வரும். அதைப் பார்ப்பதற்கு, மார்க்கெட் லைப்ராரியில் அடிபிடியாய் இருக்கும். துரைராஜ் அதை லைப்ரரியன் அறைக்குள் போய் முதன் முதலாய் வாங்கிவந்து விடுவான். அவன்தான் அதை ஒரு 'டின் டாக்'கில் கோர்த்து எடுத்து வருவான். அவன் அதை வாசிக்கும் மேஜைக்கு கொண்டு வந்து விரித்துப் படிக்கும் போது அவனைச் சுற்றி நிறையப்பேர் மொய்த்து நிற்பது வேடிக்கையாய் இருக்கும். அப்போதெல்லாம் அவன் என்னைப் பார்த்து லேசாக கண்ணடிப்பான், "பாத்தியா எத்தனை பேர் அத்தானை உரசிக்கிட்டு நிக்கானுக" என்று சொல்கிற மாதிரித் தோன்றும்.

நான் எப்போதும் ஸ்க்ரீன் பத்திரிகையைக் கேட்டு வாங்கி வருவேன். அன்று நான் அப்படி வந்ததைப் பார்த்து ஒரு கூட்டம் வந்தது, என்னை நோக்கி. நான், யாத்தாடி என்று நினைத்து மேஜையில் போட்டுவிட்டேன். வழக்கம் போல அடுத்த நடை

முறையாக, பெரிய கோயில் போனேன். அந்தப் பத்து மணி வாக்கில் கோயிலில் கூட்டமே இருக்காது. முழுக் கோயிலையும் சுற்றி வருவேன். ஒரு பிரகாரத்தையும் விடமாட்டேன். ஒரு சன்னதியையும் விட மாட்டேன். இப்பொழுது நினைத்துப் பார்க்கையில் அது ஒரு மனோ வியாதியோ என்று தோன்றுகிறது. (ஓ.ஸி.டி..?) சாமி சன்னதிக்கு இடப்புறமாக மகிஷாசுரமர்த்தினி சிலை அவ்வளவு அழகாய் இருக்கும். அந்தத் தனிமையில் அந்த முகத்தையே பார்த்துக்கொண்டிருப்பேன். அதில் உக்கிரமே இருக்காது. கொஞ்சங்கொஞ்சமாய் அதில் வேறொரு முகம் தெரியும். “ம்ஹூம்...” என்று ஒரு பெருமூச்சுடன் அதை விட்டுக் கிளம்புவேன். அன்றும் அப்படித்தான் பார்த்துக்கொண்டே நின்றேன்.. விளக்கின் திரி எண்ணெயில்லாமல் பளீரென எரிந்தது.

“நான் தாகமும் தீராமல்
கண்ணீரும் வற்றாமல்
மெழுகு வர்த்தியாய்
எரிகிறேனே
விளக்குத் திரியாகும்
வரமாவது தாயேன்..”

என்று ஒரு கவிதை தோன்றியது மனதில். இன்னும் கொஞ்ச நேரத்தில்... இதுவும் கருக ஆரம்பித்து விடுமே என்று தோன்றியது.

திரி கருகும் வாசனை, அந்த நேரத்தில் இப்படிப் பல சன்னதிகளில் இருந்து வரும். பொதுவாக முக்கியமான சன்னதி களில்த்தான் அர்ச்சகர்கள் நிற்பார்கள். இப்படிச் சின்னச் சன்னதிகளில் யாராவது அர்ச்சகர் வீட்டு சின்னப் பையன்கள் ஒரு கற்பூரத் தட்டோடு நிற்பார்கள். ஒரு கற்பூரம் காண்பித்து நீட்டுவார்கள். ஏதோ விழுகிற காசை பத்திரப்படுத்திக் கொள்ளுவார்கள். கோயிலில் அந்த நேரம் பல விஷயங்கள் நடக்கும். ஒருமுறை கோயில் கழுவுபவன், வாரியல் ஒன்றை கர்ப்பகிரகத்துக்குள் கொண்டு வைத்துவிட்டு வந்தான். அவனாக என்னிடம் சொல்லிக் கொண்டான்.. “வெளிய வச்சா காணாமப் போயிருது...” தாமிர சபைக்குப் பின்னால், சந்தன சபாபதி அருகே எப்போதும் இரண்டு பேர் அமர்ந்து கல்லூரிப்பாடம் படித்துக் கொண்டிருப் பார்கள். உண்மையிலேயே பாடம்தான் படிப்பார்கள். அதில் எங்கள் கல்லூரிப் பையன் ஒருவன் உண்டு. எனக்கு ஜூனியர். அவன் அவனது அக்கா வீட்டில் இருந்து படித்துக் கொண் டிருந்தான். அப்பா கிடையாது. அவனது மாமா ஒரு ஓட்டல் நடத்திக் கொண்டிருந்தார். அவனது தங்கையைத்தான் மாமா கல்யாணம் செய்து

கொண்டிருந்தார். அவளுக்கு சீரும் சிறப்புமாக பூப்பெய்திய சடங்கு நடத்திய சில நாட்களிலேயே திருமணம். வீட்டில் எப்போதும் 'கிரைண்டர்' ஓடிக்கொண்டே இருக்கும். ஓட்டலுக்கு அரைத்தது போக வெளி வீடுகளுக்கும் மாவு அரைத்துக் கொடுப்பார்கள். அதனால் அவன் கோயிலுக்கு வந்து விடுவான். (இப்போதுதான் மத்திய அரசின் பெரிய பதவி ஒன்றிலிருந்து ரிட்டையரானான் அவன். ஸாரி, ரிட்டையரானார் அவர்)

தட்சிணாமூர்த்தி சன்னதியில் ஒரு அம்பி நின்று கொண்டிருந்தான். என்னைக் கண்டதும் கற்பூரம் காண்பித்து தட்டை நீட்டினான். என்னிடம் சல்லிக்காசு கிடையாது. அதை ஒற்றிக் கொள்ளக் கூட தயக்கமாய் இருந்தது. "எடுத்துக்கோங்க சார்" என்ற பின், ஆரத்தியைத் தொட்டு கண்ணில் ஒற்றிக்கொண்டேன். "கல்லாலின் புடையமர்ந்து நான்மறையாறங்கள் வல்லார்கள் நால்வருக்கும் வாக்கிறந்த பூரணமாய்....." என்று. திருவிளையாடற் புராணச் செய்யுளை வாய் முணுமுணுத்தது. சன்னதிக்கு மேல் எழுதிப் போட்டிருந்ததை அவ்வப்போது படித்து ஏதோ மனப் பாடமாய் ஆகியிருந்தது. அப்படியே சங்கிலி மண்டபம் வழியாய் அம்மன் சன்னதிக்குப் போய்விட்டு அதற்குப் பின்னால் இருக்கும் ஒரு சிறிய தெப்பக் குளத்திற்குப் போனேன். அங்கே நிழலும் குளுமையுமாய் இருக்கும். எனக்குக்கூடத் தோன்றும் இங்கே வந்து உட்கார்ந்து நாம் கூட படிக்கலாமோ என்று. அதற்குப் போகும் பாதை யாரும் அதிகம் புழங்காமல் சற்று இருளாக இருக்கும். தேர்வடம், பல்லாக்கு, திருவிழா வாகனங்கள் எல்லாம் போட்டு வைத்திருப்பார்கள். ஒரு வாகனத்திற்குப் பின்னிருந்து, என் சத்தம் கேட்டு இரண்டு பேர் விருட்டென்று போனார்கள். "நீ நின்னு வாடே" என்று சொல்லிவிட்டு ஒருவர் விறுவிறுவென்று போனார். நான் எதையும் கண்டுகொள்ளாமல், திரும்பி விடுவோமா என்ற நினைப்பைத் தவிர்த்து, "எவனும் எக்கேடு கெட்டுப் போறான்" என்று மனதுள் சொல்லிக் கொண்டு குளக்கரைக்குப் போய் அமர்ந்தேன்.

பின்னால் நிழலாடியது. துரைராஜ், "நீ எங்கே இங்கன...." என்றபடி நின்றுகொண்டிருந்தான். "நான் எப்பவாவது வருவேன்", என்று சொன்னேன். இரண்டு நிழல்களில் ஒன்று இதுதானோ என்று தோன்றியது. துரைராஜ் குளத்தின் கடைசிப் படியில் நின்று பக்கவாட்டில் திரும்பி ஒவ்வொரு காலாக தண்ணீரில் நனைத்து அலம்பிக்கொண்டே, கேட்டான், "வேலைக்கி எதுவும் ட்ரை பண்ணுதியா" என்று. "இல்லை" என்றேன். அவனாகவே

சொன்னான், "முன்சிபாலிட்டியில ஒரு வேலைக்கு முயற்சி பண்ணுதேன்... கிடைக்கிறமாதிரி இருக்கு" என்றான். நான் அமைதியாய் இருந்தேன். உச்சிக்கால பூசைக்குண்டான மேளம் தட்டும் சத்தமோ, சீவிலி வரும் சத்தமோ ஏதோ கேட்டது. துரைராஜ் இன்னும் காலை அலம்பிக்கொண்டே நின்றான். இருவருமே சற்று நேரம் ஏதும் பேசிக்கொள்ளவில்லை.

கற்பூரம் காட்டிய அம்பி, கையில் ஒரு கும்பாவில் அழுக்குத் துண்டு மூடிய அன்றைய படித்தரமான அன்னக்கட்டியோடு வந்தான். கரையில் அதை வைத்து விட்டு மடியில் இருந்த திருநீற்றுப்பையிலிருந்து சில்லரைக் காசுகளை எடுத்து கடைசிப் படியில் அமர்ந்துகொண்டு பச்சையாய் இருந்த குளத்தின் நீரில் கழுவினான். "என்னவே அம்பி, இன்னக்கி உம்ம அப்பாவோட முறையா, நீரு வந்திருக்கேரே" என்றான் துரைராஜ் அவனிடம். "ஆமா லீவுதானேன்னு நான் வந்திருக்கேன்.." என்றவாறே மேலே வந்தான். என்னிடம், "நம்ம வீட்டுத் தெய்வம் மாட்னி எத்தனை மணிக்குப் போடுவா.." என்று கேட்டான். "ரெண்டு, ரெண்டரை ஆகும்" என்றேன். "நடை அடைக்கப் போறா கிளம்புங்க" என்றான். நான் அவசர அவசரமாகக் கிளம்பினேன். துரைராஜிடம் ஒன்றும் சொல்லவில்லை.

ஊஞ்சல் மண்டபம் முன்னால் அமர்ந்து எப்போதும் பேசிக் கொண் டிருக்கிற வயசாளிகள் சபை கலையத் தொடங்கி இருந்தது. கலைந்தாலும் தள்ளித்தள்ளி நின்று பேசிக்கொண்டே இருந்தார்கள். 'விருட்டென்று போன நிழல்' கொடர வாசலில் நடந்து கொண் டிருந்தது. ஒரு வயசாளி சொன்னார், "கோயிலா லச்சணமா இல்லை, என்ன அசிங்கமெல்லாமோ நடக்கு, இவன்ல்லாம் கவுன்சிலரா இருந்தவன்...." என்று விரையும் நிழலைக் காட்டித் திட்டிக் கொண்டிருந்தார். வெளியே சுள்ளென்ற உச்சி வெயில். கண் கூசியது.

    விடுமுறை வீணாக்காமல்
    சகபாடிகள்
    தெருவில் விளையாடிக் கழிக்க
    கனபாடிகளுடன்
    உபநயனத்தில்
    மந்திரம் ஜெபித்து
    தானம் வாங்கச் சென்ற
    அப்பாவுக்குப் பதில்
    பூஜை முறை பார்ப்பான்

கல்லாலின் புடையமர்ந்து
வல்லார்க்கு உரைக்கும்
ஞானகுருவுக்கு:
கற்பூரம் காட்டி
காணிக்கை கேட்பான்
அம்பி-

படித்தரம் வாங்கிக்
கரையில் வைத்துவிட்டு
விபூதியில் குளித்த காசுகளை
முதலைகள் இல்லாத
பொற்றாமரைக் குளத்தில்
கழுவிக் கொண்டே
மாட்னி ஷோ போக
உத்தேசிப்பான்.

என்று என்னுடைய 'எட்டயபுரம்' குறுங்காவியத்தில் வந்து போனான், ஊரை விட்டுப் போன பல காலத்திற்குப் பின், அந்த அம்பி.

என்னதான் வெளியூரானாலும் சொந்த ஊருக்கு போகாம முடியுமா. போயிருந்தபோது ஒரு திருமண வீட்டில், ஒரு உறவினர் தேடி வந்து சொன்னார், "ஒரு ப்ளான் அப்ரூவலுக்கு முனிசிபாலிட்டிக்குப் போயிருந்தேன். அங்க இருக்கறது உன் ஃப்ரெண்டாம்லெ, செலவில்லாம காரியம் நடந்துட்டுடே" என்று. தன்னிச்சையாய், திரி கருகும் வாசனை நினைவுக்கு வந்து..... மூளை நாசியை நிறைத்தது.

●

17

கதையின் முடிவை யாருக்கும் சொல்லாதீர்கள்...

'முத்துமண்டபம்' முதலில் எஸ்.எஸ்.ஆர் நாடக மன்றத்தாரால் நாடகமாக நடிக்கப்பட்டது. பின்னர், அவரே தயாரிக்க, திரைப்படமாக வந்தது. 1962 தீபாவளிக்கு வந்தது. தீபாவளி அன்று காலையில் விக்கிரமாதித்யன் படத்திற்குப் போனோம். டிக்கெட்டெல்லாம் முடிந்து விட்டது. இருந்தாலும் கனமான புதுத்துண்டை விரித்துப் பிடித்து, டிக்கெட் கவுண்டர் அருகே தியேட்டர்க்காரர்கள் நின்று கொண்டார்கள், அதில் 31 பைசாவைக் காண்பித்துக் கரெக்டாகப் போட வேண்டும் அல்லது எட்டணா போடவேண்டும். போட்டதும், "ஓடுங்கலே" என்று உள்ளே பத்தி விட்டு விடுவார்கள். அப்படி தீபாவளி பொங்கல் சமயங்களில் நடக்கும். அதற்காவே டிக்கெட் முடிந்த பின்னும் தரை டிக்கெட் கியூவை விட்டு வெளியேறாமல் காத்து நின்றோம். அந்த சமயத்தில் மேனேஜரும் பூதத்தானும்தான் அப்படி துண்டில் வசூல் செய்வது வழக்கமாம். என்னவோ என் முறை வந்து நான் எட்டணா போட்டதும், போதும் என்று நிறுத்தி விட்டார்கள். துண்டு நிரம்பி விட்டது. இரண்டு பேரால் தூக்கிக் கூடப் பிடிக்க முடிய வில்லை. எனக்குப் பின் வந்த சில நண்பர்களை விடவில்லை. அவர்கள் அப்படியே ஓட்டமாக ஓடி முத்துமண்டபம் போய் விட்டார்கள்.

விக்கிரமாதித்யன் படம் கூவி விட்டது. மத்தியானம் தெருவில் கூடி அவரவர் பார்த்த தீபாவளிப் படத்தைப் பற்றிப் பேசிக் கொண்டிருந்தோம். எல்லோரும் முத்துமண்டபம் படமே நன்றாக இருப்பதாகப் பேசிக்கொண்டிருந்தார்கள். எல்லோரும் அதன் முடிவில் திரையிடும், "இப்படத்தின் முடிவை யாரிடமும் சொல்லாதீர்கள்" என்ற 'அன்பான வேண்டுகோளைப் பற்றியே பேசிக்கொண்டிருந்தார்கள். இப்படி அதுவரை எந்தப் படத்திற்கும் போட்டதில்லை. அதை சிலர் நம்பக் கூட இல்லை. இதற்காகவே மறுநாள் காலைக் காட்சிக்கு அந்தப் படத்திற்குப் போனேன். உண்மையிலேயே படத்தில் நல்ல சஸ்பென்ஸ். படத்தின் முடிவில் போடப்பட்ட வாசகத்தைப் பார்ப்பதற்காகவே நிறையப்பேர் வந்திருந்த மாதிரி இருந்தது, படம் முடிந்து எல்லோரும் அது பற்றிப்பேசிக் கொண்டு போனவிதம்.

●

அவர் கல்லூரியில் புதிதாக, ஆசிரியராகச் சேர்ந்திருந்தார். எனக்கு நான்கைந்து ஆண்டுகள் முந்திப் படித்தவர். அவரிடம் நிறைய பேர் டியூஷன் படித்துக்கொண்டிருந்தார்கள். பஜாரில் ஒரு அறை பிடித்து, அதில் வைத்து நடத்தி வந்தார். நன்றாகச் சொல்லித் தரக்கூடியவர். அவரிடம் நிறையப் பேர் சேர்ந்து விட்டதால் என்னிடம் கேட்டார், "கொஞ்சம் நல்லாப் படிக்கக் கூடிய ரெண்டு பேரை அனுப்புகிறேன் நீ வீட்டில் வைத்துச் சொல்லித் தருகிறாயா" என்று. இரண்டு பேர் பி.யு.சி படிப்பவர்கள், தயங்கித் தயங்கியே வந்தார்கள். அவர்களுக்கு ஏதோ பிடித்துப் போயிற்று. உண்மையில் நான்தான் பி யு சியை மறுபடி நன்றாகப் படித்தேன் என்று சொல்லவேண்டும். நான் பி.யு.சி எழுதும் போது கணக்கில் தட்டுத் தடுமாறி பாஸாகியிருந்தேன். நாங்கள்தான் மதுரைப் பல்கலையில் முதல் பி.யு.சி செட். அதனால்தான் பாஸ் போட்டு விட்டார்கள் என்று பி.எஸ்.சி படிக்கும்போது ஒரு சார் கேலி செய்வார். ஆனால் அவரே வியக்கும் வண்ணம், பி.எஸ்.சியில் நன்றாகப் படித்தேன். எல்லாம் காதல் செய்கிற ரஸவாதம். ஆனால் அதுவே அதைப் பலி வாங்கியதும் நடந்தது. எல்லாம் ஏழரைச் சசி, மன்னிக்கவும் ஏழரைச் சனி.

பி.யு.சி மாணவர்களின் சான்றிதழோ என்னவோ, சார் ஒரு பி.எஸ்.சி மாணவனை அனுப்பி விட்டார். அவர் தினமும் ரயிலில் கல்லூரிக்கு வருகிறவர். நாலரை மணிக்கு வந்து விட்டு ஐந்தரை மணிக்குள் ரயிலைப் பிடிக்கப் போகவேண்டும். அவருக்கு

பயிற்சியில் உள்ள எல்லாக் கணக்குகளையும் செய்து கொடுத் தாலே போதுமென்றிருந்தது. பாடத்தை விளக்குவதெல்லாம் வேண்டாம். நான் பத்து வருட பல்கலைக்கழகத் தேர்வின் வினாத்தாள்களை, ஏப்ரல், செப்டம்பர் தேர்வுகள் என இருபது வருடத்திற்குரியவை, அவ்வளவையும் செய்து வைத்திருந்தேன். முதலில் அதை அவரிடம் காண்பிக்கவில்லை. அதைப் பாராம லேயே, கேட்கும் கணக்குகளை, சொல்லிக் கொடுத்து விடுவேன். மாதம் நூறு ரூபாய் என்று பேச்சு. அவருக்கும் பதினைந்து நாள் வந்து போன பின்தான் நம்பிக்கை வந்தது. வீட்டில் வள்ளிசாக அரிசி இல்லை, தயங்கித்தயங்கிக் கேட்டேன், "தம்பி, ஐம்பது ரூபாய் முன் பணமாகத் தரலாமா" என்று. உடனே கொடுத்து விட்டார். விவசாயக் குடும்பத்திலிருந்து வருகிறவர்தான் ஆனால், கை நிறையப் பணம் வைத்திருந்தார். அஸ்ட்ரானமியும் மெக்கானிக்ஸும்தான் அதிகம் கஷ்டம் என்று கேட்டதால், முதலில் அதையே சொல்லிக் கொடுத்தேன். ஒரு மாதத்தில் இரண்டிலும் பாஸ் பண்ணும் அளவு தேறி விட்டார். அதனால் மற்ற பாடங்களையும் கேட்பார். நான் மறுபடி ஒரு தயக்கத்தோடு, "மாதம் இன்னொரு முப்பது ரூபாய் சேர்த்துத் தர முடியுமா" என்று கேட்டேன். அதற்கும் மறுப்பேதும் சொல்லவில்லை.

இரவில் தெருவின் நீளமான திண்ணையில் உட்கார்ந்து பேசிக்கொண்டிருந்தோம். இப்போது தெருவின் நண்பர்கள் வட்டாரமே மாறி விட்டது. முன்னாலெல்லாம் மண்ணின் மைந்தர்கள் போல தெருவின் மைந்தர்களே அதிகம். இப்போது வேறு வேறு குடும்பங்கள் எல்லாம் வந்து விட்டன. அதில் உள்ள தோள்மட்ட நண்பர்கள் எல்லாம் ஒரு 'ஜமா'வாகச் சேர்ந்திருந்தோம். புதிதாக வந்தவர்களில் ஒருவன் என்னுடன் ஆறாம் வகுப்பு படித்தவன். ஆள் அப்பவே சரியான உருட்டல் பேர்வழி. ஒரு பிள்ளையார் சதுர்த்திக்கு முந்தின இரண்டு நாளைக்கு முன்னால், என்னிடமிருந்த 'ஸ்வான்' கலர் பாக்ஸ், 'மேட் இன் இங்க்லேண்ட்' (ஏற்கெனவே அது அநேகமாய்த் தேய்ந்து கரைந்த பின்தான் என்னிடம் என் ஒரு அண்ணன் தந்திருந்தான்) அதைக் கொடு, உனக்கு ஒரு அழகான பிள்ளையார் படம் வரைந்து தருகிறேன் என்று கேட்டான். கொடுத்தேன், பாக்ஸும் வரவில்லை, படமும் வரையவில்லை. ஒரு எழவும் படம் வரையத் தெரியாது என்று தெரிந்தபின், பலத்த சிபாரிசுக்குப் பின் வெறும் டப்பாவை மட்டும் கைப்பற்ற முடிந்தது. இப்போது அவன் அவ்வளவு அழகாகப் பாடுகிறான்.

ஒரு, பக்க வாத்தியமுமில்லாமல் கல்லூரிகளுக்கிடையே நடந்த பாட்டுப் போட்டியில், "எங்கிருந்தோ வந்தாள்" படப்பாடலான "ஒரே பாடல் உன்னை அழைக்கும்..." பாட்டைப் பாடி, பரிசைத் தட்டி வந்துவிட்டான் என்றார்கள். கிறிஸ்துவக் கல்லூரி மாணவர்கள் பலவித வாத்தியங்களுடன் வந்து கொட்டி முழக்கியும் பிரயோஜனமில்லை என்றார்கள். என்னுடன் படித்தவன், எங்கே தடுமாறினானோ, நான் கல்லூரியை முடித்து வெளியேறியபின் கல்லூரிக்கு வந்தான்.. அப்புறம் அவன் லைட் மியூசிக் ட்ரூப்பில் பாட ஆரம்பித்து பெரிய லோக்கல் ஸ்டார் ஆகி விட்டான்.

தெருத் திண்ணை, தெருவின் மேற்கு முனையிலிருந்தது. திண்ணையில் ஏகக் கலாட்டாவாக இருந்தது. அவன் நல்ல பாடல்களாக நன்றாகப் பாடிக்கொண்டிருந்தான். திடீரென்று யாரோ சொன்னார்கள், "உலகம் சுற்றும் வாலிபன்' படத்திற்கு, எம்.எஸ்.விக்குப் பதிலாக, முதலில் அறிவித்திருந்தது போல 'குன்னகுடி வைத்தியனாதன்' இசை அமைத்திருந்தால் எப்படி இருந்திருக்கும்" என்று. அவன் உற்சாகமாக ஆரம்பித்துவிட்டான், "உலகம் ம்ம்ம்... அழகுஉ கலைகளின் சுரங்கம்...." என்று அழகான துள்ளல் நடைப் பாட்டை "ஒருநாள் போதுமா...." மாதிரியில் சாஸ்த்ரீய சங்கீதமாக இழுத்துப் பாடி ஒரே உற்சாகமாக, எல்லோரையும் வயிறு வலிக்க சிரிக்க வைத்துக்கொண்டிருந்தான்... சிரிப்பில் லயித்திருந்தபோது, கிழக்கிலிருந்து இரண்டு மூன்று பேர் வந்து, "திருட்டு நகை விஷயமாக, பஸ் ஸ்டாண்டில் லாட்டரி டிக்கெட் விற்பவரை போலீஸ் பிடித்துக்கொண்டு போய் விட்டது" என்று சொன்னார்கள். எல்லோரும் டவுன் ஸ்டேஷனுக்குப் போனோம். அங்கே எந்தச் சுவடுமில்லை. நாற்பது வாட்ஸ் பல்பு வெளிச்சத்தில் ஸ்டேஷன் அமைதியாய் இருந்தது. வெளியே நின்றுகொண்டிருந்த எஸ் ஐ யிடம் 'பாடகன்' தான் கேட்டான். "சார், இந்த மாதிரி ஒரு சந்தேகக் கேஸ், பிடிச்சாங்களாமே ஆள் எங்கே என்று..." அவன் இதிலெல்லாம் சமர்த்தன். அவனது அண்ணனும் இதேமாதிரித்தான்... போலீஸ் போக்கு வரத்தெல்லாம் உண்டு.

நான் போலீஸ் ஸ்டேஷன் கடிகாரத்தையே பார்த்துக் கொண்டிருந்தேன். அது பாலிய வயதுப் பழக்கம். ஸ்கூலுக்குப் போகும் வழியில்தான் ஸ்டேஷன். காலையில் அவசர அவசரமாக இரண்டு கிலோமீட்டர் தூரத்தில் உள்ள பள்ளிக்கூடத்திற்குப் போகும்போது, மணி என்ன இருக்கும் என்று ஸ்டேஷன்

கடிகாரத்தைத் திரும்பிப் பார்ப்பது ஒரு தினசரிப் பழக்கம். அந்த இடம் வந்ததுமே தலை தானாகக் கடிகாரத்தைப் பார்க்க, திரும்பி விடும். அன்றும் கடிகாரத்தையே பார்த்துக்கொண் டிருந்தேன். பாடகன், சொன்னான், “எங்க கொண்டு போயிருக் காங்க தெரியலையாமே. அது ஜங்ஷன் க்ரைம் ப்ராஞ்சு சம்பந்தப் பட்ட கேஸாம்... அங்க கொண்டு போயிருப்பாங்க” என்றான். “சரி பையில எவ்வளவு இருக்கு, ஒரு டாக்ஸியப் பிடிப்போம்” என்றான். அன்றுதான் டியூஷன் பீஸ் நூற்று முப்பது ரூபாய் வாங்கியிருந்தேன். ராத்திரி எட்டு மணிக்கு ஆபிரகாம் ஓட்டலில் போய் ரொட்டி சால்னா சாப்பிடலாம் என்று நாக்கைச் சப்புக் கொட்டிக்கொண்டிருந்தேன், அவன் பணம் கொடுத்துப் போன நேரத்திலிருந்து. சொன்னேன், “நூறு ரூபாய்போல இருக்கு” என்று. “ஏயப்பா இது போதுமே கேஸே நடத்திரலாமே” என்றான். டாக்ஸி ஸ்டாண்டிற்கு வந்து டாக்ஸி கேட்டான். அவர்கள் என்ன எதற்கு என்றெல்லாம் விசாரித்தார்கள். அவனைப்பற்றி அவர்களுக்கு நன்றாகத் தெரியும். என்னைக் காட்டினான். சம்மதித்தார்கள். ஒரு வண்டியில் நான்கு பேர் ஏறிக்கொண்டு கிளம்பினோம். எதிரே அவனது அண்ணன் வந்தான். “தேடிச் சென்ற பூங்கொடி காலில் பட்டது” என்று ஊட்டிவரை உறவு பாட்டை ராகத்தோடு பாடிக்கொண்டே வண்டியை நிறுத்தி அவனிடம் விஷயத்தைச் சொன்னான்.

அவர், “ஏல இப்பதானே க்ரைம் ப்ராஞ்ச் தங்கப்பல் ஏட்டை யாவைப் பார்த்தேன், வண்டிய ஓரங்கட்டு, அந்தா அந்த இருட்டுல ரெண்டு தலை தெரியுதுல்லா, அவராத்தான் இருக்கும் வா போய் பார்ப்போம்.” என்றார். போனோம். அம்மன் கோயில் நடை சாத்திவிட்டதால், கடைகளும் அடைத்து, சன்னதித் தெருவின் முன், மண்டபம் பக்கம் இருளாக இருந்தது. அண்ணாச்சி எங்களைக் கொஞ்சம் தள்ளி நில்லுங்க என்பது போல் கையைக் காட்டினார். நின்றோம். தங்கப்பல் ஏட்டய்யாவை எனக்கும் பழக்கம். ஆற்றுக்கு தினமும் நாங்கள் குளிக்கும் நேரத்திற்கு அநேகமாக வருவார். ஆள் அநேகமாக மஃப்டியில்தான் இருப்பார். நன்றாகச் சிரிப்பார். சுருட்டை முடி, எடுப்பான பற்கள். அதிலொன்று தங்கப்பல்.

அவரருகே கூனிக்குறுகி ஒரு பெண். அவர் கேட்பது, இங்கிருந்தே கேட்டது, “ஏட்டி அவன் யாருட்டி,” அது பேசாமல் நின்றது, ஆனால் சிரிப்பொன்று வந்திருக்கும் போல, “கூதிமவளே சிரிக்கவா செய்தே..” என்று கேட்டுக் கொண்டிருக்கும்போதே,

சற்றுத்தள்ளி இருளில் ஒருவனுக்கு செவுட்டில் அடியொன்று விழுவது கேட்டது. தங்கப்பல் எங்களைப் பார்த்துவிட்டார். என்னைப்பார்த்து "வே வாரும் என்ன இந்நேரத்தில பாடகர் கூட..." என்றார். கொஞ்சம் வெளிச்சத்திற்கு வந்திருந்தார். பெண்ணைப் பார்க்க முடிந்தது. இருபத்தி ஐந்து, அல்லது முப்பது வயதுக்குள் இருக்கும் ஒல்லியாய், மாநிறமானாலும் ரொம்ப எடுப்பாய் இருந்தது. 'அண்ணாச்சி என்னைக் காட்டி விஷயத்தை சொன்னார். "அப்படியா, இப்பதானே ஜங்ஷன் ஸ்டேஷனில விட்டுட்டு வாரோம்... இப்ப ஒன்னும் செய்ய முடியாது... சர்க்கிள் புடிச்ச கேஸ், கோயில் ஈ.ஓ. வீட்டில களவு போன நகைய விக்க ஒருத்தி கொண்டாந்துருக்கா, அவகிட்ட பஸ் ஸ்டாண்டில புள்ளிக்காரர் பல்லை இளிச்சுருக்காரு. அதோட விட்டா பரவாயில்லை... ரெண்டு கடைக்கும் கூட்டிட்டுப் போயிருக்காரு.. இவரு வந்ததும், அவ ஒரு கடையில வித்துட்டு கம்பிய நீட்டிட்டா. நகைக்கடை சங்கத்தில, ஸ்டேஷன்ல இருந்து போன லிஸ்ட்டைப் பார்த்துட்டு நேரா சர்க்கிள்கிட்ட நகைய ஒப்படைச்சுட்டாங்க... பின்ன இவருதான் இங்க ஃபேமஸாச்சே... இவருதான் அவளைக் கூட்டிக்கிட்டு வந்தாருன்னும் சொல்லியிருக்காங்க.. இவ்வளவு நேரம் அவங்க சங்கத்தில வச்சுத்தான் விசாரிச்சோம், அடிக்க கிடிக்க இல்லை.., காலையில சர்க்கிளப்பாருங்க ...இப்ப போய் பிரயோசனமில்லை" என்றார். அண்ணாச்சி இதுதான் பார்ட்டியா என்றார். இல்லை "இது வேற, எங்கயோ கருங்குளம் பக்கம்ங்கு.. அவன், அந்த நிக்கானே அவன், ஜோசியம் பாக்குறவன் போல இருக்கு.. தள்ளிகிட்டு வந்துட்டான்... இவ்வளவு நேரம் கோயில்ல டூயட் பாடிட்டு இருந்திருக்கா.. பட்டா ஒருத்தனுக்கு பாத்தியதை ஜோசியனுக்கு... நடை அடைச்சதும் எங்க போறதுன்னு ப்ளாண் பண்றாவோ" என்றார். எல்லாமே சிரித்தபடியே சொன்னது போல் இருந்தது. அவர் முகபாவமே அப்படித்தான்.

என்னிடம், "வே உமக்கு அவரு என்ன வேணும்" என்று கேட்டார். பதில் சொல்லும் முன்பே, மற்றொரு போலீஸ்காரர், "ஏட்டையா இவனை ஸ்டேஷன்ல விட்டுட்டு நிக்கேன், நீங்க பார்ட்டிய விசாரிச்சு அனுப்புங்க" என்று ஜோஸ்யனைத் தள்ளிக் கொண்டு போனார். நான் "ஏட்டையா..." என்று கூப்பிடும் முன்பே பாடகனின் அண்ணாச்சி, "தம்பி, காலையில நானே வாரேன், போவோம், இப்ப வேணாம் டாக்ஸிய அனுப்பிருவோம்..." என்றார். தங்கப்பல், "வண்டி இருக்கோ..." என்று கேட்டபடியே டாக்ஸியை சைகை செய்து வரச் சொன்னார். "ஏட்டி ஏறு

வண்டில, கழுதைய எஸ்.ஐ.கிட்ட ஒப்படைப்போம். பசி பிராணன் போகுது" என்று சொல்லிக்கொண்டே பெண்ணை வண்டியில் ஏற்றினார். அண்ணாச்சி, பேசாம இரு என்பது போல் கையைக் காட்டினார். பேசாமல் இருந்தேன். எனக்கும் பசி பிராணன் போய்க் கொண்டிருந்தது. டாக்ஸி கிளம்பியது.. அண்ணாச்சி, "எங்க முத்து மண்டபமா..." என்றார். தங்கப்பல் சிரித்தார், டாக்சியின் ஜன்னலெட்டி.

"டாக்ஸிக்குப் பணம்" என்றேன். "அதெல்லாம் ஏட்டைய்யா பாத்துக்கிடுவாரு.... குறவர் தெரு வாய்க்கால் ஓரம் வசந்த மாளிகை, முத்துமண்டபமெல்லாம் இந்த மாதிரி அரிப்பெடுத்தவள் களுக்குத்தானே கட்டி வச்சிருக்கு., ஜோசியனாம்... மயிராம்.. சுக்கிரதசை, இவங்களுக்கில்லா இருக்கு... வந்து மாட்டுது பாரேன் இவங்களுக்குன்னு" என்று பேசியவாறே நடந்தார். வாயிலிருந்து ஜிஞ்சர்பரீசின் கெட்ட வாடை வீசியது... சாப்பிட்டு நேரமாகி விட்டது போலிருக்கிறது. "இன்னும் மூனு நாளைக்கி முத்துமண்டபந்தான் மொத்த ஸ்டேஷனும் போய்ட்டுப் போய்ட்டு வரும்..." பேசிக்கொண்டே திண்ணைக்கு வந்து சேர்ந்தோம்.. "தம்பி நைசா வீட்டில இருந்து ஒரு தம்ளரும் செம்புல தண்ணீரும் கொண்டாங்க பார்ப்போம்..." என்றார். கொண்டு வந்தேன். மடியிலிருந்த பாட்டிலில் இருந்து தம்ளரில் கொஞ்சம் சாய்த்து தண்ணீரை விட்டார். பாதாங்கீர் மாதிரி மஞ்சளாய் திரவம் பொங்கியது. அதற்குள் பாடகன் ஒரு சீப்புப் பழம் வாங்கி வந்திருந்தான். ஏற்கெனவே என்னிடம் பத்து ரூபாய் வாங்கிய திலிருந்தோ என்னவோ. "ஏல என்னலே நல்ல கதலிப்பழமா வங்கிட்டு வந்தா என்னலே..... கோழிக்கூடு சவம் இனிப்பே இருக்காதே" என்று சொல்லிவிட்டு ஒரு தம்ளரையும் ஓரே மூச்சில் காலி செய்தார், விக்கல் வந்தது. "ங்கோத்தா" என்று கொஞ்ச நேரம் மூக்கைப் பிடித்துக்கொண்டார். விக்கல் நின்றது. தம்பி சாப்பிடுங்க என்று பழத்தை நீட்டினார். இரண்டு பழம் சாப்பிட்டேன்ச் அதுதான் ராத்திரிச் சாப்பாடு.

காலையில் பாடகன் வந்து விட்டான். வாசலில் ஒரு லேம்ப்ரெட்டா ஸ்கூட்டர் நின்றது.. "வா, அண்ணாச்சி நம்மளைப் போகச் சொல்லீட்டாங்க.... கொஞ்சம் பெட்ரோல் மட்டும் போட்டுக்கிடுவோம்" என்றான். அப்போதுதான் பெட்ரோல் விலையெல்லாம் தாறுமாறாகக் கூடியிருந்தது..... அது வேறு பயமாய் இருந்தது. என்னிடம் பணம் கேட்கவில்லை. அவனே போட்டுக் கொண்டான்.

ஸ்டேஷனில் நுழையும்போதே.. லாக்கப்பிற்குள் அடி வாங்கிக் கொண்டிருந்தார்கள் நாலைந்து பேர். இவனும். வெறும் அண்டர் வேர் மட்டும். அதற்கும் நாடா கிடையாது. அதையும் உருவி விட்டுத்தான் லாக்கப்பில் போட்டிருப்பார்கள் போலிருக்கிறது, வேட்டி மாதிரி எப்படியோ சொருகிக் கட்டியிருந்தான். சர்க்கிள் இன்ஸ்பெக்டர் எதிர்த்த லாட்ஜில் தங்கியிருந்தார். முகத்திலெல்லாம் ஏதோ ஒரு சாயம் போல பூசியிருந்தார். தூத்துக்குடியில் யாரோ திராவகம் வீசியதில் முகத்தில் வெள்ளை விழுந்து விட்டதாம். அதற்காகச் சாயம். உட்காரச் சொன்னார். பாடகன் என்னை அறிமுகப்படுத்தினான். “எம்.எஸ்.சி படிச்சிருக்கார்...ரொம்ப பெரிய ஃபேமிலி..” என்று. அப்படியா என்று கேட்டுவிட்டு மீண்டும் உட்காரச் சொன்னார்... “கூட்டிக்கிட்டுப் போய் சாப்பாடு வாங்கிக் கொடுங்க...” நீங்களே அவ யாருன்னு கேட்டு சொல்லுங்க... இவருக்கு தெரியும்னு நம்பகமா தகவல் வந்திருக்கு..” என்றார். திரும்பவும் ஸ்டேஷனுக்கு வந்து அவனை அழைத்துக்கொண்டு போனோம். ஏதோ ஒரு மேஜை டிராயரிலிருந்து, ஒரு மலையாளப் போலீஸ்காரர், வேஷ்டியை எடுத்து அவன் முகத்தில் எறிந்தார்.... அதைக் கட்டிக்கொண்டு.. பாடகன்தான் கட்ட உதவி செய்தான்... பக்கத்து பெரிய ஓட்டலுக்குப் போனோம் சாப்பிடவே இல்லை. “என்னை கூட்டிக்கொண்டு போயிருங்க....” என்று பாடகனிடம் அழுதான். அவன், “பிள்ளைவாள் பயப்படாதீங்க இன்னம அடிக்க மாட்டாங்க..” என்றான்.

அப்போது அருகே இருந்த இன்ஸ்பெக்டர் ஒருவர், “வெள்ளா ளனாவே நீயி... பொறவென்ன புத்தி இப்படிப் போயிருக்கு, அது சரி சாதி என்ன வேண்டிக்கெடக்கு” என்று அவரே சொல்லிக்கொண்டார்.. என்ன செய்வது என்று தெரியவில்லை. கொஞ்சம் செல்வாக்கான உறவினர்களுக்குச் சொல்லி அனுப்பி இருந்தது. அவர்கள் வரட்டும் என்றான் பாடகன். “அதற்குள் வா.... மீனாட்சிபுரம் வரை போயிட்டு வந்திருவோம்.. நம்ம ட்ரூப் பாடகி வீட்டுக்குப் போகணும் ரெண்டு நாள் ரிகர்சல் ஆரம்பிக்கணும், ஆலங்குளத்தில், ஒரு கச்சேரி இருக்கு” என்றான். மேடையில் அப்போது அந்தப் பெண் பிரபலம். கருப்பாயிருந் தாலும் ஆள் நல்லாயிருக்கும்..... குரலும் உடலும் சூப்பர்டா என்பார்கள். போனதும் ஏக வரவேற்பு பாடகனுக்கு.... அவளுடைய அப்பா ரயில்வேயில் வேலை பார்ப்பவர். வீட்டில் அங்கங்கே, ப்ளாட்பாரத்தில் கிடக்கும் ரயில்வே பெட்டிகளாக இருந்தது நல்ல சதுர சைசில் கனமான மரப்பெட்டிகள். அதில்... ‘நாயுடு’ என்று அவள் அப்பா பேர் எழுதியிருந்தது.. அதன் மேல்தான்

உட்காரச் சொன்னாள். குளிக்கப் போனவள் ஏதோ ஆடையைச் சுற்றிக்கொண்டு வந்தது போலிருந்தது... இன்னொரு சந்தர்ப்ப மானால் சாவகாசமாக அனுபவித்துப் பார்க்கலாம்... மனம் பெட்ரோல் விலை எவ்வளவு இருக்குமோ என்று நினைத்துக் கொண்டிருந்தது.

அவள் வீட்டிலொரு ஃபாண்டா கலர் கொடுத்தாள். அது அப்போதுதான் பிரபலமாகி இருந்தது. மறுபடி ஸ்டேஷனுக்கு வரும்போது நல்ல மத்தியானம். லாக் அப்பிற்குள் அடைக்காமல் எல்லோரையும் அடுத்த பின் வெரான்டாவில் உட்கார்த்தி இருந்தார்கள். பார்க்கப் போனோம். வெராண்டாவையொட்டி ஒரு அறை. அதில் அழகான சின்னப்பெண். மலையாளத்தான், சேலையை உருவிக் கொண்டிருந்தான்.. ராத்திரி பிடித்த பிராத்தல் கேஸ்... அதை வேடிக்கை பார்த்துக்கொண்டிருந்த இன்னொருவர், “சேட்டா இன்னும் ரீபட்டன் போடாத கேஸ் போல இருக்கே” என்று வியந்து கொண்டிருந்தார்.. பாவாடை ஜாக்கெட்டில் நின்ற அவளைப் பார்த்து. உள்ளபடியே எங்களுக்கும் எச்சில் ஊறியது.... “வே, சர்க்கிள் வரேன்னிருக்காரு, வந்திராம” என்றதும் மலையாளத்தான் அவள் மேல் சேலையை எறிந்துவிட்டு என்னை முறைத்தான்.. எனக்கு, “என்னைக்காவது அதிகாரம் வந்தா உன்னைத்தான் முதலில் உதைக்கணும்” என்று தோன்றியது..

வீடு வந்த பின்னும் அந்தப் பெண்ணின் மிரண்ட பார்வையும் சேலையில்லாமல் நின்ற கோலமும் மனதில் தோன்றிக்கொண்டே இருந்தது. “இது என்ன, எருமை ஈனிக்கிட்டு இருக்கும்போது கிடா என்னமோ செஞ்சுதாமே.. அது மாதிரில்ல இருக்கு...” என்று கடிந்துகொண்டேன்.

அதற்குள் உறவினர்கள் வந்து விட்டிருந்தார்கள். அவர்கள் கொஞ்சம் பணம் தந்து இன்னொருவரை அனுப்பி சர்க்கிளைப் பார்க்கச் சொன்னார்கள். எப்படியோ மறு ராத்திரி வந்தது. ஆளாளுக்கு என்னவோ பேசிக் கொண்டிருந்தார்கள். பையில் இன்னும் அறுபது எழுபது ரூபாய் இருந்தது... என்னவெல்லாம் செலவு என்று கணக்கு போட்டுப்பார்க்கையில் தூக்கம் கண்ணைச் சுற்றியது.... வந்துட்டாரு வந்துட்டாரு என்று கனவில் கேட்ட மாதிரி இருந்தது..... விழித்துப் பார்த்தேன்.. கையெல்லாம் ரேகை எடுத்த கரி. இரண்டு விரல் நகங்களில் ரத்தம் கன்றிய சிகப்பு..... நடுவில் அமர்ந்திருந்தான்.. உறவும் மற்றவர்களும் என்னெவே என்றார்கள். “அந்த பொம்பளை மறுபடி நகை விக்க வந்து தானாகவே மாட்டிக்கிட்டா.. அவளாகவே அவருக்கும் எனக்கும்

சம்பந்தமில்லைன்னதும் என்னை அனுப்பிட்டாங்க” நடந்தே வாரேன் என்று சிரித்தான். உம்மகிட்ட டவுன்பஸ்ஸுக்கு சில்லரை இல்லையா என்றதும், “வெறும் பர்ஸ்தான் இருக்கு... எல்லாத்தையும் எடுத்துகிட்டாங்க” என்றான், மறுபடி சிரித்தபடி. இந்த மாதிரி சந்தர்ப்பங்களில்க் கூட சிரிப்பதனாலும் அவனை எனக்கு பிடிக்கவே பிடிக்காது. ஆனாலும் கை நகத்தில் ஊசி ஏத்தினான் மலையாளத்தான் என்ற போது தானாடாத மனதைத் தாண்டி தசையாடியது. இரண்டு நாளாய்ச் சாப்பிடாத அம்மா சோற்றுப் பானையில் இருந்து பழையதைப் பிழிந்து தட்டில் வைத்து “சாப்பிடச் சொல்லுப்பா, அண்ணனை, இதான், எடாத எடுப்பு எடுத்தா படாத பாடு படணும்பாக எங்க அம்மாணூ...” (அப்பா) என்றாள் அழுதபடியே...... “தாய்க்குத் தலை மகன்” என்று யாரோ சினிமா வசனம் பேசுவது மனதிற்குள், கேட்டது.

●

18

தழும்பு

வல்லிக்கண்ணன் சொல்வது போல, ரொம்ப நாள் கழித்துப் பார்க்கையில் சொந்த ஊரும் தெருக்களும் இன்னும் சுருங்கி இருந்தது. இந்தப் பகுதிக்கு வந்து எவ்வளவோ காலம் ஆகி விட்டது. பரப்பான சாலை அது. எதிர் எதிராக இரண்டு தெருக்கள் சாலையிலிருந்து பிரிகின்றன. சாலையில் தாருக்கு மேல் தார் விரித்து விரித்து, நல்ல உயரமாகி இருந்தது. தெருக்கள் தாழ்ந் திருந்தன. ஒரு தெருவின் முனையில் நாங்கள் படித்த ஆரம்பப் பாடசாலை. எதிர்த் தெருவின் முனையில் இருந்த பூடம், அதன் மேல் போகும் வரும் வாகனங்கள் இறைக்கும் தூசி, அதன் மேல் எண்ணெய், மறுபடி தூசி என்று படிந்து படிந்து அது என்ன உருவம் என்று தெரியாமல் கழுக் மொழுக்கென்றிருந்தது. அந்தப் பூடமும் அதைச் சுற்றிய சிறு காலி இடமும் அப்படியே இருப்பதால் அந்தப் பகுதி மட்டும் பழைய அகலத்துடன் இருப்பது போலிருந்தது.

பூடத்தையே பார்த்து, அது என்ன பூடம் என்று நினைவு படுத்திக்கொண்டே வந்தவன், நாய் குரைப்பதையே கவனிக்க வில்லை. நாய் எதிர்த்தாற் போலிருந்த சற்றே உயரமான படிகள் கொண்ட வீட்டிலிருந்து குரைத்துக் கொண்டிருந்தது. நல்ல பெரிய அல்சேஷன் வகை. அந்தப் பூடத்தின் அருகேயிருந்த பெட்டிக் கடையில்தான் பள்ளிக்

கூடம் இடைவேளை விடும்போது ஓடி வந்து ஏதாவது பண்டம் வாங்குவது, காலணா அரையணாவுக்கு தாய்க்குப்பின் தாரம் எம்.ஜி.ஆர். – பானுமதி, நேரு மாமா, குருஷ்சேவ், படங்கள் வாங்குவது (ரவி அன் கோ படங்கள்), அந்நேரம் கடை பரபரப்பாக இயங்குவது என எல்லாவற்றையும் மனதில் 'ரீவைண்ட்' பண்ணிப் பார்த்துக்கொண்டேயிருக்க என்னை அறியாமலேயே, நான் அந்தப் படிக்கட்டின் அருகே போயிருந் திருக்கிறேன். அது கத்திக் களேபரம் பண்ணியதில் வீட்டின் வெராந்தாவில் இருந்த பூந்தொட்டிகள் உருண்ட சத்தம் கேட்டு, “யார் அங்கே” என்று கேட்டபடியே ஒரு பெண் உள்ளேயிருந்து வந்தாள்.....நல்ல வெண்மையான சேலையும் முழங்கை வரை நீண்ட உடலைப் பிடித்த ஜாக்கெட்டும் அணிந்திருந்தாள். தலை பின்னப்படாமல், முடி முகத்தை ஒட்டி வழிந்து, இரண்டு தோளிலும் ஏகத்திற்கு பரந்து கிடந்தது.. கொஞ்சம் ஆண் தன்மையுள்ள முகம். பொட்டு இல்லாதது நெற்றியின் அகலத்தை இன்னும் அதிகமாக்கிக் காட்டியது. எல்லாம் ஒரு வினாடியில் மனதில் பதிவாகிவிட்டது.... “ஆகா இது பெர்னி அக்கா மாதிரி இருக்கே.....” என்று தோன்றியது... மனக்குறளி சட்டென்று “அக்காவா.....!” என்று தன்னையறியாமலே கேட்டுக்கொண்டது.

பெர்னியின் பெயர் 'பெர்னாடின்' என்பதன் சுருக்கம் என்பார்கள். அப்போது அர்த்தமெல்லாம் தெரியாது. என்னவோ. பெயருக்கேத்த தைர்யசாலி என்பார்கள்.

கல்லூரி என்.சி.சியில் எல்லாம் அவள் உண்டு. பஸ்ஸ்டாண்டில் அவள் நிற்கிறாள் என்றால்... கொஞ்சம் அடக்கி வாசிக்கணும்.. இல்லேன்னா அவள் வாயில் விழ முடியாது என்பார்கள். நல்ல வேளை அவள் எங்களை விட மூத்த செட். அநேகமாக எங்கள் புறாக்கள் முதலாண்டோ இரண்டாமாண்டோ படிக்கிற காலத்தில் அவள் இறுதியாண்டை முடித்து விட்டாள். எப்போதும் சேலை கட்டியிருப்பாள். அப்போதெல்லாம் லோஹிப் சாரி தமிழ் சினிமாவை லேசாக எட்டிப் பார்த்திருந்த நேரம்.அந்நேரத் தமிழ் நடிகைகள், லோஹிப் கட்டினால் இடுப்பின் கருப்புத் தழும்பு மேக்கப்பை மீறித் தெரியும்.. ராஜ்யஸ்ரீ போன்ற இந்தி நடிகைகளை லோஹிப்பில் பார்க்கவே, 'ஷெனாய்', 'பிரம்மச்சாரி,' போன்ற படங்களை விரும்பிப் பார்ப்போம். ராஜ்யஸ்ரீ மேல் அப்படியொரு பைத்தியம். அற்புதமான நடிகையும் கூட. அவர் பிரபல டைரக்டர் வி.சாந்தாராமின் மகள். 'கீத் கயா பத்தரோன் நே' (கற்கள் கவி பாடின என்று தலைப்பை சரியாக மொழிபெயர்த்து குமுதத்தில்

பிரமாதமான விமர்சனம் எழுதியிருந்தார்கள். குமுதத்தில் சிறப்பாக எழுதுவதென்பது அந்தக் காலத்தில் ரொம்ப அபூர்வம்). ஒரு மலை முழுக்க ராஜ்யஸ்ரீயின் முகத்தை சிலை வடித்து வைத் திருப்பார்.... சிற்பியாக வரும், கதாநாயகன் ஜிதேந்திரா.

ராஜ்யஸ்ரீ ஒரு அமெரிக்க மாப்பிள்ளையை கிரிகோரி சப்மென் என்று நினைவு-மணந்து கொண்டு சினிமாவுக்கு முழுக்குப் போட்டதற்கு தென்கோடியில் நாங்கள், கறுப்பு பேட்ஜ் அணிந்து, துக்கம் அனுஷ்டிக்காத குறைதான். அந்தத் திருமணமும் ரொம்ப நாள் நிலைக்கவில்லை என்பதற்கு அதிக சோகம் கொண்டோம், "ஏன் நாமெல்லாம் இல்லையா", என்கிற மாதிரி. பெர்னிக்கு ராஜ்யஸ்ரீயின் சாயல் என்று ஞானையா சொல்லுவான். அவன் அவளது வீட்டுப்பக்கம். அது அவ்வளவு உண்மையில்லை என்றாலும் பெர்னியின் உடல் ஒரு சிற்பம்தான். சேலையும் ....இடுப்பை விட்டு இறங்கட்டுமா என்று கேட்பது போல் அழகாகக் கட்டியிருப்பாள். பெர்னியின் அப்பா அருமையாக வயலினும், ஆர்கனும் வாசிப்பார். கொஞ்சம் இட்லர் மீசையுடன் சற்றே கனமான நாகேஷ் போல இருப்பார். நாங்கள் "ஏலே, காக்கும் கரங்கள் நாகேஷ்..." என்று ஞானையாவிடம் கேலி செய்வோம்.. காக்கும் கரங்கள் படத்தில் "திருநாள் வந்தது தேர்வந்தது.. ஊர்வலம் போகின்ற நாள் வந்தது.. ஓட முடியாமல் தேர் நின்றது....." என்று பி.சுசிலாவின் பிரமாதமான பாட்டு வரும் அதில் நாகேஷ் வயலின் வாசிப்பது போலவும் வரும்... ஞானையா, "போடா அவர் சர்ச்சில் வாசிச்சு நீங்க கேட்கணும்", என்பான். நாங்கள் அதற்கும் கேலி செய்வோம். யாரிடம் என்ன பந்தயம் கட்டியிருந்தாளோ, பெர்னி ஒரு நாள் பஸ்ஸ்டாப்பில் வைத்து ஜம்மென்று தம் அடித்துக் கொண்டிருந்தாளாம்.. இதைக் கேள்விப்பட்டு பஸ்டாண்டிற்கு ஓடிப் போய்ப் பார்க்கப்போனோம்... அதற்குள் பஸ்ஸே போயிருந்தது.... அவள், அப்பாவுக்கு வளர்ப்புப் பிள்ளைதான். இதைக் கேள்விப்பட்டு அவள் அப்பா ரொம்ப வருத்தப்பட்டார் என்றும் அவர், இரவு நெடுநேரம், எதுவும் பேசாமல் வயலின் வாசிக்க அவள் மண்டியிட்டு மன்னிப்புக் கோரினாள் என்றும் மறுநாள் வந்து ஞானையா சொன்னான். அப்போதும் நாங்கள் "யாரு, காக்கும் கரங்கள் நாகேஷா, நீ தானலே சிகரெட்டே வாங்கிக் கொடுத்தியாம்" என்று கேலி செய்து சிரித்தோம். ஞானையாவுக்கு கோபமே வராது.

மணிக்குத்தான் எங்கள் குழுவிலேயே முதலில் திருமணம் நடந்தது, அப்பாவும் மகளும் வயலின் பெட்டியுடன் வந்திருந்

தார்கள். அவர் மணமக்களுக்கு கல்யாணப் பரிசாக அரை மணி நேரம் வயலின் வாசித்தார்.... அன்று பிரபலமான கிளாரினெட் கச்சேரி வேறு இருந்தது. கிளாரினெட் வாசிப்பவருடன் இணைந்தும் அவர் வாசித்தார், ஜுகல் பந்தி போல. வாசித்து முடித்துப் போகையில் நான் கவனித்தேன், கிளாரினெட்காரரின் கண்ணில் துளிர்த்த லேசான கண்ணீரை.. ஆறு ஏழு வருட இடைவெளியில் நாங்கள் சற்று எங்கள் கேலிகளைக் குறைத்திருந்தோம். உண்மையிலேயே அற்புதமான வாசிப்பில் நெகிழ்ந்து போயிருந்தோம்.. நெகிழ்ச்சியை இரவில் எப்படிக் கொண்டாடினோம் புது மாப்பிள்ளை செலவில் என்பது சொல்லாமலே தெரிந்திருக்கும்.

பெர்னியைத் திடீரென்று பார்த்ததும் ஆச்சரியத்தில் பேசாமல் நின்றேன். அவளும், “ஏய் நீங்க... நீ... ஸ்டீபன் ஞானையா சேக்காளியில்லா...” என்றாள். தெருவில் ஒன்றிரண்டு பேர் நின்று இதைப் பார்க்க ஆரம்பித்திருந்தார்கள். நாய், குரைப்பை நிறுத்தியிருந்தாலும், இன்னும் அடங்கியபாடில்லை. அதை அடக்கியவாறே தெருவில் நின்றவர்களை “என்ன...?” என்று பார்வையாலே கேட்பது போல் பார்த்துவிட்டு, “ வா உள்ளே” என்றாள். நான் எங்களது வீட்டின் மாடிக் கூரைக்கு பனங்கம்புகள் வாங்குவதற்காக அந்தத் தெருவில் ஒருவரைப் பார்க்கப் போய்க் கொண்டிருந்தேன். ஓடு போட்ட பழைய மாடி வீடு, அதன் பனங்கைகள் இற்று விழ ஆரம்பித்திருந்தன.... “ஒன்று அதை மாற்ற வேண்டும் அல்லது ஓட்டுக் கூரையைத் தட்டிவிட்டு செண்ட்ரிங் போடு” என்று அதை மேற்பார்க்கும் உறவினர்கள் வற்புறுத்தியதாலேயே கிடைக்காத லீவை எடுத்துக்கொண்டு வந்திருந்தேன்.

இன்னும் அதே துணிச்சலான தொனியும் ’அசால்ட்டான’ நடையும் போகவில்லை போலிருக்கிறது என்று நினைத்துக் கொண்டே, நேரமாகிறதே என்கிற மாதிரியில் தயங்கி நின்றேன். அவள் “என்ன...?” என்று மறுபடி அதிகாரமான தொனியில் கேட்டதும்... கால்கள் மரியாதையாக உள்ளே சென்றன. இல்லையென்றால், “போகிறாயா... போ...” என்று கதவைச் சாற்றினாலும் சாற்றி விடுவாள். நாய் சற்று அடங்கி வாலை ஆட்டியது,. “பார் ‘டார்லின்’ சமாதானமாகி விட்டான்.... நீ தாராளமாய் வரலாம் என்கிறான்... வா...” என்று சொல்லியபடியே அதை அவிழ்த்து விட்டாள். வீட்டினுள் சென்றாள். அந்த வீடு ஏற்கெனவே எங்களுக்குப் பழக்கமான வீடுதான். நல்ல பெரிய வீடு. முன் வெராந்தாவில் உயரமான இரண்டு தூண்கள் மட்டும் இருக்கும். இப்போது அது உயரத்திற்கு பெரிய மூங்கில் அழி அடித்து

க்ரீப்பர்கள் எல்லாம் படர்ந்திருந்தது. நிறைய சிமெண்ட் தொட்டிகளில், க்ரோட்டன்ஸ், பின்சார்வெல்ஸ், பெரணீ, ரோஜா என்று செடிகளாக இருந்தன. ஆனால் அவையெல்லாம் சமீபமாகப் பராமரிக்காமல் இருப்பது போலிருந்தது.

பூபாலனின் ஆச்சி வீடு அது. அவனது ஆச்சி மட்டும் அவ்வளவு பெரிய வீட்டில் தனியே இருந்தாள். கூடமாட ஒத்தாசைக்கு பண்டாரம் பிள்ளை என்கிற தவசுப்பிள்ளை மற்றும் மேனேஜர். எல்லா வரவு செலவுகளும் அவர்தான். காலணா திருட மாட்டார். கல்யாணமும் பண்ணிக்கொள்ளவில்லை. அவருக்கு நான் அறியவே முப்பது வயதுக்கு மேலிருக்கும். அதாவது என்னையும் பூபாலனையும் விட இருபது வயதாவது கூட இருக்கும். ஆனால் எல்லோரும் அவரை நீ, வா, போ என்று ஒருமையில்தான் கூப்பிடுவார்கள். ஆச்சி கூப்பிடும் பழக்கம். அவரும் ஒன்றும் சொல்லமாட்டார். எங்கே போனாலும் மடித்துக் கட்டிய எட்டு முழ வேட்டி மட்டும்தான். சட்டை மேல்த்துண்டு எதுவும் கிடையாது. கல்யாண வீட்டிற்குப் போகும்போது மட்டும், போனால் போகிறதென்று ஒரு கதர்ச் சட்டை போட்டுக் கொள்வார். அதையும் எப்படா கழட்டுவோம் என்கிற மாதிரி ஒரு தவிப்பு தெரியும். சில பெரியவர்கள், “வே பண்டாரம் பிள்ளை, என்ன இன்னும் சட்டையோட அலையுதீரு, கல்யாணம் முடிஞ்சு மாப்பிள்ளை பொண்ணுக்கு நாலாம் நீர் சடங்கு நடக்கே..” என்று கேலி செய்வார்கள். “எங்கெ ஐயா இன்னும் பொம்பளை பந்தியே முடியலையெ.. நீங்க அதுக்குள்ளேயே ராத்திரி ஆன மாதிரி பேசுதீங்களே” என்று சிரிப்பார்.

பட்டாசல் இப்பொழுது டிராயிங் ரூம் ஆகி இருந்தது. நடுவில் சோஃபா செட், டீப்பாய், அழகான கண்ணாடித் தட்டில் கொஞ்சம் பழங்கள், டீப்பாய்க்கு கீழே பழைய ஆங்கில தினசரிகள், ஒரு ஆஷ்ட்ரே, என்று ஜாடை மாறி இருந்தது. முன்பு ரேடியோ கிராம் இருந்த இடத்தில் இப்பொழுது ஒரு டி.வி. பூபாலன் அம்மா வீடு அதற்கு இரண்டு தெரு தள்ளி இருந்தது.. பூபாலன், அதாவது பூரண பாலசுப்ரமணியன் – ஆள் நல்ல வளர்த்தி, வீட்டில் அம்மாச்சி செல்லம். யாருக்கும் அடங்க மாட்டான். அவனது ஆச்சி பெரிய பண்ணையார் வீட்டு வாரிசு. எல்லாமே அவள் சொத்து என்பார்கள். அவன் ஆச்சி வீட்டிலேயேதான் இருப்பான். பத்து படிக்கும்போதே ஆச்சி அவனுக்கு, புல்லட் பைக் வாங்கித் தந்து விட்டாள். அவன் கேட்டானென்று குதிரை வாங்குவதற்கு பண்டாரத்திடம் சொல்லி அனுப்ப, அவர், விவரம் தெரியாமல், பாலனின் அப்பாவிடம் போய் நின்றிருக்கிறார்.

அவர் நேரே ஆச்சியிடம் வந்து, “செல்லம் கொடுக்கதுக்கும் அளவில்லையா.... அத்தையம்மா” என்று சத்தம் போட்டுவிட்டுப் போய் விட்டார். அவர், வராதவர் வந்ததும், முகம் பார்த்துப் பேசாதவர் பேசியதும் ஆச்சி சற்று ஆடிப் போய்விட்டாளாம். “ஏய், பண்டாரம் படபடங்கு, பானைச்சட்டி குடுகுடுங்குன்ன மாதிரி அவுக கிட்டயா போய் சொல்லுவே.... அவுகளும்தான் எதுக்கு இப்படிக் குதிக்காக, ஏன் எங்க வீட்டில குதிரையும் சாரட்டும் இருந்ததில்லையாமா...” என்று அங்கலாய்க்க ஆரம்பித் திருக்கிறாள். எல்லா விஷயமும் கேள்விப்பட்டு பாலனின் அம்மா தன் அம்மாவை சமாதானப்படுத்த, போட்டதை போட்டமாதிரி கைச் சோலி எல்லாம் விட்டுவிட்டு ஓடியே வந்துவிட்டாளாம். எல்லாமே பாலன் சொல்லிச் சிரிக்கிற, பெருமையடித்துக் கொள்கிற கதைகளில் ஒன்று.

நான் பெர்னியை நிமிர்ந்து பார்க்காமல், குனிந்தே பார்த்துக் கொண்டிருந்தேன். பேசவேயில்லை. அவளாகத்தான் ஆரம் பித்தாள் “ஏய், அம்பிகாபதி, உங்க ஆளு அதாம்ப்பா உங்க அமராவதி கொஞ்ச நாள் இந்தா இந்த எதிர் வீட்டிலதான் குடியிருந்தா தெரியுமா..... ஆமா இப்ப பத்திரிகைகளிலெல்லாம் எழுதறியாமே.. நீ நோட்டில் எழுதி வச்சிருப்பியே அந்த மாதிரி, நீளமான கூந்தலுக்கே காவியம் உண்டுன்னு அது மாதிரி அவ சுருள் சுருளான தலை முடிதான் உன்னை கிறுக்கனா அலையவிட்டிருக்கு, ஒரு நாள் குற்றாலத்தில பார்த்தேன் ஐந்தருவில வச்சு, எல்லா அருவிகள்ளையும் குளிச்சுட்டு பிசாசு மாதிரி தலை விரிஞ்சு கிடக்க. ஐந்தருவிக்கு வந்தா பாக்கணும்..... எனக்குத் தெரியும் நீயும் அங்கதான் எங்கேயாவது இருந்திருப்பேன்னு... ஆனால் தேட முடியலை, அன்னக்கி பாலன் ஏகமா குடிச்சுட்டு காரிலிருந்து இறங்கவே கஷ்டப்பட்டான்......” சொல்லும்போதே குரல் கம்மத் தொடங்கியது. வலது கையிலிருந்த பிறை நிலா வடிவத் தழும்பை இடது கையால் தடவ ஆரம்பித்தாள். அவளுக்கு இடுப்பிலும் இதே போல் ஒரு தழும்பு உண்டு.

ஞானையா ஒரு ப்ளஸ் டூ பிள்ளையை டாவடித்துக் கொண் டிருந்தான். அதை எப்படி கணக்குப் பண்ணினான் என்றே புரியவில்லை. என்னையும் அழைத்துக்கொண்டு அவள் வீடு இருக்கும் ஒரு தெருவில் ராத்திரி எட்டுமணி சுமாருக்கு கிழக்கும் மேற்குமாக அலைந்துகொண்டிருந்தான். அந்தத் தெருவின் முடிவில் ஒரு வாய்க்கால். ஸ்டாப் பெயரே வாய்க்கால்ப்பால ஸ்டாப்தான்.

இரண்டு தடவை அலைந்தாயிற்று. மூன்றாம் முறை போனால் "ஏல யாராவது கட்டி வச்சிராமலே..." என்று நான் சொல்லிக் கொண்டிருக்கும்போதே ஒரு வீட்டிலிருந்து அந்தப் பெண் வெளியே வந்து உங்களுக்கு யாரைப் பார்க்கணும் என்று கேட்டது. அவளுக்கருகே ஒரு சேக்காளி. "இல்லை.... என் தங்கை.. குளோரின் ஒரு நோட்டு வாங்கி வரச் சொன்னாள்..... மனோ வீடு எது" என்று கேட்டான்.. இதுதான் என்றது சேக்காளிப் பெண். அதற்குள் அவளது சித்தி வெளியே வந்தாள். "யாரப்பா தம்பி என்ன விஷயம்..." என்றதும் ஞானையா அதே கதையைச் சொன்னான். அவள் ஒன்றும் சொல்லவில்லை. எனக்குத் தொடை நடுங்கிக் கொண்டிருந்தது...."சரி கொடுத்து அனுப்பிட்டு வா என்றாள் சித்தி. அவள் ஒரு நோட்டைக் கொடுத்தாள். "ஞாவகமா நாளைக்கி நோட்டைக் கொண்டு வரச் சொல்லிருங்க..." என்று சத்தமான சிரிப்புக்கிடையே சேக்காளிப் பெண் சொன்னது.

இரண்டு பேருக்குமே வெலவெலத்துப் போனது. நோட்டுக்குள் காதல் கடிதம் வேறு. நான் படிக்கிற முதல் காதல்க் கடிதம் அதுதான் என்று நினைக்கிறேன். "இயற்கையெனும் இளைய கன்னி (மனோ), ஏங்குகிறாள் துணையை(ஸ்டீபன்) எண்ணி...." என்று ஆரம்பித்து புகுந்து விளையாடி இருந்தது பெண். சித்தியின் கொடுமை பற்றி அங்கலாய்ப்பு வேறு. ஞானையாவுக்கு நோட்டை எப்படி திரும்பக் கொடுப்பது என்று ஒரே யோசனை. மறுநாள் அவனே எப்படியோ கொடுத்து விட்டான். இதில் வேடிக்கை, அந்தப் பெண்ணுக்குப் பதில் எழுத என்னிடம் கவிதைகள் கேட்டிருந்தான். நான் என் கவிதை நோட்டைக் கொடுத்துவிட்டு, ஏங்கிக்கொண்டிருந்தேன். என் நோட்டைத்தான் பெர்னியிடமும் காட்டியிருக்கிறான், ஸ்டீபன். அவள் என்னை அழைத்து வா, பார்ப்போம் என்றாளாம். "ஏய் யார் இந்தக் காதலன், வார்த்தையிலேயே தாஜ்மகால் கட்டியிருக்கிறான், ஆளைக் கொஞ்சம் காண்பி பார்ப்போம்" என்றாளாம். சொன்னதோடு சரி, நானும் நாக்கை தொங்கப்போட்டுக்கொண்டு காத்திருந்தேன். அவளைச் சந்திக்கத் தைரியமில்லை. ஆனால் ஓரிரு முறை சந்தித்தேன்.

பெர்னியின் கண்ணில் கண்ணீர் துளிர்த்திருந்தது. அப்போது தான் என் கண்ணில் பட்டது பூபாலனின் மாலையிட்ட படம். ஆகா, யாரோ சொன்னார்களே அவன் இறந்து போனதாக என்று நினைவு வந்தது. பக்கென்றிருந்தது வயிற்றுக்குள். பெர்னி இன்னும் தழும்பையே வருடிக்கொண்டிருந்தாள். அதில் தனக்குத்தானே

அவள் எதையோ கண்டு கொண்டது போலிருந்தது. வருடுவதை நிறுத்திவிட்டு என்னைப் பார்த்தாள். எல்லாம் பழங்கதை என்பது போல சோகமான முறுவல் ஒன்று உதட்டில் நெளிந்தது. பழங்கதை என் நினைவில் ஆடியது. அன்று திடீரென்றுதான் திருச்செந்தூர் போகலாம் என்று முடிவெடுத்தோம். பூபாலன் கார் எடுத்துக் கொண்டு வருவதாகச் சொல்லியிருந்தான். அநேகமாக எல்லோரும் வேலை தேடுகிற வேலையைத்தான் அப்போது பார்த்துக்கொண்டிருந்தோம். அவனுக்கு வேலை பற்றியெல்லாம் ஒரு அவசியமும் இல்லை. நன்றாகத்தான் பழகுவான். ஆனாலும் ஏனோ ஒரு ஒட்டுதல் இருக்காது. எப்போதும் ஒரு பெட்டிக்கடை முன் நின்று அரட்டை நடக்கும். திடீரென்று வருவான். பைக்கில் அமர்ந்தபடியே, யாரிடமாவது, "ப்ரதர் என் கணக்கில் ஒரு சிகரெட் வாங்குங்க" என்பான், "அப்படியே உங்களுக்கும் வாங்கிக்கங்க" என்பான். அதைக் கேட்கும்போது எனக்கெல்லாம் எரிச்சலாயிருக்கும். அவனே இறங்கி வாங்கிக்கொண்டாலென்ன என்றிருக்கும். அவன் நடவடிக்கை, கதையாடல் எல்லாமே இப்படித்தான் இருக்கும்.

பொதுவாக நான் அவனிடமிருந்து சற்று விலகியே இருப்பேன். காரை இன்னொருவன் எடுத்து வந்தான். நிறையப்பேர் சேர்ந்து விட்டதால், சிலரைக் கழிக்க வேண்டியதாயிற்று. சிலர் பஸ்ஸில் வருவதாகச் சொன்னார்கள் நானும் பஸ்ஸில் போகவே பிரியப் பட்டேன். ஆனால் என்னைச் சிலர் காரில் வரச் சொல்லி கட்டாயப்படுத்தினார்கள். சில அடல்ட்ஸ் ஒன்லி கதைகள் கேட்டுக்கொண்டே போகலாம் என்றோ என்னவோ. காரில் போகையில்தான் சொன்னார்கள், பாலன் பைக்கில் வரப்போவதாகவும் அவனுடன் யார் வரப்போகிறார்கள் என்பது சஸ்பென்ஸ் என்றும். எங்களில் சிலருக்கு பராபரியாக காதில் விழுந்திருந்த செய்திதான், பூபாலனும் பெர்னியும் நெருக்கமாயிருக்கிறார்கள் என்று. பெர்னியுடன் இரண்டு மூன்று பேரை நெருக்கமாக்கி பேச்சு அடிபட்டு அது மறைந்துவிட்டது. ஸ்டீபன், நாணிக் கோணி சமர்ப்பித்த 'வேட்புமனு'வை நிராகரித்து.... "எதற்கு எனக்கு, தலைமாட்டில் உட்கார்ந்து கதைப் புஸ்தகம் படிக்கப் போறியா..." என்று கிண்டலடித்து அனுப்பியதாக பாலனே சொல்வான்.

நாங்கள் பின்சீட்டில் அமர்ந்து கதை பேசிக்கொண்டு வந்தோம். பாதி வழியில் திடீரென்று பைக் ஒன்று எங்களை முந்தியது. பாலனும் அவளும்.. பாலனை இடுப்பைச்சுற்றிக் கட்டிப் பிடித்திருந்தாள். அப்போது பார்க்கையில் பாலனை விட சின்னப்

பெண்ணாகத் தெரிந்தாள். திடீரென்று கார் அவர்களை முந்தியது. மறுபடி பாலன் முந்துவதற்கு முயற்சித்தான். கொஞ்ச நேரம் இந்தத் தொட்டுப்பிடி விளையாட்டு நடந்தது. சற்று நேரம் கழித்தே பார்த்தேன் திடீரென்று பாலன் காரை இடது கையால் தட்டியபடி கத்திக்கொண்டே வந்தான். யாருக்கும் புரியவில்லை.. இங்கே காருக்குள் சிகரெட் பற்றவைக்கும் முயற்சியில் எல்லோரும் தோற்றுக் கொண்டிருந்தார்கள். என்ன நடந்தது என்று நிதானிக்கும் முன் அவளை அவன் கீழே தள்ளினான். அவன் காரோடு இழுபட்டுக் கொண்டே பைக்கை ஓட்டி வந்தான். அவனுடைய பம்பர் காரின் பம்பரில் சிக்கிக் கொண்டது போலிருக்கிறது. எங்கள் கூக்குரலைக் கேட்டுக் கார் ஒருவழியாய் நின்றது. குறைந்தது ஒரு கிலோ மீட்டராவது வந்த பாதையிலேயே ஓடி இருப்போம் நானும் இன்னும் இரண்டு பேரும். பெர்னி சாலையோரம் நிலைகுலைந்து உட்கார்ந்திருந்தாள். நல்ல மத்தியான வேளை, அதனால் பெரிய போக்குவரத்து ஒன்றுமில்லை. பெர்னி எழுந்து நின்றாள். அப்பாடா என்றிருந்தது. அதற்குள் கார், பின்னால் வந்தது. பாலனுக்கு நல்ல அடி, காருக்குள்ளிருக்கிறான் என்றார்கள்.

அவள் தன் வீட்டுக்குப் போகத் தயங்கினாள். வீட்டில் என்ன சொல்லிவிட்டு வந்திருந்தாளோ. பெர்னியை, ஆச்சி வீட்டில் கொண்டு சேர்ப்பது என்று பாலனின் யோசனையின் பேரில் முடிவாகி, அது என் பொறுப்பாயிற்று..ஏனென்றால் பாலனின் ஆச்சியை எனக்குத்தான் கொஞ்சம் தெரியும். ஒரு வகையில் தூரத்து உறவு. ஆச்சிக்கு இது பிடித்தமில்லை, என்னை யாரென்று விசாரித்துக்கொண்டிருந்தாள் எனக்கு உறவு வழிகளைச் சொல்லத் தெரியவில்லை, விரும்பவுமில்லை.. நான் ஆச்சியிடம் உறவையும் காரண காரியங்களையும் விளக்கும் முன்பாகவே பாலன் வந்து விட்டான். நிறையக் கட்டுப் போட்டிருந்தான். அவனைப் பார்த்ததும் ஆச்சியின் கோபமெல்லாம் போய் அழுகை வந்து விட்டது. நான் நழுவி விட்டேன்.

இந்த சங்காத்தமெல்லாம் ஓய்ந்து முடிந்தது. அவ்வப்போது அவர்கள் கதை சபைக்கு வரும். பாலனை விட அவளுக்கு நான்கு வயதாவது அதிகம் இருக்கும். அவன் 'மாட்டிக்கொண்டான்' என்றே எல்லோரும் பேசினார்கள். ஸ்டீபன் மிலிட்டரியிலிருந்து லீவில் வந்திருந்தான். ஒரு நாள் மதியம் போல ஸ்டீபன் வீட்டு மாடியிலிருந்து அவனுடன் ஏதோ பேசிக்கொண்டிருந்தேன். அன்று அவன் வீட்டில் பிரியாணி என்று சாப்பிடக் கூப்பிட்டி ருந்தான். ஒரு வித்தியாசமான முகப்பவுடர் மணம் மாடிப்படியேறி வந்தது. ரொம்ப ஸ்ட்ராங்கான மணம். யார் என்று பார்த்தால்

பெர்னி.. நான் ஒரு மேஜையின் ஒருபுறம் உட்கார்ந்திருந்தேன். எதிர் முனையில் ஒரு நாற்காலியை எடுத்துப்போட்டு அவள் உட்கார்ந்தாள். ஒரு பெண்ணை இவ்வளவு அருகில் சாவகாசமாகப் பார்ப்பது அதுதான் முதல் முறை. திடீரென்று என்னிடம், “ஹேய், நீங்கதான் ஸ்டீபன் சொன்னதா... ஆமா யார் அது?. உங்கள் கவிதைக்காதலி என்று நேராகக் கேட்டாள். ஹி ஹி என்று தயங்கிக்கொண்டே சொன்னேன். “ஓ... அதுவா... அது நல்ல பெண்ணாயிற்றே... அவளும் உண்டா...” என்றாள்... “இல்லை இல்லை” என்று அவசரமாக மறுத்தேன். ஸ்டீபன் உன் கவிதை நோட்டுகளை வைத்திருந்தான்.. நானும் பார்த்தேன்.. என்றாள். “நீளமான கூந்தலுக்கே காவியம் உண்டு என்று முதல்ப் பக்கம் எழுதியிருந்ததைப் படித்தேன்...... அது என்ன, இதுவா நீளமான முடி..” என்று அவள் முடியைக் காண்பித்தாள். “இல்லை, அது கண்ணதாசன் பாட்டு...” என்றேன். ஸ்டீபன் அவள் ரொம்ப சங்கோஜமில்லாத டைப், பட் பட்டென்று மனதைப் படம் பிடித்துவிடுவாள் என்று சொல்லியிருக்கிறான், என்றாலும் என்னவோ போலிருந்தது.

அவன் மேஜையில் தி.ஜா வின் இரண்டு நாவல்கள் இருந்தன. ‘மலர் மஞ்சம்’, ‘அன்பே ஆரமுதே’. பலத்த தேடலுக்குப்பின் ஒரு லைப்ரரியிலிருந்து நான் எடுத்து வந்திருந்தேன். அதை எடுத்துப் பார்த்தாள். ‘மோக முள்’ இருக்கா என்றாள். இவள் என்ன மாதிரியான பெண், உண்மையில் இதையெல்லாம் படிக்கிற நம்முடைய ஜாதியா என்று யோசித்துக்கொண்டிருந்தேன். “எங்க ப்ரொஃபஸர் சொல்லுவார்.. அது ரொம்ப நல்ல நாவலாமே... காதல் எல்லாம் சும்மா, வெறும் உடம்பு மட்டும்தான் எல்லாமுமே என்று சொல்லியிருப்பாராமே...” என்றாள். எனக்குப் பதில் சொல்லத் தெரியவில்லை. அவள் வலது கையில் தழும்பு நல்ல தடிப்பாய் பிறை மாதிரி இருந்தது. அதையே பார்த்துக் கொண்டிருந்தேன். “இது அன்றைய விபத்தில் ஏற்பட்டது. இதோ இடுப்பில் இன்னும் பெரிதாய்க் கிழித்து விட்டது” என்று எழுந்து நின்று இடது வயிற்றைக் காட்டினாள். வயிற்றின் சரிவில் சேலையை ஒட்டி..... தழும்பு நீளமாய் உள்ளிறங்கியது. “அவன் இதைத்தான் எப்போதும் தடவிக் கொண்டேயிருப்பான்” என்றாள் திடீரென்று. நான் மச்சு வெக்கையில் சட்டை வேறு போட்டிருக்கவில்லை. அதனால் ரொம்ப நெளிந்துகொண்டிருந்தேன். “அவன் என்னை இப்போதெல்லாம் ரொம்பத் தவிர்க்கிறான்... சொல்லி வை, என் குணம் எல்லோருக்கும் தெரியுமில்லையா...” என்றாள். “நீங்கள் இதை ஸ்டீபனிடம் சொல்லுங்களேன் அவன்தான் அவனுக்கு நெருக்கம், உங்களுக்கும் சொந்தம்”

என்றேன். "அவனுக்கு என்ன தெரியும், எங்களுக்கு மிலிட்டரியிலிருந்து ரம் வாங்கிவந்து தருவான், வேறு என்ன செய்வான்" என்றாள்.

என் மௌனத்தைப் பார்த்தோ என்னவோ. "சரி நான் போகிறேன், சும்மா காதல் கத்திரிக்காய் எல்லாம் விட்டு விடு....இப்போ நான் சம்மதிச்சா என்னைத் தொட்டுப்பார்க்க மாட்டியா" என்றாள். வெறுமே எச்சிலை விழுங்கிக்கொண்டேன். "நானே பார்க்கிறேன் அவனை. முடிஞ்சா சொல்லு" என்று மிரட்டுகிற தொனியில் சொல்லிவிட்டு இறங்கிப் போனாள். நான் சாயங்காலம் இதை சபையில் சொன்னபோது "போடா நீ தான் கடைசி ஆள். அவ எல்லார்ட்டயும் சொல்லிட்டாளாம்... அது அவங்க பாடு" என்று சாதாரணம் காட்டினார்கள். நானும் "தொட்டுப்பார்க்க மாட்டியா.." கதையை எல்லாம் சொல்லவில்லை.

நான் வேலை கிடைத்து வெளியூரில் செட்டிலாகி விட்டேன். ஆச்சி இறந்துபோய் ஆச்சி வீட்டிலேயே அவளுடன் அவன் தங்கி இருக்கிற கதை மட்டும் தெரியும். அவனை வீதியில் ஓரிரு முறை பார்த்த போதும் என்னைப் பார்க்காமலே நாயைப் பிடித்துக்கொண்டே போனான். நானும், "நரி இடம் போனா என்ன, வலம் போனா என்ன, மேல விழுந்து பிடுங்காம இருந்தா சரி" என்ற மாதிரியில் போய்விட்டேன்.

என்ன ஆச்சு அவனுக்கு என்று கேட்கலாமா, என்று நினைத்தேன். அந்த சம்பிரதாய சாமர்த்தியமெல்லாம் கிடையாதே என்றும் தோன்றியது. "ஸ்டீபன் எங்கே இருக்கிறான்" என்று பொதுவாகக் கேட்டு வைத்தேன். "அவன் எப்போதாவது வருவான், இங்கேதான் இருக்கிறான், டிஃபன்ஸ் கேண்டீனிலிருந்து கொஞ்சம் சாமான் வாங்கித் தருவான்... நீ நினைக்கிறதும்தான்.. இவனும் குடிச்சுக் குடிச்சேதானே செத்தான்.... என்ன, பாவிமட்டை, பிள்ளையே பெத்துக்கக் கூடாதுன்னு ப்ராமிஸ் வாங்கிட்டான்.... நானே ஆப்பரேட் பண்ணிக்கிட்டேன்.... லேப்ராஸ்கோப்பி.... தழும்பே இல்லாமல்..." என்று சொல்லிக்கொண்டே கையின் தழும்பை வருடியபடி சோஃபாவின் முதுகில் தலையைச் சாய்த்துக் கண்ணை மூடிக்கொண்டாள்..... "நீ போய்ட்டு வாப்பா, என்ன வேலையாப் போறியோ..." என்றாள். நான் தலையை ஆட்டிவிட்டுக் கிளம்பினேன்... சட்டென்று நிமிர்ந்து, "எதிர் வீட்டில் இப்ப உன் ஆள் இல்லை அவ எங்கேயோ இருக்காளாம்.. அங்க போய் எட்டிப்பார்க்காதே..." என்று சிரிக்க முயன்றாள். எப்படி மனதைக் கண்டுபிடித்தாள் என்றிருந்தது.

●

19

தீர்த்த யாத்திரை

அது என்ன ராசியோ தெரியவில்லை. முதலில் என்னுடன் பழகுபவர்கள் கலகலப்பும் கிண்டலுமாகப் பழகுவார்கள். ஏதோ ஒரு நெருக்கம் பிறக்க ஆரம்பிக்கும் போது அவர்களுடைய கஷ்ட நஷ்டங்களைப் பகிர்ந்து கொள்வார்கள். நானும் என் அழுமூஞ்சித் தனத்தைக் காட்டிக்கொண்டு விடுவேன் போலி ருக்கிறது. அதனால் அவர்களுடன் ஒரு அசாதாரணமான இனஞ் சேரல் வாய்த்து விடும். ரொம்ப ஓவராக எப்போதும் சோகத்தைக் காண்பிக்கிறவர்களைப் பொதுவாக அந்தப் பருவத்தில் யாருக்கும் அவ்வளவாய்ப் பிடிக்காது என்பதும் ஒரு உண்மைதானே. யாராவது புலம்ப ஆரம்பித்தால் நான் கொஞ்சம் காது கொடுப்பேன், மற்றவர்கள் நைசாகக் கழண்டு விடுவார்கள். ஏனெனில் பாலிய பருவம் என்பது ஒருவகை தித்திப்பான பருவம். கண்ணதாசன் சொல்லுகிற மாதிரி,

> "வரவில்லாமல் செலவுகள் செய்து மகிழ்ந்திருந்தோமே
> வாழ்க்கைத் துன்பம் அறிந்திடாமல் வாழ்ந்து வந்தோமே..."

என்கிற பருவம். ஆனால், அப்போது நான் ஒரு ரெண்டுங் கெட்டான் வாழ்க்கையில் இருந்தேன். வேலையும் பார்த்து வந்தேன், அது தற்காலிகமான வேலை என்ற சிலுவையைச் சுமந்தபடியும், கோட்டை விட்ட தேர்வுகளுக்குப் படித்தபடியும், அல்லது படிக்கிறேன் என்று பேர் பண்ணிக்கொண்டு... பொழுதை வீணடித்துக்

கொண்டும் இருந்தேன். சத்திய வாசகன் அப்போது எம்.எஸ்.சி. இறுதியாண்டு படித்துக் கொண்டிருந்தான். கொண் டிருந்தார் என்று சொல்லவேண்டும். தினசரி மதியம் கேண்டீனில் சாப்பிடுகிற நேரத்திற்கு சந்திப்போம். ஒரு ஆராய்ச்சி மாணவரும் எங்களுடன் இருப்பார். நான், டவுணில் ஆராய்ச்சி மாணவருடன் அவரது அறையில்தான் தங்கியிருந்தேன். அப்புறம் அவருக்கு ஹாஸ்டலில் இடம் கிடைத்தபோது நானும் அவருடன் ஒட்டிக் கொண்டே ஹாஸ்டலுக்கு வந்தேன். அப்புறம் ஹாஸ்டல் சாப்பாடு. சத்தியவாசகனுக்கும் என்னைப்போல சாரதா படங்கள் என்றால் உயிர். துலாபாரம், தீர்த்த யாத்திரை, ஸ்த்ரீ, கிராஸ்பெல்ட் என்று மலையாளப் படங்களைப் பற்றி அடிக்கடி பகிர்ந்து கொள்வோம்.

கேண்டீனில் மதியச் சாப்பாடு 90 பைசா. சாப்பாடு ஒரே மாதிரி இருக்கும். சாப்பிடும்போது, கேண்டீன் பரபரப்பும், வெக்கையும், அலுமினிய டோக்கன்களை வாங்குகிற கொடுக்கிற நழுவவிடுகிற சத்தமும், பரிமாறுகிற சேட்டனின் இறுக்கமான முகமும், நாம் எப்போ இடத்தைக் காலி பண்ணுவோம், தான் அமரலாம் என்று பின்னால் காத்திருக்கிற அதே ஆட்களும் (அநேகமாக எனக்குப் பின்னால் எப்போதும் எங்கள் கல்லூரி ஆசிரியர், எம்.ஃபில் படிப்பவர் வந்து நின்று கொள்வார், அவருக்குப் பின்னால் குறைந்தது மூன்று பேராவது தயாராய் நிற்பார்கள், அவர் சாப்பிடுவது வேடிக்கையாய் இருக்கும். ஒரு கட்டி சோற்றையும், இலையில் விரித்துப் பரத்தி விடுவார். நடுவில் குழி. சேட்டன், சாம்பார் வாளியைக் கவிழ்க்காத குறையாய் ஊற்றுவார். தினமும் வைக்கிற உருளைக் கிழங்கு பொடிமாஸ், இரண்டு மூன்று கரண்டி முதலிலேயே “வையுங்க, வையுங்க” என்று கேட்டு வாங்கிக்கொள்ளுவார். அவ்வளவுதான் உருட்டி நாலு வாயில் விழுங்கிவிட்டு, எழுந்து விடுவார். ரசத்தைக் கொண்டா, மோரைக் கொண்டா... என்றெல்லாம் கேட்கவே மாட்டார். சேட்டன் அவரைப் பார்த்தால் மட்டுமே கொஞ்சம் சிரித்த முகமாய் இருப்பார்.) எல்லாமே நாள் தவறாமல் ஒரே மாதிரி நடக்கும். எனக்கு காலம் நகராமல் அப்படியே தினமும், அந்த உச்சிப் பொழுதிலேயே உறைந்து நிற்பது போல இருக்கும். சத்தியவாசகன் என்னருகே அநேகமாக இருப்பார். அவர் தினமும் பத்துப்பைசாவை மிச்சம் வாங்குவதில் சற்றே கண்டிப்புடன் இருப்பார், அல்லது அதற்கான டோக்கனை வாங்கிக் கொள்ளுவார். நாங்கள் அதற்கு ஒரு வடை வாங்கிக் கொள்ளுவோம். இல்லை யென்றால் வாங்கவே மாட்டோம். கேண்டீன் மணி கணக்கு வைத்துக் கொள்ளுவான்.

அவனொரு அற்புதமான மனுஷன். மதியம் மூன்றரை வாக்கில்போனால் புதுப்பாலில் காஃபி போட்டுத் தருவான், அந்தப் பத்துப்பைசாவில். அருமையான காஃபியாய் இருக்கும். நன்றாக இருக்கிறதென்று சொல்லிவிட்டால், இந்தாங்க இன்னொரு அரை கிளாஸ் என்று தருவான். வேண்டாம் என்றாலும் விட மாட்டான். “சார் காபிக்கு கணக்கு கேட்க முடியாது சார், இது என்ன வடையா.. எண்ணி வைத்துக்கொள்ள. லாஸ்ட் ட்ரிப் ஸ்டாஃப் பஸ் போகிறவரை காஃபி இருக்கணும் அவ்வளவுதான்,” என்பான். ஒரு மத்தியானம் சாப்பிடவந்த போது கொஞ்ச நேரம் எங்களைக் காத்திருக்கச் சொன்னான். கேண்டீன் ஊழியர்கள் சாப்பிட சமையலறையில் ஒரு மேஜை உண்டு அதற்கு அழைத்துப் போய், அருமையான கோழிக் குழம்பை விட்டுச் சாப்பாடு போட்டான். “இது ஏது மணி” என்றார் சத்தியவாசகன். “காலையிலே, தெருவில மேஞ்சுக்கிட்டு இருந்த, வீட்டுக்கோழி, ‘நாடார் காலேஜ்’ பஸ்ஸுக்குள்ள பாஞ்சுட்டு, அவ்வளவுதான், டிரைவர் நம்ம ஆளு என்ன செய்ய, இந்தா, கொண்ணாப்பாவம் திண்ணாப் போச்சு....” என்றான் சிரித்துக்கொண்டே. என் முகத்தில் ஏதோ மாறுதலைப் பார்த்து... “உடனே கொறை உயிரைப் போக்கி, சுத்தம் பண்ணி சமைச்சாச்சு சார்,” என்றான். கோழி ருசியாகவே இருந்தது. அதைவிட காலம் சற்று நகர்ந்த மாதிரி இருந்தது, திருப்தியாய் இருந்தது. சத்திய வாசகன் அனுபவித்துச் சாப்பிட்டார், என் இலையில் இருந்த கொஞ்சம் மீதச் சோற்றை, “உங்களுக்கு வேண்டாம்ல்லா....” என்று எடுத்துக்கொண்டு அதையும் கோழிக்குழம்பு விட்டுச் சாப்பிட்டார்

மாலையில்தான் மணி சொன்னான். ‘‘பாவம், உங்க ஃப்ரெண்டு ‘பத்துப் பைசாவிற்கு’ நல்ல பசி... காலையில் நாஸ்டா கிடையாதுல்லா, மதியம் இங்க வந்துதான சாப்பிடுகிறார்...” என்றான். “பாவம் கொஞ்சம் கஷ்டப்பட்ட குடும்பம்... இவர் படிச்சு முடிக்கத்தான் காத்திருக்கு... எப்படி சார், உடனே வேலை கிடைச்சுருமா... நீங்க.. ரிஜிஸ்ட்ரார்ட்ட சொன்னா நடக்கும்..” என்றான். நான், “அடப்பாவி என் கதையே அந்தரத்தில் இருக்கு.. இதுல இது வேறயா..” என்று நினைத்துக்கொண்டேன். அப்புறம்தான் புரிந்தது, காலையில், பஸ்ஸ்டாப்பில் எவ்வளவு கட்டாயப்படுத்தி நீட்டினாலும்... சிகரெட்டைத் தொடமாட்டார். ஆனால் மத்தியானம் கேட்டால் ஒன்றை எடுத்துப் புகைப்பார். மணியிடம், “என்னப்பா, இவ்வளவு தெரிஞ்சும், அவருக்கு பத்துப் பைசான்னு பேர் வச்சுருக்கீங்க, அவர் பேர் சத்தியன்” என்றேன். “சார் உங்ககிட்ட மட்டும்தான் சொல்லறேன், கேண்டீனில் நிறைய

பேருக்கு இதே பெயரை வச்சுருக்காங்க...... அவருக்கும்.... சாரி சார்” என்றான்.

தேர்வெல்லாம் அநேகமாக முடிந்து விட்டது. சத்தியனிடம் நெருங்கி இருந்தேன். அவனுடைய கதைகள் எல்லாம் கொஞ்சம் கொஞ்சமாகத் தெரிந்தது. மாமா ஒருவரின் உதவியில் குடும்பம் நடக்கிறது. அவர் திருநெல்வேலியில் இருக்கிறார். அப்பா, திருப்பரங்குன்ற மலையில் சாமியாராக இருக்கிறார். எங்கேயோ போய்விட்டார் என்று தேடிச் சலித்தபின் யாரோ சொன்னார்களாம். அதையும் யாரும் போய்ப் பார்க்கவில்லை. அவரைத் தேடிப்போகக் கூடாது என்று மாமா தடுத்துவிட்டாராம். சிலர் அதெல்லாம் இல்லை அவர் வடக்கே எங்கோ போய் வேலை பார்க்கிறார் என்றார்கள். நான் அவனிடம் அதைப் பற்றிக் கேட்கவுமில்லை; அவனும் எளிதில் சொல்லுகிற ஆளில்லை. ஆனால் தன் கஷ்டங்களைக் கொஞ்சம் சிரிப்புடன் பகிர்ந்து கொள்ளுவான். சத்தியனைத் திடீரென்று கேண்டீனில் பார்த்தேன். “காஷன் டெபாசிட் பணமெல்லாம் தர்ரேன்னாங்க, அதுக்காக வந்தேன்.. இன்னக்கி டவுணுக்கு வாங்க, சினிப்ரியாவில் “ஏணிப் படிகள் போட்டிருக்கான்,” என்றார். நானே நினைத்துக்கொண்டிருந்தேன். தகழியின் நாவல். சாரதா, மது நடித்தது.. போகலாமே என்று. ஆனால் சினிப்ரியா போய்த் திரும்புவதற்குள், இங்கே வருகிற செக்காணூரணி கடைசி பஸ்ஸைப் பிடிக்க முடியாதே என்று யோசித்துக்கொண்டிருந்தேன். சத்தியவாசகனுடன் அமர்ந்து சாரதா நடித்த மலையாளப்படம் பார்ப்பது நல்ல அனுபவம். அவருக்கு ஓரளவு மலையாளம் தெரியும். அதனால் அவரே கூப்பிடும்போது சரி என்று சொல்லிவிட்டு தியேட்டருக்கு வந்து விடுகிறேன் என்றேன்.

அவருடன் “சுயம்வரம்”, “வீண்டும் பிரபாதம்” எல்லாம் எங்கெங்கோ பஸ்ஸே அதிகம் செல்லாத தியேட்டர்களுக்கு எல்லாம் போய்ப் பார்த்த நினைவுடன் போனேன். சரியாக தியேட்டர் வாசலில் நின்றுகொண்டிருந்தார். தியேட்டர் புதியது. அதிலும் மதுரையில் இரண்டு தியேட்டரை உள்ளடக்கிய முதல் காம்ப்ளெக்ஸ். அதனால் கூட்டம் அதிகமிருந்தது. அவர் ஏற்கெனவே டிக்கெட் எடுத்திருந்தார். படம் போய்க்கொண்டே இருந்தது..... சாரதா... கேரக்டர் படத்தில் என்ன ஆனார் என்றே தெரியவில்லை..... சத்தியன் அவ்வளவு உற்சாகமாய் இல்லை... எனக்கு நேரம் பற்றிய பயம் வேறு. பஸ் கிடைக்குமா.... என்று சந்தேகம். ஒரே ஒரு வார்த்தை, கடைசிவரை இருப்போம் என்று மட்டும் சொன்னார்.

நினைத்தது போலவே பஸ் போய் விட்டிருந்தது. பசி வேறு.. எங்கே போய்த் தங்குவது தெரியவில்லை. பழைய மேன்ஷனில் போய்த் தங்கலாம் என்றால்... அங்கே யார் இருப்பார்கள் என்று தெரியாது. நாகமலை புதுக்கோட்டை வரை பஸ் கிடைக்கும். அங்கிருந்து நடக்கமுடியாது. ரொம்பத் தொலைவு. துணையும் இல்லை. ஒரு முறை அப்படியும் போனோம். அப்பொழுது துணைக்கு ஆள் இருந்தது. சத்யன் சற்று தயக்கமாக எங்க வீட்டில தங்கிக்கங்க. தார்சாலில் படுத்துக்கொள்ளலாம்..... என்றார். முருகன் இட்லிக்கடையில் சாப்பிட்டுவிட்டு, அப்படியே அவர் வீட்டுக்குப் போனோம் தினமணி டாக்கீஸ் பக்கம் இருந்தது வீடு.. கால் அசந்து விட்டது.....பத்து வீடுகள் ஒன்றையொன்று ஒட்டி வரிசையாய் இருந்தன. அநேகமாக எல்லாவீட்டிலும் விளக்குகள் அணைந்திருந்தன. கிட்டத்தட்ட வரிசையின் நடுவில் இருந்த வீட்டின் முன் நின்று கதவைத் தட்டினான். ஏற்கெனவே தெருவில் நாய்கள் குரைத்துக்கொண்டிருந்தன. கையில் ஒரு சிமினி விளக்குடன் அவனது அம்மா கதவைத் திறந்தாள். அவன் மட்டும் உள்ளே போனான். நான் வெளியே நின்று கொண்டிருந்தேன். வீடுகளின் முன்புற நடைபாதை அதிகம் போனால் நான்கு அடி இருக்கும். அதிலும் அவனது வீட்டின் முன்னால் பாத்ரூம் போல ஒன்றிரண்டு இருந்தது. கண்கள் இருட்டுக்குப் பழகிய பின்னரே இதெல்லாம் பிடிபட்டது. அதற்குள் கொசு காலை கடிக்கத் தொடங்கியிருந்தது. ரீகலில் ஏதாவது இங்கிலீஷ் படம் பார்த்துவிட்டு பஸ்ஸ்டாண்டில் காத்திருந்திருக்கலாமோ என்று தோன்றியது. வீட்டு முன்னாலுள்ள தார்சாலில் ஒருவர் வேண்டுமானால் தாராளமாகப் படுக்கலாம். இரண்டு பேர் படுக்கக் கஷ்டம்.

உரலுக்குள் தலையை விட்டாச்சு இன்னம உலக்கைக்கு பயந்தா முடியுமா.... என்று தேற்றிக்கொண்டு படியில் உட்கார்ந்து கொசு விரட்ட ஆரம்பித்தேன். இரண்டு துணிகளுடன் சத்யன் வந்தான். “நீங்க இங்க படுங்க நான், அடுத்த வீட்டுத் தார்சாலில் படுக்கிறேன், யாரவது நடுராத்திரி எழுப்பினாலும் நான் பதில் சொல்லிக்கொள்வேன்...” என்றான். “சரி இது பாத்ரூமா, போகலாமா” என்று கேட்டேன். “இங்க லேடீஸ் மட்டும்தான் இதை உபயோகிக்கலாம். நாம வெளியதான் போகணும், வாங்க போய்ட்டு வந்திரலாம்” என்று சற்று தள்ளிக் கூட்டிப் போனான். அநேகமாக தினமணி டாக்கீஸ் பின்புறமாய் இருக்கும். அலிபா பாவும் 40 திருடர்களும்..... ஓடிக் கொண்டிருந்தது... “உல்லாச உலகம் உனக்கே சொந்தம்.... செய்யடா செய்யடா... நீ ஜல்சா...

செய்யடா..” என்று கண்டசாலா பாடுவது தெளிவாகக் கேட்டது. நின்றபடியே.... கழித்துவிட்டுக் கிளம்பினோம். நிறையப் பேர் வரிசையாக செம்பு, சிறிய வாளி, சகிதமாக உட்கார்ந்திருந்தனர்...... எனக்கும் வயிற்றைக் கலக்கியது... “ஆண்டவனே காலையில் ஹாஸ்டல் போகிற வரை காப்பாத்தி விடப்பா.....” என்று வேண்டிக் கொண்டேன். சின்னப் பிள்ளையில் இது போல் சூழல், நெருக்கிக் கொண்டு வந்தது என்றால், வீடு வரைக்கும் காப்பாத்துப்பா என்று சந்திப் பிள்ளையாருக்கு சூடன் பொருத்தி வைப்பதாக வேண்டிக்கொள்வேன். பாவம் அவரைத்தான் எதற்கெல்லாம் தொந்தரவு பண்ணியிருக்கிறோம் என்று நினைத்துச் சிரிப்பு வந்தது.

லுங்கி வேணுமா என்று கேட்டதற்கு வேண்டாம் என்று சொல்லி விட்டேன். ஒரு செம்பில் தண்ணீர் கொண்டு வந்து அவன் அம்மா தந்தாள். அவனது தங்கை போல ஒரு பெண், பாவாடை தாவணியில் வீட்டினுள் நின்றுகொண்டிருந்தது, மங்கலாகத் தெரிந்தது. படுத்துக்கொண்டேன். “கரண்டை கட் பண்ணிவிட்டார் வீட்டுக்காரர், விளக்கை வேண்டுமானால் இங்கன வக்யட்டுமா...” என்று அவன் அம்மா கேட்டாள். திருநெல்வேலி பாஷை சுத்தமாக இருந்தது. வேண்டாம் என்றேன். சொல்லக் காத்திருந்தது போல விளக்கை ஊதி அணைத்து விட்டுக் கதவைச் சாத்திக்கொண்டார்.. தரையில் படுத்துக் கொண்டு துணியைக் காலை மறைத்துப் போர்த்திக்கொண்டேன். ஏதோ பழைய சேலை.. அநேகமாக மூட்டை கட்டி வைத்திருப் பார்கள் போலிருக்கிறது. துணிமூட்டையைப் பிரித்து எடுத்த வாசனை வந்தது.. ஊரிலும் என்ன, ஒரேயொரு பந்திச் சமுக்காளம் தான் இருக்கிறது. அதைக் கிழிசல் தெரியாமல் மடித்து விரித்தால் அழகான மெத்தை போலிருக்கும். எப்படியோ தூங்கிப்போனேன். இன்னும் விடியவில்லை இருட்டாய் இருந்தது. கதவைத் திறந்து கொண்டு அவன் தங்கை, துணைக்கு அவன் அம்மாவுடன் வெளியே வந்து, வீட்டுக்கு எதிரே இருந்த பாத்ரூம் போனாள். அவள் போய் வந்ததும், அம்மா போனது போல் தெரிந்தது. நான் எழுந்து, அடுத்த தார்சாலில் தூங்கிக் கொண்டிருந்த சத்யவாசகனை எழுப்பினேன். நான் கிளம்புகிறேன் என்றேன். “காஃபி சாப்பிட்டுவிட்டு கிளம்புங்க” என்றான். ‘அய்யோ வேண்டாம்..’ என்று அவசரமாக மறுத்தேன்.. “என்ன பாத்ரூம் போகிற அவசரத்தில் எழுப்பி விட்டார்களா”, என்று கேட்டான்... இல்லையில்லை என்று மறுத்தேன். “இங்கே எல்லோருக்கும் முன்னால் நாங்கள் போய்விட வேண்டும்.... காலி செய்ய

வைப்பதற்கு.. என்னவெல்லாமோ செய்கிறான் வீட்டுக்காரன்" என்றான் சத்யன். சரி என்று ரோடு வரை வந்து சென்ட்ரல் பஸ்ஸ்டாண்டிற்குச் செல்லும் பஸ்ஸில் ஏற்றிவிட்டான். நல்லவேளை, பழைய வேண்டுதல்களுக்கே, சந்திப் பிள்ளையார் காப்பாற்றி விட்டார். பத்திரமாக ஹாஸ்டல் வந்து, நேராக பாத்ரூமைத் தஞ்சமடைந்தேன். அப்புறம் கொஞ்ச நாட்கள் அவனைப் பார்க்கவேயில்லை

அன்று சம்பளம் போட்டிருந்தார்கள், அநேகமாக கடைசிச் சம்பளம். அடுத்த மாதத்தோடு வேலை முடிந்துவிடும். ஊருக்குப் போவதற்காக பாசஞ்சர் ரயிலுக்குப் போக முடிவெடுத்திருந்தேன். அது பத்து மணிக்குப் புறப்பட்டு, 'சங்கான் சங்கான்' என்று திருநெல்வேலி போய்ச் சேர காலை ஐந்து மணி ஆகிவிடும். ஒன்பது மணிக்கே போனால் கொஞ்சம் லக்கேஜ் வைக்கிற இடத்தில் இடம்பிடிக்கலாம். படுத்துக்கொண்டே போய் விடலாம். யாராவது போர்ட்டரிடம் எட்டணாவோ ஒரு ரூபாயோ கொடுத்தால் சீட் போட்டுக் கொடுப்பார்கள். டிக்கெட்டே ஐந்து ரூபாய்தான். எட்டணாவெல்லாம் பெரிய தொகை. ஒரு ரூபாய் கொடுத்தால், மரியாதை பலமாயிருக்கும். காலேஜ் கஃபேயில் சாப்பிட்டுவிட்டு, ஸ்டேஷனுக்கு நடந்தேன். பிளாட்பாரத்தில், சத்தியன் கொஞ்சம் மூட்டை முடிச்சுகள், இரண்டே இரண்டு பெட்டி, அம்மா, தங்கை சகிதம் நின்று கொண்டிருந்தான். பாசஞ்சர் வண்டி ரெடியாய் நின்றது. ஆனால் பூட்டி வைத்திருந்தார்கள். சத்யன் கடைசிப் பெட்டிக்குப் பக்கமாக ஸ்டேஷனின் அழுது வடியும் விளக்கு வெளிச்சத்தில் நின்றுகொண்டிருந்தான். ஒரு போர்ட்டர், "சார் எதாவது குடுங்க சார் எல்லாத்தையும் ஏத்தி வச்சு இடம் புடிச்சுத்தாரேன்" என்று கேட்டுக் கொண்டிருந்தார். சத்தியன் மறுத்துக் கொண்டிருந்தான். நான் அருகில் போனதும், "வாங்க, எப்படி இருக்கிங்க...... உங்க ஊருக்குத்தான் கிளம்பினோம்...." என்றான். "நானும் ஊருக்குத்தான் போகிறேன்.... நல்லதாப் போச்சு..." என்றவன், போர்ட்டரிடம் இரண்டு ரூபாயைக் கொடுத்தேன் அவன், ரயிலின் அடுத்த பக்கமாகப் போய் கதவைத் திறந்து கொண்டு வந்தான். சாமான்களை அவசரமாக ஏற்றி லக்கேஜ் கேரியரில் விரித்திருந்த தன் துண்டை எடுத்து எனக்கு இடம் ஒதுக்கிக் கொடுத்தான். வண்டியில் இன்னும் விளக்குகளே போடவில்லை. போர்ட்டரின் தீப்பெட்டி வெளிச்சம்தான். அம்மாவையும் தங்கையயும் உட்கார வைத்துவிட்டுக் கீழே இறங்கி நின்றோம்.

“வீடெல்லாம் காலி செய்து விட்டோம், மாமா வீட்டில், இருக்கிற சாமான்களைப் போட்டுவிட்டு, நான் வேலை தேடி கிளம்பறேன். அம்மாவும் தங்கையும் அங்கே இருப்பதாக ஏற்பாடு. அவளது பி.காம். பாதியிலேயே நிற்கிறது. அதுதான் அவளுக்கு ரொம்ப வருத்தம். மாமா வீட்டில் என்ன மரியாதை கிடைக்கப் போகிறதோ தெரியவில்லை.”என்றான். “அவர் வரச் சொல்லித் தானே போகிறீர்கள்”, என்றேன். “இல்லை” என்றான். எனக்குப் பகீர் என்றது. “தீர்த்த யாத்திரை”... படம் பார்த்திருப்பீங்களே அந்த மாதிரித்தான். ஏதோ கிளம்பிப் போகிறோம் என்றான். இன்னொரு முறை பகீர் என்றிருந்தது. ரயில் புறப்பட்டது. அதுவரை பிளாட்பாரத்தில் நின்று பேசிக்கொண்டிருந்தவர்கள் ரயிலுக்குள் ஏறினோம். ரயிலில் இடம் நிறைந்திருந்தது. ஒரு சீட்டில் ஓரத்தில் அவனது தங்கை, அடுத்து அவன் அம்மா... அப்புறம் இன்னொரு பெண், அவளது கணவன் குழந்தைகள் என்று நிறைந்திருந்தது. அதற்கு எதிரே, மேலே எனக்கு “ரிசர்வ்” செய்யப்பட்ட லக்கேஜ் கேரியரில் சத்யன் வீட்டு சாமான்கள் போகவும் நிறைய சாமான்கள் நிறைந்திருந்தது.... அதன் கீழுள்ள சீட்டும் நிறைந்து விட்டது. எல்லாம் மற்ற பயணிகளுடையது போலிருக்கிறது. எங்கள் இருவருக்கும் இடமில்லை. மேலே யார் சாமான்களை வைத்தது என்று சண்டை போடும் மனநிலையு மில்லை. என்னுடைய ஒரு சிறு லெதர் பேக், அந்த லக்கேஜுகளுக் கிடையே காணாமல்ப் போயிருந்தது. சத்யனது அம்மா அவனை அழைத்து ஓரமாக உட்காரச் சொன்னாள். அவன் தயங்கினான்... நான், “பரவாயில்லை நீங்கள் உட்காருங்கள்..” என்றேன்

பொதுவாக நிறைய சாமான்களுடன் ரயிலில் வருபவர்கள் சாமர்த்தியமாகவே இருப்பார்கள் போலிருக்கிறது.. ஒருவர், “தம்பி நீங்க மேலே இடம் போட்டிருந்தீங்களா.....” என்று சொல்லியவாறே எழுந்து, நாலைந்து உருப்படிகளை எடுத்து காலுக்கடியில் திணித்து விட்டு, “நீங்கள் அங்கே படுத்துக் கொள்ளுங்கள்” என்றார். சொல்லிவிட்டு அமைதியாக அவர் இடத்தில் உட்கார்ந்து கொண்டார். அதில் உட்கார வேண்டுமானால் செய்யலாம். படுக்க முடியாது. நான் அதில் அமர்ந்தேன். காலைத் தொங்கப்போடவும் முடியாது.... எப்படியோ சாய்ந்து உட்கார்ந்தேன். எதிரே சத்யன், அடுத்து அவன் தங்கை. அவள் அவனது தோளில் சாய்ந்து... கண்ணை மூடிக் கொண்டாள். சத்யன் கண்ணீர் ஓரங்கட்டிய முகத்துடன் சன்னலில் சாய்ந்து அமர்ந்திருந்தான். அவனைப் பார்த்தால் அவன் தங்கையையும் பார்க்க வேண்டும். அவனது அம்மா ஒரு சிறிய தகரப் பெட்டியை மடியில் வைத்தபடி

விழித்துக்கொண்டே இருந்தாள். அதில் என்ன இருக்கும் என்று தோன்றியது. 'தீர்த்த யாத்திரா' மலையாளப் படத்தில் இப்படித் தான், சாரதாவும் அவளம்மா, தங்கை, (படாபட் ஜெயலக்ஷ்மி) தம்பி என்று ஒரு சிறிய 'பகவதி அம்மன்' சிலையொன்றை, பிடிவாதமாக வழிபட்டு, இதே போல் ஒரு தகரப்பெட்டியில் வைத்து எடுத்துக்கொண்டு ஊர் ஊராகப் பிழைக்கப் போவார்கள்.

மனதை ரொம்பவும் உலுக்குகிற படம். மலையாளப் படங்கள் பூராவுமே அப்படித்தான் இருக்கும். அதற்காகவேதான், நம்மையே வருத்திக் கொள்ளுகிற ஒரு சோக சுகத்துக்காகவே, அவைகளை விரும்பிப் பார்க்கிறோமோ என்று கூடத் தோன்றும்.

அதே போல் இவர்களும் ஏதாவது கடவுள் சிலைகளைச் சுமந்து திரிகிறார்களோ... என்று தோன்றியது.. அப்படியானால் அந்தப் படம் போல இவர்கள் வாழ்க்கை ஆகிவிடக்கூடாதே என்ற பயம் வந்தது. சத்யனைப் பார்த்தேன். அவன் முகம் அதே போல் இறுக்கமாகவும், கண்ணீர் உறைந்து போனது போலவும் ரயிலின் மங்கிய வெளிச்சத்தில் தெரிந்தது. எந்தப் பிடிமானமும் இல்லாமல் எப்படிக் கிளம்புகிறார்கள் என்றே தோன்றிக் கொண் டிருந்தது. தூக்கமும் வரவில்லை. தூங்க வசதியுமில்லை..... கீழே இறங்கி.. வாசலருகே போய் ஒரு சிகரெட்டைப் பற்ற வைத்தேன். வாசலுக்கருகேயும் கூட்டமாய் இருந்தது. நான் வந்ததாலோ என்னவோ, அவனது அம்மாவும் தங்கையும் பாத்ரூம் போக வந்தார்கள். நான் சிகரெட்டை அணைக்காமல் வெளியே சுண்டி எறிந்தேன் அது கங்குச் சிதறலுடன் இருட்டில் பறந்து விழுந்தது.... எந்த ஊரோ..

காலையில் ஜங்ஷனில் இறங்கியதும்.... வீடு எங்கே இருக்கிறது.. ஏதாவது வண்டி அமர்த்திக்கொண்டு சாமான்களைக் கொண்டு போகலாமா என்று கேட்டேன். அவன், வேண்டாம் என்று தலையை அசைத்து விட்டான். "பக்கம்தான், ரயில்ப்பாதை வழியாகவே கூட சென்று விடலாம்" என்றான். "நீங்கள் போய் வாருங்கள், நாங்கள் பார்த்துக் கொள்கிறோம்" என்று அவன் அம்மாவும் சொன்னாள். அவனைத் தனியே அழைத்து பத்து ரூபாய் மட்டும் கொடுத்தேன்... மொத்தச் சம்பளத்தையும் அந்த மாதமாவது, என் வீட்டில் கொடுக்க நினைத்திருந்தேன். அதை வாங்கிக்கொண்டான். எப்போதும் போல் கை கொடுத்து, "சரி பார்ப்போம்" என்றான். அவர்களிடம் சொல்லிக் கொள்ளத் தோன்றவில்லை, கிளம்பினேன்.

நானே அப்புறம் ஊரோடு வந்துவிட்டேன். என் வேலையும் காலி.. மறுபடி வேலை தேடும் படலம். விட்ட பாடங்களைப் படித்து தேர்வுக்கு தயாராவது என்று கழிந்தது சுப்ரமணிய ராஜு சொல்லுவான், “கவலைப்படாதே, உனக்கு எப்படியும் வேலை கிடைக்காமல் இருக்காது” என்று. பாலகுமாரனும் அவ்வப் போது தைரியமூட்டுவான். ராஜு, சென்னையில் அவனது டி.டி.கே கம்பெனியில் எனக்காக முயற்சிகள் மேற்கொண்டிருந் தான். அவன் சொன்ன மாதிரி எப்படியோ ஒரு தனியார் வங்கியில் வேலை கிடைத்தது. அதே சமயம் சத்யனுக்கும் ஒரு தனியார் வங்கியில் வேலை கிடைத்து விட்டதாகச் சொன்னார்கள். நல்லவேளை, மலையாளப் படங்கள் மாதிரி முழுக்க முழுக்க சோகமாய் அமையவில்லை வாழ்க்கை என நினைத்துக் கொண்டேன்.

‘ஆதர்ஸ் கில்ட் ஆஃப் இந்தியா’ என்று டெல்லியில் அகில இந்திய எழுத்தாளர்களுக்கான அமைப்பு ஒன்றிருக்கிறது. பிரபல எழுத்தாளர் சிட்டி, மு.கு.ஜகன்னாத ராஜா ஆகியோரின் நியமனத்தால் (ஏற்கெனவே அதில் உறுப்பினர்களாக உள்ளவர்கள் இரண்டு பேர் நாமினேட் செய்ய வேண்டும், குறைந்தது நான்கு புத்தகங்கள் வெளியிட்டிருக்க வேண்டும்.) நானுமதில் உறுப்பினன் ஆனேன். அவர்கள் ஆண்டுதோறும் விழா ஒன்று நடத்துவார்கள். ஒரு முறை டெல்லியிலும், மறு ஆண்டு இன்னொரு மாநிலத் தலைநகரிலும் நடக்கும். போக வர, இரண்டாம் வகுப்புப் படி தந்துவிடுவார்கள். முதல் முறை டெல்லிக்குப் போனேன். நான் தனியாகப் போனேன். சா.கந்தசாமி, ’கசடதபற’ கிருஷ்ணமூர்த்தி, நா.பா, திருப்பூர் கிருஷ்ணன், என்று பல நண்பர்கள் வந்தார்கள். குடும்பத்தில் யாரும் வரவில்லை. டெல்லி ஆக்ராவெல்லாம் தனியாகச் சுற்றினேன். அப்போதே நினைத்துக்கொண்டேன், அடுத்த முறை இப்படி யாத்திரை கிளம்பினால், மனைவி குழந்தைகளை அழைத்து வரவேண்டும் என்று.

அடுத்த முறை, அஹமதாபாத்தில் நடைபெற்றது. குடும்பத் தோடு சென்றிருந்தேன். 1984 என்று நினைவு. அப்பொழுதெல்லாம் கிரெடிட் கார்ட் வசதியெல்லாம் கிடையாது. அதிக பட்சம், டிராவலர்ஸ் செக் (டி.சி) வைத்துக் கொள்ளலாம். அதுவும் ஸ்டேட் பாங்க் டி.சி. என்றால்தான் மாற்றுவது எளிது. நான் கொஞ்ச ரூபாய்க்கு டி.சி வாங்கி வைத்துக்கொண்டேன். அஹமதாபாத் முடித்து பாம்பே போய், பெங்களூர் வழியாக ஊர் திரும்பத் திட்டம். மூன்று நாள் மீட்டிங் நடக்கும். அஹமதா

பாத்தைச் சுற்றிப்பார்க்க, குஜராத் அரசாங்கமே ஏற்பாடு செய்திருந்தது. அப்போது அமர்சிங் என்றொரு முதலமைச்சர். அவர் எல்லோருக்கும் விருந்தெல்லாம் கொடுத்தார். பம்பாய்க்கு கிளம்பும் முன், கொஞ்சம் செக்கை காசாக்கிக் கொள்ளலாம் என்று யோசித்தேன். அஹமதாபாத் "லால் தர்வாஜா" அருகில், சித்தி சைய்யத் மசூதி அருகில் ஒரு ஸ்டேட் பாங்கைப் பார்த்த நினைவு. சித்தி சைய்யத் மசூதியின் கல் ஜன்னல்கள் சித்திர அமைப்பில் இருக்கும். மிகவும் பிரபலம். அஹமதாபாத்தின் பாரம்பரியச் சின்னங்களில் ஒன்று. அதைப் பார்த்து வந்த போது பாங்கையும் பார்த்த நினைவு. அதற்காகப் போனோம். வழியில், அருகிலேயே, தமிழ்நாட்டைச் சேர்ந்த ஒரு தனியார் வங்கி இருந்தது. அதிலும் மாற்றலாம். அதனால் அங்கே போனேன். நேராக மேனேஜர் அறைக்குப் போய் நானும் ஒரு வங்கி அலுவலர் என்று அறிமுகப்படுத்திக் கொண்டு, விஷயத்தைச் சொன்னேன். கிட்டத்தட்ட ஒரு வாரமாக தமிழ்நாட்டிலிருந்து தள்ளி இருந்த தாலும், பல மாநில எழுத்தாளர்களுடனும் பேசிக்கொண்டிருந்த தாலும் அரைகுறை ஆங்கிலம் பழகி இருந்தது. மேனேஜரிடமும் அப்படியே பேசினேன். அவர், தயங்கினார். பக்கத்தில்தான் ஸ்டேட் பாங், அங்கேயே மாற்றிக் கொள்ளுங்களேன் என்றார். நான் உங்களுக்கு கமிஷன் கிடைக்குமே என்றேன்.

அவர் அன்றைய தபால்களைப் பிரித்துக் கொண்டிருந்தார். ஒன்றுமே சொல்லவில்லை. திடீரென்று, பியூனை அழைத்தார். "இந்தாப்பா.... சத்தியவாசகனுக்கு டிரான்ஸ்பர் ஆர்டர் வந்திருக்கு" என்று சொன்னார். பியூன் அதை வாங்கிக்கொண்டு வேகமாகச் சென்றார். பத்து வருடத்துக்கு அப்புறம் கேள்விப்படுகிற பெயர். சற்றே வித்தியாசமான பெயர். "யார் சார், மதுரை சத்தியவாசகனா," என்றேன். "ஆமா தெரியுமா", என்றார். "வடக்குச் சித்திரை வீதி கிளையில் இருந்தாரே அவரா" என்றேன். "ஆமா அவரேதான் உங்களுக்குத் தெரியுமா" என்றார். "நல்லாத் தெரியும்.... என் கிளாஸ் மேட்" என்றேன். "இவ்வளவு நேரம் நீங்க கஷ்டப்பட்டு ஆங்கிலம் பேசியிருக்க வேண்டாமே" என்று தமிழில் சிரித்து விட்டு, மறுபடி பியூனை அழைத்து, "சத்தியவாசகனைக் கூப்பிடப்பா" என்றார், அருமையான ஃபுல் சூட்டில் சத்தியன் வந்தான். ஆள் அதேமாதிரி ஒல்லியாக இருந்தான். ஆனால் முகம் தெளிவாக இருந்தது. பார்த்ததும் புரியவில்லை அவனுக்கு. "உங்க கிளாஸ்மேட்டாம், ஏதோ எழுத்தாளர் மாநாட்டுக்கு வந்திருக்காராம்" என்றார், மானேஜர். புரிந்து விட்டது. அப்படியே கட்டிக் கொண்டான். "சார் உண்மையிலேயே நல்ல போயட் சார்" என்றான். எனக்குக் கூச்சமாக இருந்தது.

மனைவி நண்பர்களிடம் அறிமுகப்படுத்தினேன். “எல்லாரும் எப்படி இருக்காங்க” என்றேன். “தங்கை சி.ஏ முடித்துவிட்டு ஆடிட்டராக இருக்கிறாள். அம்மாவுடன் மதுரையில்தான் இருக்கிறாள். இரண்டு பேரும் ரொம்ப நல்லா இருக்காங்க” என்றான். செக் பூரவையும் உடனே மாற்றி பணமாகத் தந்தான். நிறையப் பேச, வங்கியில் நிறைந்திருந்த அந்த திங்கள்க் கிழமைக் கூட்டமும் அவனது வேலையும் அனுமதிக்கவில்லை. எங்களுக்கும் வேலைகள் இருந்தன. சோம்நாத் போவதா, இல்லை பம்பாய் போவதா என்று தீர்மானிக்க வேண்டும். சத்தியன் ‘சோம்நாத், துவாரகா போய்வாருங்கள். பம்பாயை எப்போதும் பார்த்துக் கொள்ளலாம்’ என்றான். சோம்நாத் போய் வருவது குஜராத் அரசின் இலவச ஏற்பாடு. எனக்கு யோசனையாக இருந்தது. ஆனால் பம்பாயிலிருந்து பெங்களூருக்கு டிக்கெட் ஏற்பா டெல்லாம் சுப்ரமணிய ராஜு செய்திருந்தான். அப்போதுதான் எஸ்.டி.டி. தொலைபேசி நாட்டில் அறிமுகமாகி இருந்தது. எஸ்.டி.டியில் பேசியே எல்லா பயணத் திட்டங்களையும் சுப்ரமணிய ராஜு செய்திருந்தான். சென்னையில் அவனைச் சந்தித்தபின்தான் எல்லாமே திட்டமாயிற்று. “என்னடா ஒரு யோசனையுமில்லாம யாத்திரை கிளம்பிட்டே, அதுவும் சின்னக் குழந்தையோட...” “என்று உரிமையோடு கடிந்துகொண்டான்.

சத்தியனிடம் இந்த விஷயத்தைச் சொல்லிவிட்டு, முகவரி யெல்லாம் கொடுத்து விட்டு, வாங்கிக்கொண்டு விடைபெற்றோம். “முகவரியெல்லாம் முக்கியமா... நம்மை எது இப்போது சந்திக்க வைத்ததோ அது பார்த்துக் கொள்ளும்... நம்மை....” என்றான். உண்மைதான், ஆனால் அதற்கப்புறம் இன்றுவரை அவனைப் பார்க்கவேயில்லை..... இனிமேல் எந்த யாத்திரையில் எதிர் வருவானோ.

20
ஒரு சிக்கலில்லாத காதல் கதை...

அன்று அல்ஜிப்ராவில் ஒரு டெஸ்ட் இருந்தது. லைப்ரரிக்கு புதிதாக வந்திருந்த "மெக்லைன் – பிர்காஃப்" புத்தகத்தில்தான் அந்தத் தியரம் விரிவாகவும் எளிதாகவும் இருந்தது. அதை எடுத்து வந்திருந்தேன். லைப்ரரியில் நான்தான் அதிகம் புத்தகம் எடுப்பவன் என்ற (கேலிப்) பெயர் எனக்குண்டு. எனக்குத் தெரியாதென்று, நினைத்துக் கொண்டு என் வகுப்புத் தோழர்கள், எனக்கு அதற்காகவே 'நன்னூல்' என்று பட்டப்பேர் சூட்டியிருந்தார்கள். உண்மையில் அதைச் சூட்டியது ஒரு தோழிதான். அவள், வசுமதி, அப்படியொரு ஊமையாய் இருப்பவள். ஆனால் எல்லா ஆசிரியர்களுக்கும் மாணவர்களுக்கும் அவள் பெயர் சூட்டி இருக்கிறாள் என்று கேள்வி. இன்னொருத்தி, உஷா, எப்போதும் கலகலவெனச் சிரித்துக்கொண்டே இருப்பாள். அவள் ஒருநாள் வகுப்பில் நானும் சீமானும் சற்றுத் தாமதமாக நுழையும்போது, சிரித்துக்கொண்டே "ஏடி, உங்க நன்னூல் வந்தாச்சு" என்று பக்கத்திலிருந்த வசுமதியிடம் கொஞ்சம் சத்தமாகவே சொன்னாள். சீமான் அவளை முறைத்துப் பார்த்தான். அவள் பயந்துபோய் தலையைக் குனிந்துகொண்டாள். வசுமதியின் முகம் வெட்கத்தாலோ, பயத்தாலோ சிவந்துவிட்டது. இருப்பதிலேயே அவள்தான் சிகப்பாகவும் அழகாகவும் இருப்பாள். சற்று குண்டான தேகம். சீமான் தன்னைக் கிண்டல் பண்ணுவதாக நினைத்துக்கொண்டு உஷா

முன்னால் போய் நின்றான். நான், “வாங்க பார்ட்னர், உங்களைச் சொல்லவில்லை...” என்று அவனைக் கையைப் பிடித்து இழுத்தேன். இதைக் கேட்டதும் இன்னும் பரிதாபமாக வசுமதி என்னைப் பார்த்தாள். சீமானும் நானும் ஒருவரையொருவர் பார்ட்னர் என்றுதான் சொல்லிக்கொள்ளுவோம்.

சீமானும் அழகாய் இருப்பான். ‘செம்மீன்’ ஷீலாவைப் போல் ஜாடையிலிருப்பான், ஷீலாவைப் போல் அழகான மூக்கு, அதன் கீழ் கருகருவென்ற மீசை..... நான் ஷீலாவை நேரில் அருகில் பார்த்து அதிசயித்திருக்கிறேன்... சினிமா உலகிலேயே அவருக் கென்று.... பெரிய பெரிய நடிகர்கள் மத்தியிலேயே பல ரகசிய ரசிகர்கள் உண்டு என்று அந்தக்காலத்தில் பல கிசுகிசுக்கள் கேள்விப்பட்டிருக்கிறேன். ஆனாலும் அவர் ஒரு அற்புதமான நடிகை என்பதில் எந்தச் சந்தேகமும் இல்லை.

அன்று நான் அந்த டெஸ்ட்டுக்காக, மாடியிலிருந்து காலையில், படித்துக்கொண்டிருந்ததில் நேரம் போனது தெரியவில்லை. திடீரென்று சீமான் படியேறி வந்தான், “பார்ட்னர், என்ன இன்னும் கிளம்பலையா,” என்றபடியே. அப்போதுதான் நான் இன்னும் குளிக்கவேயில்லை என்று உணர்ந்தேன். “இன்னக்கி என்னமோ அல்ஜிப்ரா டெஸ்ட்டாமே... நீங்க குளிச்சுட்டு வருகிற வரை நான் படித்துக்கொண்டு இருக்கிறேன்.... உங்க நோட்டைக் கொஞ்சம் தாருங்கள்..” என்று சொல்லிக்கொண்டே மேஜை யடியில் உட்கார்ந்தான். “இந்தாங்க, பார்ட்னர் இந்தப் புத்தகத்தில் எளிதான ட்ரீட்மெண்ட் இருக்கு இதைப் படியுங்க..” என்று சொல்லிவிட்டு, அவசர அவசரமாகக் குளிக்கக் கிளம்பினேன்.

சீமான், பயங்கரமான கெட்டிக்காரன்.. பி.எஸ்.சி யில், அவனது கல்லூரியில் அவன் யுனிவர்சிட்டி ரேங்க் வாங்குவானென்று, அவனது ஆசிரியர்கள் எல்லோருமே சொல்லுவார்களாம். ஆனால் பரீட்சை நேரத்தில் உடல் நலமில்லாமல்ப் போய் ’ஸ்டடி வீவ்’ முழுக்கப் படுக்கையில்தான் இருந்தானாம், படிக்கவே யில்லை. ஆனாலும் படிக்காமலேயே பரீட்சை எழுதி, ’ஏ ப்ளஸ் (கிட்டத்தட்ட 80 சதவிகிதம்) வாங்கியிருந்தான். ‘படுத்துக் கொண்டே ஜெயித்த எம்.ஜி.ஆர்’ என்று நாங்கள் அவனைச் சொலுவோம். நானும் ‘ஏ ப்ளஸ்’ ஆனால் என் கதை வேறு., காதல் கத்திரிக்காய், என்று வாழ்க்கையைக் குழப்பி, வாழ்க்கை யையே முடிக்கப் பார்த்து, அதிலும் தோற்று, அடுத்த வருடம்தான் பாஸ் பண்ணினேன். என்றாலும் என் ஒரே கனவான முதுகலையில் எப்படியோ சேர்ந்துவிட்டேன். சீமானின்

உறவுக்காரர்கள் வீடு என் வீட்டின் பக்கத்தில்தான் இருந்தது. அங்கே வரும்போதெல்லாம் என் வீட்டுக்கும் வருவான். அவனுக்கு அப்பா கிடையாது. அண்ணன்தான் எல்லாமும். டவுனில் ஒரு தேங்காய்க் கடை வைத்திருந்தான். தேங்காய் கமிஷன் மண்டி என்று சொல்ல வேண்டும். ஈரோடு, கேரளாவிலிருந்து தேங்கா யெண்ணையும் லாரிலாரியாக வரும்.

எங்கள் தெருவில் இருக்கும் அவனது உறவினர்களும் அதே வியாபாரம் செய்தவர்கள்தான். ஆனால் இப்போது நொடித்துப் போய், ஒருவர் அதே கடையில் கணக்கெழுதிக் கொண்டிருக்கிறார். இன்னொருவன் சினிமா தியேட்டரில் டிக்கெட் கிழித்துக் கொடுக்கும் வேலை பார்த்துக்கொண்டிருக்கிறான். அவனது 'கூப்பிடும் பெயர்' வேம்பு என்று நினைவு.... ஸ்கூல் ரெகார்டில் வேறு ஏதோ பெயர். நாங்கள் அவனைத் தெருவில் "வெம்பு" என்போம். பிஞ்சிலேயே வெம்பிப் பழுத்தவன்.... வசதியாய் இருக்கும்போது ஆடாத ஆட்டம் கிடையாது.... வீட்டில் சினிமாப்படம் போடுகிறேனென்று, பேர் பண்ணிக்கொண்டு ஒரு சின்னப் பிள்ளையை விடாமல் 'மஞ்சள் உரசுவான்'; பிற்காலத்தில் வீட்டு வேலைக்காரிகளை ஒருவரையும் விட மாட்டான். இப்போது சோடாபுட்டிக் கண்ணாடியும், மெலிந்த உடலுமாய் பெஞ்சு டிக்கெட் நுழைவு வாயிலில் டிக்கெட் கிழித்துக் கொண்டிருக்கிறான். "வேய் வேம்புப் பிள்ளை. திரையை மூடுவே, வெளிச்சம் தெரியுதுவே..." என்று தினமும் ஒருவராவது அவனைக் கிண்டலடிக்காமல் இருக்க மாட்டார்கள். அதைக் கேட்டதும்தான் நினைவுக்கு வந்தவனாய், வேட்டியை விலக்கி சொறிந்து கொண்டிருப்பதை நிப்பாட்டுவான். "ஹி, ஹி" என்று அசடு வழிவான். "வேய் தியேட்டர் வாசல்த் திரையச் சொன்னேன்வே" என்று மறுபடி கிண்டலடிப்பார்கள்.

அவ்வளவு பெரிய கடையிருந்தும் அண்ணன், சீமானுக்கு பணம் தரமாட்டான்... கல்லூரி ஃபீஸெல்லாம் தாமதமாகத்தான் கட்டுவான். ஃபீஸ் கட்ட நேரும்போதெல்லாம் கிளாஸுக்கே வராமல் கடையில் நிற்பான். ஒருவாரமாவது கடையில் வேலை பார்த்தால்தான் அண்ணன்காரன் பணம் தருவான். ஆனால் சீமானுக்கு அசாத்திய மூளை. கணக்குக்கென்றே பிறந்த மாதிரி.... அவனுடைய நோட்டில் சில பக்கங்கள் விட்டு விட்டுத்தான் எழுதியிருப்பான். வெற்றுத் தாள்களெல்லாம் அவன் வராத நாட்களில் நடத்திய பகுதியாக இருக்கும். அவன் கிளாசுக்கு வராத ஒரு வாரம் வகுப்பில் நடந்ததை, மறுவாரம் வந்து

யாரிடமாவது நோட்டை வாங்கிப் பார்ப்பான். அதுவும் வகுப்பு ஆரம்பிக்கும் முன் ஐந்து நிமிடம்தான் பார்ப்பான். அன்றைய வகுப்பில், நாங்களெல்லாம் மறை கழண்டவன் மாதிரி, ஒன்றும் புரியாமல் பேராசிரியர் நடத்துவதைப் பார்த்துக் கொண்டிருப்போம். அவன் அழகாக ஃபாலோ பண்ணுவான். சில வகுப்புகளுக்கு நாங்கள் பக்கத்துக் கல்லூரிக்குச் செல்ல வேண்டியிருக்கும். அதற்கு 'இண்டெர் காலேஜ் கிளாஸ்ஸஸ்' என்று பெயர். அங்கே ஒரு பேராசிரியர் ஆந்திராக்காரர், ஏதோ 'ராவ்'. தமிழ் சரியாக வராது... அவர் வேகமாக நடத்திக்கொண்டே போவார். இரண்டு மணிநேர வகுப்பில், ஒருமணி நேரம் நடத்துவார். அப்புறம் நோட்ஸ் டிக்டேட் பண்ணுவார். அதை மட்டும் எழுதுவோம். நடத்துவதைக் கண்டுகொள்ளவே மாட்டோம். முடியாது.

சீமான், ஒரு நாள் திடீரென்று அவர் பாடம் நடத்திக் கொண்டிருக்கும்போது, எழுந்தான். ("மெஷர் தியரி' என்று நினைவு. அது எளிதில் புரியாது. எங்கள் பேராசிரியரிடம், அவர் நடத்துவது புரியவில்லை என்று சொன்னோம். அவர் நானே கடைசியில் மறுபடி சொல்லித்தருகிறேன் என்றிருந்தார். அதனால் அதை யாரும் கவனிப்பதே இல்லை.) உங்களுடைய இந்த ஸ்டெப் தவறு என்றான். அவர் இங்கே வா, வந்து என்ன தவறு என்று சொல்லு என்றார். அவன் இடத்தைவிட்டு அசைய வில்லை, "நீங்கள் முதலில் எடுத்திருக்கும் அனுமானத்தின் மீதுதானே, ஒரு லாஜிக்கை கட்டிக்கொண்டு வருகிறீர்கள்.. அப்படியென்றால், இந்த ஸ்டெப், உங்கள் அனுமானம் தவறு என்று ஆக்குகிறது... நீங்கள் ஒரு அப்ஸ்ட்ராக்ட் தியரியை நடத்தி வருகிறீர்கள். இதற்கு காங்க்ரீட்டான உதாரணமாக, இயல் எண்களை... எடுத்துப் போட்டுப்பாருங்கள் $1 = 0$, என்று வருகிறது என்றான். ஆந்திராக்காரர் ஆடிப் போய்விட்டார்... "நீங்கள் யாருமே பாடத்தைக் கவனிக்கவில்லை.... என்றுதான் நினைத்துக் கொண்டிருக்கிறேன்.... மன்னித்துக் கொள்ளுங்கள்" என்றார். நாங்கள், எங்களுக்குப் புரியவில்லை என்றாலும்.... சீமானுக்கு பெரிய "ஓ" போட்டோம். பெண்கள் அதிகமாகவே சத்தமிட்டார்கள்.

வகுப்பு முடிந்ததும் எல்லோரும் சீமானைச் சூழ்ந்து கொண்டோம். ராவ் என்னை அவர் அறைக்கு அழைத்தார். நான்தான்.. கிளாஸ் ரெப்ரெசெண்டேடிவ். அப்படியென்றால்... இந்த மாதிரி இண்டெர் காலேஜ் கிளாசுக்குப் போகும்போது அட்டெண்டன்ஸ் ரிஜிஸ்டரை எடுத்துப்போய் மறுநாள் கொண்டு

வரவேண்டும்.... அவ்வளவுதான். எப்படியோ ப்ரின்சிபாலிடம் சொல்லி வகுப்பறைக்கு ஒரு பழைய ஃபேனை வாங்கி மாட்டியது தான் என் அதிகபட்ச சாதனை. இதெல்லாம் முதலாம் ஆண்டுதான். ராவ் சாரின் அறைக்குப் போனதும் அவர் கேட்டது, “அவனை நான் வகுப்பில் பார்த்த நினைவே இல்லியெ.. அது யார்?” நான் சொன்னேன். அவர் தலையை உதறிக்கொண்டு.... “அவன் பிரமாதமான ஆள், அவனை எப்படியாவது படிக்க வையுங்கள்” என்றார். அவன் குடும்பச் சூழல் அப்படி, என்றேன்.. “எத்தனையோ கோணலான ஆச்சரியங்களில் இதுவும் ஒன்று... அவனை என் கிளாசுக்கு தவறாமல் அழைத்து வந்து விடு” என்றார். சரி என்று சொல்லிவிட்டு வெளியே வந்தேன். என்றும் பேசாத வசுமதி, என் பெயரைச் சொல்லிக் கூப்பிட்டு, ராவ்காரு என்ன சொன்னார் என்றாள். சொன்னேன். “நீங்கள் ரெண்டு பேருமே.. கெட்டிக்காரர்கள்தான்” என்றாள். ஜிவ்வென்றிருந்தது. நிஜமாகவா என்றேன். அதற்குள் உஷா அருகில் வந்தாள் ‘வசு’ நகர்ந்துவிட்டாள். மறுநாளிலிருந்து ‘வசு’ வகுப்பில் என்னை சில முறுவல்களுடன் எதிர்கொண்டாள்.

அவள் ஒரு பெஞ்சின் முனையிலும், நான் எதிர் பெஞ்சின் அருகாமை முனையிலும் அமர்வதுதான் வழக்கம். வகுப்பு மும்முரமாக நடந்து கொண்டிருந்தது. எனக்குப் பிடித்தமான ‘டோப்பாலஜி’ கிளாஸ். திடீரென்று வசுமதியைப் பார்த்தேன். அவளது மெல்லிய கழுத்துச் செயின், அறுந்தோ, கொக்கி கழண்டோ கொஞ்சங்கொஞ்சமாக ஜாக்கெட்டிற்குள் இறங்கிக் கொண்டிருந்தது. நல்ல செண்பகமஞ்சள் கலரில் சேலையும் ஜாக்கெட்டும். அவளுக்கு எடுப்பாக இருந்தது. எப்படிச் சொல்வது புரியவில்லை. கீழே விழுந்தாலும் சொல்லலாம். இது, மார்பைத் தழுவி ஜாக்கெட்டிற்குள் நகர்ந்து கொண்டிருக்கிறது. முழுதுமாக ஜாக்கெட்டிற்குள் விழுந்து விட்டது. சரி வகுப்பின் இடையில் சொல்ல வேண்டாம், என்று நினைக்கும்போதே அவளும் கவனித்து விட்டாள். பதட்டத்துடன் எழுந்து ப்ரொஃபஸரிடம் அனுமதி கேட்டுவிட்டு வெளியேறினாள். நானும் பின்னாலேயே போனேன். அவள் என்னைக் கவனிக்கவில்லை.. லேசாக ஹலோ என்றேன்.. கேட்கவில்லை, அவள் வெராந்தாவில் தேடியபடியே போய்க் கொண்டிருந்தாள். “மிஸ் வசு..” என்றேன் திரும்பினாள், “சாரி பயப்படாதீங்க, செயின் ஜாக்கெட்டிற்குள்தான் கிடக்கு, அது வெளியே எங்கேயாவது விழுந்திரக் கூடாதேன்னுதான் பின்னாலேயே வாரேன்” என்றேன். மாணவிகளுக்கென்று ஒரு சிறிய தனி அறை உண்டு. அதில்தான் இருப்பார்கள். அதன்

கதவு எப்போதும் உள்ப்புறம் பூட்டியே இருக்கும். அதனுள் போனாள். நான் வகுப்புக்குத் திரும்பிவிட்டேன். சீமான், “எங்க வே பின்னாலேயே போனீரே” என்றான். பதில் சொல்லும் முன் வசுமதி சிரிப்பும் செயினுமாக வகுப்புக்குள் வந்தாள். என்னை நன்றியுடன் பார்த்தாள். கண்ணில் ஒரு சிரிப்பிருந்தது.

இன்னொருநாள்....... அப்பொழுதெல்லாம் ஃபவுண்டன் பேனாக்கள்தான் உபயோகிப்பது. ஒரு நாள் என் பேனா மை தீர்ந்து, நான் குறிப்பெடுக்காமல் சும்மா இருந்தேன். வழக்கமாக இப்படி நேர்ந்தால், யாருமே வகுப்பு ஆசிரியரிடம்தான் பேனா வாங்கிக் கொள்வோம். அன்று அவரிடமும் இல்லை. திடீரென்று வசுமதி தன் கைப்பையிலிருந்து ஒரு பேனாவை எடுத்து என்னிடம் நீட்டினாள். கிளாஸில் ஒரு சலசலப்பு ஏற்பட்டது. அவள் எப்போதும் கறுப்பு மையே உபயோகிப்பாள். அதுவும் எழுதவில்லை. அவளிடம் மறுபடி கொடுத்தேன். அவள் நெக்கை, முழுதுமாகத் திறக்காமல் லேசாகக் கழற்றி மறுபடி மூடி, மையை ஒரு சொட்டு, கீழே கொட்டி விட்டு மறுபடி தந்தாள். இப்பொழுது நன்றாக எழுதிற்று. அவளின் கையில் கருப்பு மை. கன்னத்தில் வேறு கறுப்புத் தீற்றலாக மை பட்டிருந்தது. எப்போது முகத்தைத் துடைத்தாளோ... திடீரென்று மாணவிகள் பக்கம் ஒரு கிசுகிசுப்பு உலவ ஆரம்பித்தது. தொடர்ந்து இங்கே மாணவர்கள் பக்கம் கிசுகிசுப்பு ஆரம்பித்தது. முதலில் எனக்குப் புரியவில்லை.. பேனாவை என் வாயில் வைத்துக் கடித்துக் கொண்டிருந் திருக்கிறேன். அது என் பழக்கம்.. அதைப் பார்த்துப் பெண்களும், அப்புறம் மாணவர்களும் கிசுகிசுத்திருக்கிறார்கள். சீமான் எனக்குப் பின்னால் இருந்தான்... லேசாகச் சொன்னான், “பார்ட்னர் பேனாவைக் கடிக்காதீங்க” என்று.

தலையைக் குனிந்துகொண்டேன். வசுமதி சாதாரணமாக இருந்தாள்.

வகுப்பு முடிந்து போகும்போது, பேனாவை வாங்கிக் கொண்டு, வசுமதி தனது நோட்டைத் தந்து, ஏதும் எழுத வேண்டியதிருந்தால் எழுதி விட்டு நாளை தாருங்கள் என்றாள். நான் வாங்கி வைத்துக்கொண்டேன். “ஏன் எங்களிடமெல்லாம் நோட்ஸ் இல்லையாமா.. இல்லைன்னா நாங்க என்ன தப்பும் தவறுமாக எழுதியிருக்கோமா..” என்று எல்லோரும் பிடித்துக் கொண்டார்கள். “இந்தா பாரு உன் பார்ட்னர் எழுதுவதே இல்லை...” என்று சீமானை வேறு வம்புக்கிழுத்தார்கள். நான், போங்கப்பா என்று தப்பித்து ஓடி வந்தேன். மாணவிகள்

அறைக்குள்ளிருந்து... உஷா தலைமையில் கிண்டலும் சிரிப்புமாக சத்தம் வெளிவந்தது. நாளைக்கு லீவு போட்டுவிட வேண்டியது தான் என்றவாறு சைக்கிள் ஸ்டாண்டை நோக்கி நடந்தேன்.

அன்று வீட்டுக்கு வந்து சேர்ந்ததும், சரியான மழையொன்று அடித்து ஓய்ந்தது. மழை சுத்தமாக வெறித்து, வானம் புது வெளிச்சத்தோடு இருந்தது. மனமும் ஒரு மிதப்பில் இருந்தது. எங்கேயாவது சினிமா போகலாம் போலிருந்தது. இப்படி மழை பெய்து ஓய்ந்ததும், சினிமா தியேட்டரின் முன்புறம் ஒரு வெளிச்சமும் அழகுமாய், அதிக விஸ்தாரமுமாய் இருக்கும். அதுவும் ரத்னா தியேட்டர் ரொம்ப அழகாயிருக்கும். இப்படியொரு மழைநாளில்த் தான் அங்கே இருகோடுகள்' பார்க்கப் போனேன். அவளும் வந்திருந்தாள். அவள் நினைவு வந்ததும் சிரிப்பாய் இருந்தது. அன்றைய அவளுக்கான உருகுதல்களும் இன்றைய வசுமதியின் நெருக்கமும்.. இது நெருக்கம்தானா.... நம்மையும் ஒரு பெண் நெருங்குவாளா... ஒன்றும் புரியவில்லை. எப்படியும் சாயந்தரம்.. ஒரு ரதவீதி சுற்றலுக்குப் போய்வருவோம்... அதற்காகக் கிளம்பினேன். 'வசந்த மாளிகை' பிரமாதமாக ஓடிக்கொண் டிருந்தது. நான் பார்க்கவில்லை. சரி போவோமே என்று தியேட்டரைப் பார்க்க நடையை எட்டிப்போட்டேன். சற்று நேரமாகி இருந்தது.... தெரிந்த தியேட்டர்தான்.. டிக்கெட் இருந்தால் எப்படியும் போய்விடலாம். ஹவுஸ்ஃபுல்லாகி விட்டால் ஒன்றும் செய்ய முடியாது.

ஹௌஸ்ஃபுல். தியேட்டர் வாசலில், அரசு அதிகாரியும் இலக்கிய நண்பருமான ஒருவர் நின்றுகொண்டிருந்தார். அவர் அப்போதுதான் எங்கள் ஊருக்கு மாறுதலாகி வந்திருந்தார். என்னைப் பார்த்ததும் “என்ன உங்க ஊர்ல டிக்கெட் கிடைக்க மாட்டேன்கிறதே... நீங்கள்ளாம் சிவாஜி படம் பார்க்க வந்தா எப்படிக் கிடைக்கும்” என்று சொல்லிச் சிரித்தார். அன்று முதல்த் தேதி என்று நினைவு. செகன்ட் ஷோ போறீங்களா என்று கேட்டேன். “ஆமாம் ஏற்கெனவே டிக்கெட் சொல்லியாச்சு” என்றார். “நீங்க வருவதாயிருந்தா.. சொல்லுங்க இன்னொரு டிக்கெட் சொல்லச் சொல்லறேன்” என்றார். சரி என்றேன். அருகில் நின்ற உதவியாளரிடம் இன்னொரு டிக்கெட்டிற்குச் சொன்னார். அவர், “வேண்டாம் சார் நான் பார்த்தாச்சு, என் டிக்கெட்டில் அவர் போகட்டும்” என்றார். அவருக்கு தன் அதிகாரியுடன் படம் பார்க்கப் பிடிக்கவில்லை என்று தெரிந்தது. அவரும் என்னுடன் நன்றாகப் பழகுவார். “யோவ் ஆளை விடுய்யா..” என்று பார்வையிலேயே சொல்வது மாதிரி இருந்தது.

நண்பர், “வாங்க கலா ரொம்பா நாளாச்சு, இன்னக்கி ஒரு பூஸ் போடலாம் போல இருக்கு. உங்க செல்வாக்கில நல்ல இடமாகக் கூட்டிக்கொண்டு போங்க” என்றார். அப்படியே ஜங்சனுக்கு நடந்தோம். வழக்கமான ஒரு ஓட்டலுக்குப் போனோம். அங்கே பொதுவாக யாருக்கும் சரக்கு சாப்பிட அனுமதியே கிடையாது. முதலாளியின் பையன், என்னுடன் இந்தி எதிர்ப்பு போராட்டத்தில் ஒன்றாகச் சுற்றியவன். அவர்களது கடை முதலில் டவுணில்தான் இருந்தது. ஹைஸ்கூல் டீச்சர்ஸ் எல்லாருக்கும் அங்கிருந்துதான் சாப்பாடு வரும். 1965லேயே டப்பாவாலா மாதிரி. அவன்தான் பட்டறையில் இருந்தான். அவனிடம் நண்பரை அறிமுகப்படுத்தினேன். காளிமுத்து, நா.காமராசனின் நண்பர் என்று. அவன் உடனே பட்டறையில் இருந்து எழுந்துவிட்டான். நண்பருக்குச் சற்றுக் கூச்சமாக இருந்திருக்க வேண்டும். நான் அவரது தோள் மட்ட நண்பன் என்று சொல்ல முடியாது. நான் அவசரப்பட்டு விட்டேனோ என்று தோன்றியது. என் குணாதிசயமும் அதுதான். அவசரக் குடுக்கை. “சின்னப்பையன்னா சரியாத்தானே இருக்கு என்று நினைத்து விடுவாரோ...” என்று தோன்றியது. நாங்கள்ளாம் ‘ஹிண்டி அஜிடேஷன்ல ஃப்ரெண்டானவங்க’ என்று இருவரிடமும் அசடு வழிந்தேன்.

உண்மையிலேயே நல்ல பூஸ். இரண்டு பேரும் வசந்த மாளிகை பார்த்துவிட்டு வந்து, அவரது அறையிலேயே படுத்துக் கொண்டேன். “இந்தப் படத்தை இப்படித்தான் பார்க்கணும்...” என்று பேசிக்கொண்டே தூங்கிப் போனோம். உண்மையிலேயே மறுநாள் வகுப்புக்குப் போகவில்லை. கொஞ்ச நாளில் லூர்து நாதன், போலீஸ் விரட்டும்போது ஆற்றில் விழுந்து இறந்து போனதால் ஏற்பட்ட மாணவர் போராட்டத்தால் கல்லூரிகளை மூடி விட்டார்கள். திடீரென்று நினைத்தாற்போல் ஒரு ராத்திரி, பட்டும் படாமலும், தொட்டும் தொடாமலும் (அதில் என்ன எழுதினேன் என்று சொன்னால் உங்களால் ஒரு வாரத்திற்கு சிரிப்பை அடக்க முடியாது.) ஒரு கடிதம் எழுதி, வசுமதியின் விலாசம் தெரியாததால் கல்லூரி விலாசத்திற்கே எழுதி, ‘TO BE REDIRECTED’ என்று கவரில் எழுதி போஸ்ட் பண்ணினேன். ஒரு பதிலும் இல்லை.

முதுகலை வகுப்புகளுக்கு மட்டும் கல்லூரி திறந்து, இரண்டாம் நாள், இரண்டாம் பீரியட் நடந்து கொண்டிருக்கும்போது பியூன் வந்து ஒரு கடிதத்தை சாரிடம் நீட்டினான். அவர் அதை வசுமதியிடம் கொடுத்தார். அதே கடிதம். அடப்பாவிகளா, ஒரு

மாசமாய் பத்திரமாய் வைத்திருந்து இங்கேயா கொடுக்க வேண்டும்... அவளும் முன்னும் பின்னும் திருப்பிப் பார்த்துக் கொண்டிருந்தாள். சைகையால் ஏதாவது சொல்லி விடுவோமா என்றிருந்தது. வேர்த்து விறுவிறுத்துப் போயிருந்தேன். வீட்டிற்கு ஓடிவிடுவோமா என்றிருந்தது. யாரிடமும் பேசவேயில்லை. எப்படியோ சாப்பிட்டு முடித்து மதியம் வகுப்புகள் தொடங்கும் போது... மாணவிகள் மத்தியில் ஒரு அசாதாரண அமைதி தென்பட்டது. எல்லோரும் கடிதத்தைப் பங்கு போட்டு விட்டார்களா..... என்று தோன்றியது. எப்படியோ நாட்கள் கழிந்தது. வசுமதியிடம் சிரிப்புமில்லை எதிர்ப்புமில்லை. உடும்பு வேண்டாம் கையை விட்டால்ப் போதும் என்றிருந்தது. அப்புறம் ஒரே ஒருதரம் பேனா கேட்க வேண்டியிருந்தது... சீமானுக்காக... கொடுத்தாள். அடுத்த மாதத்தில்.. கல்லூரியே முடிந்தது.

கடைசி நாளை "பசுமை நிறைந்த நினைவுகளுடன் கொண்டாடி னோம்..." குட்டி குட்டியாய்ப் போட்டிகள், குரூப் போட்டோ என்று எல்லாவற்றையும் நான்தான் ஏற்பாடு செய்தேன். மாணவிகள் சேலைகளால், வகுப்பை ஒரு கனவுக்காட்சி போல் மாற்றியிருந்தார்கள். அவ்வளவையும் வகுப்பறையின் கதவுகளை அடைத்துக்கொண்டு 'ரகசியமாய்' செய்திருந்தார்கள். ஒவ்வொரு வருக்கும் 'நேயர் விருப்பம்' பாடல் போட்டு கலாட்டா செய்து கொண்டிருந்தோம். கொஞ்சம் ஜொள்ளு விடுகிற ஒரு சாருக்கு "எங்கெல்லாம் வளையோசை கேட்கின்றதோ..." என்று பாடல் போட்டோம். உஷாவுக்கு "குலுங்க குலுங்கச் சிரிக்கும் சிரிப்பில் இவளொரு பாப்பா.." என்ற பாடல். வசுமதிக்கு "மௌனமே பார்வையால் ஒரு வார்த்தை பேச வேண்டும்.." பாட்டு. எங்களுக்கு அவர்கள் பாடல்கள் போட்டார்கள்.... என் முறை வரும் போது.. அடுத்து ஆஸ்தான வித்துவானுக்கு என்றார்கள். இது என்னடா இந்தப் பெயரையெல்லாம் சொல்லுகிறார்களே... என்று பயந்து கொண்டே இருந்தேன்... அவர்களைப் பண்ணிய கேலிக்கெல்லாம் என்ன பழிவாங்கப் போகிறார்களோ என்று. ஆனால் "கலைமகள் கைப் பொருளே.. உன்னைக் கவனிக்க ஆளில்லையோ.." என்று பாட்டுப்போட்டதும், "அப்பாடா என்றிருந்தது.... மற்றவர்க ளெல்லாம் "பார்ட்னர் தப்பிச்சுட்டீங்க" என்ற சீமானின் கேலியுடன் இணைந்துகொண்டார்கள்.

எல்லோரும் சினிமாவுக்குப் போவதாக முடிவெடுத்தோம்.. வசுமதி நான் சினிமா பார்ப்பதே இல்லை என்று வர மறுத்தாள். நான் போய் அழைத்தேன். கொஞ்சம் பயமாய்த்தான் இருந்தது. என்னிடமும் மறுத்து விட்டாள். "ஒரு உதவி செய்ய முடியுமா?"

என்று கேட்டாள். என்ன என்றேன். சுமார் ஐந்து, ஆறு நோட் புத்தகங்களைக் கொடுத்து, "இதை உங்க பார்ட்னரிடம் கொடுத்து விடுங்கள்... வேறு யாருக்கும் தெரியவேண்டாம், அவரே உங்களிடம் வந்து வாங்கிக் கொள்ளுவார்" என்றாள். சரி என்று வாங்கிக்கொண்டேன். சினிமா போகும் அவசரம்.... "ஆல் த பெஸ்ட்" என்றாள். மறுநாளிலிருந்து ஸ்டடி லீவ். மறுநாள் காலையில் சீமான் வந்தான். நான் அதுவரை அவைகளைப் பார்க்கவே யில்லை. ஆறு நோட்டுகளில் கருப்புமையால் முக்கியமான அவ்வளவு வினாக்களையும் விடைகளையும் எழுதி வைத் திருந்தாள்.. அவள் எழுதிப் பார்த்து படித்தவையாக இருக்க வேண்டும் என்று நினைத்தேன்.

அவளுக்கு தேவைப்படாதா என்று நினைத்தேன். நான் கிட்டத்தட்ட அதே போல் குயர் குயராக பேப்பரில் எழுதிப் பார்த்து, ஸ்டடி லீவில் படிப்பதற்காகத் தயார் செய்து வைத் திருந்தேன். அவன், அவற்றைத் திருப்பிப் பார்த்துவிட்டு, "இரண்டு தடவை என்னன்னு எழுதினாளோ.. பாவிமட்டை..." என்றான். நீ கேட்டியா என்றேன். இல்லை என்றான். அவனுக்கு முதல் வருட பேப்பர்களே பாக்கி இருந்தன. "அவ ஆசைக்கு குடுத்துருக்கா... நான் எங்க, படிச்சு பாட்டைத் தொலைக்க" என்றான். "ஆமா என்னிடம் ஏன் கொடுத்து விட்டாள்" என்றேன்.. நீங்கதானே என் பார்ட்னர் என்றபடியே, ஒரு நமுட்டுச் சிரிப்புடன் கீழிறங்கிப் போனான். நானென்ன காதல் தூதா என்று தோன்றியது. சேச்சே அப்படியிருக்காது என்றும் தோன்றியது. சுஜாதா ஒரு சின்னத் தொடர்கதை, "ஒரு சிக்கலில்லாத காதல்கதை" என்ற தலைப்பில் எழுதியிருப்பார். ஒருவன், ஒரு சுமாரான பெண்ணைக் காதலிப்பது போல் நடித்து, அவளது தோழியான அழகான பெண்ணை ப்ராக்கெட் போடுவதாக வரும். இதுவும் அப்படியா என்று நினைத்தேன்.... சரி என்ன எழவும் இருந்துட்டுப் போகட்டும் மரியாதியாப் படி என்றது மனசாட்சி. அளவுக்கு அதிகத் தயாரிப்பு, தேவையற்ற அலைபாயல்கள், என்ன காரணமோ.. யாரும் எதிர்பார்க்காமல் நான் ஃபெயிலாகி விட்டேன். சீமானும். அப்புறம் யாரைப் பார்க்கவும் இஷ்டமேயில்லை. எப்படியோ வாழ்க்கை ஓடி விட்டது. ஏதோ வேலை.. என்னவோ வாழ்க்கை என்று அது தன் பாட்டுக்கு ஓடிவிட்டது.

சென்னையில் ஒரு திருமணம். போயிருந்தேன். திரும்பி வருவதற்கு ரயில் டிக்கட் கிடைக்கவில்லை. கியூவில் நின்று கொண்டிருந்தேன். கூட்டம் குறைகிற மாதிரியே இல்லை. சரி

பஸ்ஸில் போகலாம் என்று முடிவெடுத்து திரும்பினேன். பார்ட்னர் என்று குரல் கேட்டது. சீமான். பார்த்து, இருபத்தி ஐந்து வருடமிருக்கும். குரூப் ஒன்று தேர்வு எழுதிப் பாஸ் பண்ணியிருந்தான் என்று யாரோ சொன்ன நினைவு. எப்படியிருக்கீங்க என்று மரியாதையாய்க் கேட்கும்படி இருந்தது அவனது தோற்றம். எல்லாவற்றையும் பரிமாறிக் கொண்டோம். அப்பப்ப விகடனில் உங்க பேரைப் பார்ப்போம் என்றான். "சரி வீட்டுக்கு வாருங்கள்.... பக்கத்தில்தான் வீடு, நான் டிக்கெட் எடுத்து ஈக்யூ ரிலீஸ் செய்து தருகிறேன்..." என்றான். ஒருவரைக் கூப்பிட்டு எப்பா, திருநெல்வேலி எக்ஸ்பிரஸ்ஸில் என்று ஆரம்பித்தான்.... இல்லையில்ல கொல்லம் மெயிலில்.... என்றேன். சாரி, சார் சொல்லறதுக்கு ஒரு டிக்கெட் போட்டு வாங்கிட்டு வீட்டுக்கு வந்துருங்க.... மணி என்னாச்சு பன்னிரெண்டா அப்போ அப்படியே ஈ க்யூ பண்ணிட்டு வந்துருங்க என்று கிளம்பினான். எனக்கு அதெல்லாம் புரியவே இல்லை. வெளியே ஒரு ஜீப் நின்றது. வாரும், ஏறிக்கிடும், என்றான் எனக்குத் தயக்கமாய் இருந்தது.

"வேய், சும்மா வாரும் வேய், வசுமதி உம்மைப் பார்த்தா ரொம்ப சந்தோஷப் படுவா...".என்றான். 'ஜிலீர்' என்றிருந்தது. டிரைவர் இந்த பாஷையை ரொம்ப அந்நியமாகப் பார்த்த மாதிரி இருந்தது. ஆனால் எங்கள் நெருக்கத்தை உணர்ந்தது போல் இருந்தது. ஏறிக்கொண்டேன். "உம்ம லெட்டரை பத்திரமா வச்சுருக்கா வசு..." என்றான். அடடா இது என்னடா சிக்கல்... எப்படி அவளைப் பார்க்கப் போகிறோம்... என்று தோன்றியது. டிரைவர் சொன்னார், "சாப்பாட்டுக்கு எங்கே நிறுத்தணும் சார் அம்மா மாங்காடு போயிருக்காங்க வர ராத்திரி ஆயிடும்" என்று.... அப்பாட சிக்கல் இல்லை என்று தோன்றியது... "ஒரு சிக்கலில்லாத காதல்க் கதை.." என்றும் தோன்றியது.

●

21
வயது வந்தவர்களுக்கு மட்டும்

ஊருக்கு தென் மேற்கே ஒருபெரிய மண்மேடு போல இருக்கும். செக்கச்சிவப்பாய், ஏதோ பல ரகசிய இறந்த காலங்களைத் தன்னுள் அடக்கி வைத்திருப்பது போல் இருக்கும். ஏதாவது பாண்டியர்களின் பொக்கிஷங்களை அடக்கியிருக்கும் என்று அதன் மேல் ஏறிப் போகும் போதெல்லாம் சொல்லிக்கொள்ளுவோம். அநேகமாக சனிக்கிழமை மத்தியான வெயிலில்த்தான் இப்படி யோசனைகள் யாருக்காவது உதிக்கும். "ஏல, திருநாங் கோயில் போவோமாலே, சுத்தமல்லி அணைக்கிப் போவோமாலே", என்று யாருக்காவது யோசனை கிளம்பும். நேரம், சைக்கிள் வசதி இவற்றைப் பொறுத்து, போகும் இடம் முடிவாகும். குன்னத்தூர்ப் பொத்தை என்றால், அடிவாரம் வரைதான் சைக்கிளில் போகமுடியும் அதனால் அங்கு நடந்தே போய்விடுவோம்.

குன்னத்தூர் பொத்தை என்கிற மண் குன்றுக்கு, கல்லணை வாய்க்கால், பாட்டப்பத்து, கம்புக்கடைத்தெரு என்று போகிற வழியும் ரம்மியமாய் இருக்கும். அடிவாரத்துக்குச் சற்று முன்னர் ஒரு பலசரக்குக் கடை உண்டு. அதுதான் அந்தப் பக்கத்து மக்களுக்கான சூப்பர் மார்க்கெட். 'லண்டன் நேவிகட்' சிகரெட் மட்டும் கிடைக்கும். மற்றப்படி பீடிதான். சிகரெட்டையும் கல்லாப் பெட்டிக்குள்தான் வைத்திருப்பார், அந்த வயசான

செட்டியார். அநேகமாக, இந்த மாதிரிக் கிளம்பும்போதெல்லாம், நாங்கள் ஊருக்குள்ளிருந்தே சிகரெட் வாங்கிக்கொள்ளுவோம். குஞ்சுப்பிள்ளை மகன் ‘குசன்’ (லெச்சுமணபிள்ளை சன், ‘லெசன்’ கந்தையாப்பிள்ளை சன் ‘கசன்’ கொஞ்ச காலம் இப்படி ஒருவரை யொருவர் கூப்பிட்டுக் கொள்ளுவோம், அப்புறம் அது வழக் கொழிந்து போகும்.) அபூர்வமாய் ‘கூல்’ என்று ஒரு சிகெரெட் வாங்கி வருவான், அது மெந்தால் கலந்தது. அது இல்லை யென்றால் ‘நார்த் போல்’ என்று ஒரு மெந்தால் சிகரெட் வாங்கி வருவான். பொத்தையின் மீது அநியாயத்துக்கு காற்றடிக்கும். ஒரு பாக்கெட் சிகரெட்டைப் பத்த வைக்க இரண்டு பெட்டி தீக்குச்சிகள் வேண்டும். எல்லோருக்கும், எப்போதாவது ‘திருட்டு தம்’ குடிக்கிற பள்ளிக்கூட வயசு. வழியிலேயே ‘கூல்’ சிகெரெட் காலியாகிவிட்டால்தான், செட்டியார் கடையில் லண்டன் நேவிகட்.

செட்டியார், சின்னப் பெண்பிள்ளைகளுக்கு, தாளில் பொதிந்து, சாமான் கொடுக்கும்போது கையை ஒரு தடவு தடவித்தான் கொடுப்பார். “சும்மா இருங்க தாத்தா”, என்று பிள்ளைகள் வெட்கத்துடன் சொன்னால் “ஏட்டீ, கிழவன் சாமான் கிழங்குடீ. பாக்கியா தாத்தாவுக்கு பவுன் பவுனா விழும்.” என்பார். “போங்க பாட்டையா..” என்று சொல்லியபடியே ஓடிப்போகும். குசன்தான், “என்னா அண்ணாச்சி பெரிய ஆளா இருந்துக்கிட்டு இப்படியெல்லாம் பேசுதீங்க..” என்று கொஞ்சம் நக்கலாய்க் கேட்டான். அதற்கு அந்த ஊர்க்காரர் ஒருவரே, “தம்பிகளா என்ன டவுன் பசங்களா வந்து வெவகாரம் பண்ணுதீங்களா.” என்று சண்டைக்கு வந்து விட்டார். நாங்கள் “யாத்தாடி இது என்ன வம்பு, பாட்டையா பிரபலமான ஆள் போல இருக்கே” என்று நகர்ந்துவிட்டோம்.. அடுத்த முறை அடிவாரம் வரை போகும் போது நல்ல மழை பெய்து இரண்டு நாட்களாகி இருந்தது. கோடை மழை. அதனால் சகதியான பாதையில் வண்டிகள் ஓடி ஓடி, சகதி பாதையெங்கும் கரண்டை உயரத்திற்கு வரிவரியாக, நீளமாகக் காய்ந்திருந்தது. சைக்கிளில்தான் போயிருந்தோம். சைக்கிளை ஓட்டுவதும் சிரமமாக இருந்தது. உருட்டிக்கொண்டு போவது அதைவிடச் சிரமமாயிருந்தது. காலை, திரடு கட்டிப் போயிருந்த சகதி வரிகள் அறுத்தது.

நாங்கள் புதிதாக ஆரம்பிக்க இருந்த எம்.ஜி.ஆர் மன்றத்திற்கும் திறப்பு விழாவிற்கும் ரசீது புத்தகம் அடித்து நிதி பிரித்துக் கொண்டிருந்தோம். அப்போது பிரபலமாகிக் கொண்டிருந்த ஒரு கட்சிப் பிரமுகர் இரண்டு ரூபாய் எழுதியிருந்தார். ஆனால்

பணம் தரவேயில்லை. இரண்டு ரூபாய் என்பது மிகப்பெரிய நன்கொடை. ஒரு ரூபாய்க்கு மேல் எழுதுபவர்களுக்கு என்று தனி ரசீது புத்தகம் வைத்திருந்தோம். அதில் முதல் ரசீதாக அவர் இரண்டு ரூபாய் எழுதியபோது நாங்கள் எல்லாம் அதிசயித்துப் போனோம். அதுவரை அதிகபட்ச ஸ்கோரே எட்டணாதான். ஆனால் அவரிடம் பணத்தை வசூல் பண்ணத்தான் சிரமமாயிருந்தது. பல முறை வீட்டுக்கு நடந்தும் ஆளையே பிடிக்க முடியவில்லை. தெருவின் மூத்த கட்சிக்காரர்கள் எல்லாம் சொன்னார்கள். “வேய் தம்பியாபுள்ளைகளா, இந்த மாதிரி பார்ட்டிகளெல்லாம் நாம திறப்பு விழா நடத்தற அண்ணக்கி வந்து மேடையில பேசறதுக்கு சான்ஸ் கேட்டு நிப்பாங்க, அப்பத்தாம்ப்பா கறக்கணும். நீங்க இப்பவே ரசீது கிழிச்சிட்டீங்களே, இன்னம இந்த மாதிரி ‘பிரமுகர்கள்’ கிட்ட வசூல் பண்ணற வேலையை எல்லாம் எங்க கிட்ட விட்டுருங்க” என்றார்கள். இதை எப்படியும் வசூல் பண்ணிருவோம் என்ற தீர்மானத்தில்தான் கிளம்பிப் போனோம். அவர் குன்னத்தூர் வயலுக்குப் போயிருப்பதாகச் சொன்னார்கள். அங்கேயே போயிர்றதுன்னு முடிவு செய்து திடீரென்று பதினோரு மணி வெயிலில் கிளம்பினோம். சைக்கிளை எடுத்துக்கொண்டு கிளம்பினோம்.

அன்று மத்தியானம் பாப்புலரில் ‘வெண்ணிற ஆடை’ இரண்டாவது ‘ரன்’ போட்டிருந்தார்கள். அதற்குப் போவதாகப் பிளான். ஆறு ஏழு மாதத்திற்கு முன்னால் ராயலில்தான் முதல் ரிலீஸ். ‘வயதுவந்தவர்களுக்குமட்டும்’ என்று சென்ஸார் சர்ட்டிஃபிகேட்டுடன் வந்த படம். தமிழின் இரண்டாவது ”ஏ’ சர்ட்டிஃபிகேட் படம். முதல்ப்படம் மர்மயோகி. வெண்ணிற ஆடையுடன் ‘கார்த்திகை தீபம்’ என்ற படத்திற்கும் ‘ஏ’ சர்ட்டிஃபிகேட் கொடுத்திருந்தார்கள். அதாவது சற்றுப் பொருத்தமானதாக இருந்தது.

வெண்ணிற ஆடைக்கு ‘ஏ’ சர்ட்டிஃபிகேட் சற்றும் தேவையில்லை. காதலிக்க நேரமில்லையின் பிரம்மாண்ட வெற்றிக்குப்பின் வந்த ஸ்ரீதரின் படம். ஏ சர்ட்டிஃபிகேட் வேறு ரொம்ப எதிர்பார்ப்பைக் கிளப்பிவிட்டது. முதல் நாள் பயங்கரக் கூட்டம். அதிலும் முதல் நாள் என்னையெல்லாம், 15 வயது கட்டிளங்காளையான என்னையெல்லாம், அனுமதிக்கவில்லை. இவ்வளவிற்கும் அண்ணனின் நாலு முழ வேட்டியை, இடுப்புப் பகுதியில் கொஞ்சம் மடித்து மூணரை முழமாக்கிக் கட்டிக்கொண்டு போனேன். ’ம்ஹூம்’, விட மறுத்துவிட்டார்கள். மாட்னி ஷோவுக்கு

அப்புறம் ரிசல்ட் கூவிவிட்டது. செகண்ட் ஷோவுக்கு ஆளைத் தேட வேண்டியதாயிற்று. நாங்கள் மறுநாள்க் காலைக்காட்சிக்கு டிராயர் சட்டையுடன் போனோம். எங்களுக்குப் படம் ரொம்பப் பிடித்திருந்தது. ஆனால் தியேட்டரில் ஒரே கூச்சலாயிருந்தது. படமும் ஓடவில்லை. எங்கவீட்டுப்பிள்ளை படத்தின் தாக்கம் இரண்டு மாதமாகியும் குறையவில்லை. எந்தப் படம் வந்தாலும் சுருண்டு கொண்டிருந்தது. காதலிக்கநேரமில்லை படமும் அப்படியே, அது ஓடும்போது வந்த படங்களையெல்லாம் சாப்பிட்டு விட்டது.

பிரமுகரைத் தேடி காலைப்பதம் பார்க்கும் காய்ந்த சகதிச் சாலையில் இரண்டு கிலோ மீட்டருக்கு மேலும் பயணம் பண்ணியும் பயனில்லை. இன்னொரு வழியாய் வந்து பழைய செட்டியார்கடை அருகே பிரமுகரை ஒரு வழியாய்ப் பிடித்தோம். ரொம்ப அன்பாய் உபசரித்தார். மூன்று பேருக்கும் செட்டியார் முணுமுணுக்க, கடனுக்கு கலர் வாங்கித் தந்தார். பர்ஸ் வீட்டில் இருக்கு தம்பிகளா என்றார். எங்களுக்கு படம் போகிற நினைப்பு வேறு விரட்ட நாளைக்கு வீட்டில் வந்து வாங்கிக்கொள்வதாகச் சொல்லி விட்டுத் திரும்பினோம். மனுஷன் கடைசி வரை தரவே இல்லை.

திறப்புவிழாவிற்கு, அப்போதிருந்த ஐம்பது எம்.எல்.ஏக்களில் ஒருவர் வந்திருந்தார். அவருக்கு போக்குவரத்துச் செலவிற்கு ஐம்பது ரூபாய்தான் அனுப்பியிருந்தோம். எவ்வளவோ பெரிய ஆட்களையெல்லாம் கூப்பிட பிளான் போட்டோம். பணம் அவ்வளவு திரட்டமுடியவில்லை. மூத்த தோழர்கள் சொன்னது போல் அவர்கள் பெரிய ஆட்களிடம் கொஞ்சம் வசூல் செய்து தந்தது கூட்ட மேடை, ஒலிபெருக்கிச் செலவுக்கு கூட காண வில்லை. கடைசியில், திறப்புவிழா முடிந்து கூட்டம் துவங்கியதும், எனக்கு ஒரு ஐந்து நிமிடம் பேச வாய்ப்புத் தாருங்கள் என்று, பிரமுகர்கள் கெஞ்ச ஆரம்பித்தனர். அப்போது தென்பகுதியில் எம்.எல்.ஏக்களே கிடையாது. வந்திருந்தவரும் சட்டமன்றத்தில் உரத்துக் குரல் கொடுப்பவர். அதனால் உள்ளூர்ப் பிரமுகர்கள் அவர் முன்னால் பேசி, தங்களை நன்கு அறிமுகப்படுத்திக் கொள்ளவேண்டுமென்ற முனைப்பில் எங்களிடம் கெஞ்சிக் கொண்டிருந்தனர். இதுதான் சமயமென்று மூத்த தோழர்கள் சொல்லித் தந்த மாதிரி. நன்கொடை கேட்டோம். மறு பேச்சுப் பேசாமல், பத்து, பதினைந்தெல்லாம் தந்தார்கள். சிலர் அதற்கு வசதியில்லாமல் தொடர்ந்து கெஞ்சிக்கொண்டிருந்தார்கள். ஒன்பது மணியை நெருங்க நெருங்க நச்சரிப்பும் கூடிக்

கொண்டிருந்தது. ஏனென்றால், ஒன்பது மணிக்கு 'ஸ்டார் ஸ்பீக்கர்' பேச ஆரம்பித்தால்தான் பத்து மணிக்குள் முடிக்க முடியும். கோவில்பட்டி தேவராஜன் என்று அப்போது பிரபலமாகிக் கொண்டிருந்த பாடகர் ஒருவர் தானும் கடைசியில் இரண்டு இயக்கப்பாடல்கள் பாட விருப்பம் தெரிவித்திருந்தார்.

அப்போதுதான் ஒரு பெரிய மாலையுடன் நம்ம 'இரண்டு ரூபாய் பிரமுகர்' வந்தார். மூச்சுக் காட்டாமல் என்னிடம் பத்து ரூபாயை நீட்டினார். நான் வாங்கவா வேண்டாமா என்று தயங்கினேன். எங்கள் அரசியல் குருநாதர், வாங்கிக்கோ என்று கண்ணைக் காட்டினார் வாங்கியதுதான் தாமதம், விறுவிறுவென்று மேடையில் ஏறி மாலையை எம்.எல்.ஏவுக்குப் போட்டுவிட்டுத் மைக்கை விடாப்பிடியாகப் பிடித்து பத்து நிமிடம் முழங்கி விட்டே இறங்கினார். என்னிடமும் சில நண்பர்களிடமும், "தம்பி நம்ம பேச்சு எப்படி" என்றார். நாங்கள் பிரமாதம் அண்ணாச்சி, அந்த ரெண்டு ரூபாய் நன்கொடை என்று இழுத்தோம். சரியான விடாக்கண்டனுங்கப்பா என்று 'கொடாக்கண்டனாய்' நழுவினார். மீட்டிங் முடிந்ததும் எல்லோரும் பிரமுகரின் கெட்டிக்காரத்தனத்தைப் பற்றியே பேசிக்கொண்டிருந்தோம். பாரு பின்னால பெரிய ஆளா வரப்போறான் பாரு என்றார் எங்கள் 'குருநாதர்'; குருநாதர் என்னவோ கடைசி வரை எங்களைப் போல் தொண்டனாகவே இருந்தார். நாங்களோ மேற்படிப்பு, வேலை சோலி என்று தேடிக்கொண்டிருந்தோம்.. ஆனால் அவர் சொன்ன மாதிரி, பிரமுகரோ பிரபலமாகி விட்டார். யூனியன் சேர்மனாகி போடுபோடென்று போட்டுக்கொண்டி ருந்தார். என்னை எங்கே பார்த்தாலும் அடையாளம் கண்டு கொள்வார். என்ன தம்பி மன்றமெல்லாம் நல்லா நடக்கா என்று கேட்பார். ஆமா அண்ணாச்சி என்று நிறுத்திக்கொள்வேன். ஆனால் அதெல்லாம் எப்பொழுதோ விட்டாயிற்று. எத்தனையோ அரசியல் மாற்றங்கள், வாழ்க்கை மாற்றங்கள்.

நண்பர்கள் அழைத்த அழைப்பிற்கெல்லாம், அங்கே போக இங்கே போக என்று ஒவ்வொரு நாளும் கழிந்துகொண்டிருந்தது. ஒரு நண்பனுக்கு சென்னையில் பெரிய தனியார் கம்பெனியில் வேலை வாங்கித் தருவதாக ஒருவர் சொல்லியிருந்தார். அவர் நம்பகமான ஆளில்லை, சரியான 'டம்பாச்சாரி' (ஏமாற்றுப் பேர்வழி) என்று நான் கேள்விப்பட்டதை அவனிடம் சொன்னேன். அவனது அப்பா அந்த ஆளை நெருக்க, அவர் சென்னைக்கு அவனை அழைத்துப் போய் அந்தப் பெரிய கம்பெனியினைச் சுற்றிக் காட்டிக்

கொண்டு வந்து விட்டார். பேருக்கு ஏதோ ஒரு அதிகாரியிடம் இன்டர்வியூ மாதிரி நடத்திக் கூட்டி வந்துவிட்டார். அதிகாரி, நீ சரியாகத் தயார் செய்யவில்லை, இன்னொரு முறை வா என்று அனுப்பிவிட்டார். டம்பாச்சாரி விபத்தில் மாட்டி ஒரு காலை எடுக்க வேண்டியதாயிற்று. ஒரு கையும் சரியாக விளங்கவில்லை. அவர் ஒரு டம்பாச்சாரி என்று என் அப்பாதான் சொன்னார். எனக்கும் அவர் மூலமாக வேலைக்கு முயற்சிக்கலாமா என்று கேட்டபோது அப்படிச் சொன்னார்.

சென்னைக்குப் போய் அவரைப் பாத்து விவரம் கேட்டு வர என்னையும் துணைக்கு அழைத்தான். "எதுக்குலே துக்கம் விசாரிக்கவா, எவ்வளவுலே கொடுத்தே" என்றேன். தொகையைச் சொன்னபோது ஆச்சரியமாயிருந்தது. "உங்க அப்பா அவ்வளவு சீக்கிரமா ஏமாற மாட்டாரே.." என்றேன். "நீ வாறியா இல்லையா" என்றான். கிளம்பினேன். சென்னையில் இலக்கிய நண்பர்களைப் பார்க்கலாம் என்றும் யோசனை. சென்னையில் அவர் தங்கியிருந்த லாட்ஜைப் பார்த்து அசந்து போனேன். அது கொஞ்சம் ஒதுங்கிய சந்து ஒன்றில் இருந்தது. ஆனால் ரொம்ப நன்றாக இருந்தது.. அதையும் அவரையும் கண்டுபிடிக்கச் சிரமமாயிருந்தது. அப்போது எமெர்ஜென்சி நேரம். பல கட்சிக்காரர்கள் சிறையில் இருந்தனர். பலர் எனக்கும் கட்சிக்கும் எந்தத் தொடர்புமில்லை என்று நாளிதழ்களில் விளம்பரம் கொடுத்துவிட்டு ஒளிந்துகொண்டிருந்தார்கள். போலீஸ் தரப்பில் அப்படி விளம்பரம் கொடுக்க நிர்ப்பந்தப் படுத்திக் கொண்டிருந்தார்கள் என்று கேள்வி. அப்படி விளம்பரம் கொடுத்த பின்னும் சிலரை விடுவதாயில்லை. அதை வைத்தே ஒளிந்திருக்கும் இடங்களைக் கண்டுபிடிக்க யுக்தி செய்தார்கள் என்றெல்லாம் கதைகள் உலவிக்கொண்டிருந்தன.

லாட்ஜிலும், எங்களை எளிதில் விடவில்லை. எப்படியோ அறையைக் கண்டுபிடித்து ரொம்ப நேரம் தட்டிய பின், ஊன்று கோலுடன் 'டம்பாச்சாரி' தட்டுத்தடுமாறி வந்து திறந்தார். பார்க்கவே பாவமாயிருந்தது. அவருக்கு வயது கிட்டத்தட்ட 67 வயது இருக்கும். ரொம்பத் தளர்ந்திருந்தார். ஆஸ்பத்திரியில் இருந்து இங்கே வந்து தங்கியிருப்பதாகச் சொன்னார். எங்களுடன் ஒரு சென்னை நண்பர், 'ஸ்ரீ', வந்திருந்தார். அவர் எங்கள் ஊர்தான். சென்னையில் இருக்கிறார். ரொம்பக் கெட்டிக்காரப் பையன். சினிமாவில் நல்ல செல்வாக்கானவன். அவனால்த்தான் லாட்ஜைக் கண்டுபிடிக்க முடிந்தது என்றே சொல்லவேண்டும். அவன் எப்படியோ அறையில் மூன்றாவது ஆள் ஒருவர் இருப்பதை

மோப்பம் பிடித்துவிட்டான். நைசாக டம்பாச்சாரியின் வாயைக் கிளறிக் கண்டு பிடித்துக் கேட்டும் விட்டான். அப்புறம்தான் அவர் சொன்னார். "ஏம்யா பயப்படணும் இந்தா நாங்கள்ளாம் கரை வேட்டி கட்டிக்கிட்டு தைரியமா அலையலையா அவரை வெளிய வரச் சொல்லுங்க" என்றான்.

பாத்ரூமிலிருந்து 'பிரமுகர்', இரண்டு ரூபாய்ப் பிரமுகர் வந்தார், அசட்டுச் சிரிப்புடன். "தம்பீ, நீங்க.. நம்ம புள்ளைகளா, நான் பயந்துட்டேன்" என்றார். டம்பாச்சாரியிடம் அவனே பேசினான். ஒரு வழியாக பாதிப்பணத்தை தருவதாகச் சொன்னார். அவனும் பிரமுகரும் ரொம்ப நேரம் அளவளாவிக் கொண்டிருந் தார்கள். அவரிடமும் சண்டை போட்டான், நீங்கல்லாம் என்ன கட்சிக்காரங்க என்று. நாளை வருவதாகச் சொல்லிவிட்டு வெளியே வந்தோம்.

பிரமுகர் பின்னாலேயே வந்து ஸ்ரீயைத் தனியே உள்ளே அழைத்தார். நாங்கள் வெளியேயே நின்றோம். ஸ்ரீ வெளியே வந்து தலையில் அடித்துக்கொண்டான். என்னப்பா விஷயம் என்றேன். "என்ன விஷயம், எல்லாம் பொம்பளதான்..காலும் கையும் வெளங்கலேன்னாலும் கிழவனுக்கு ரொம்பநாளாச் சாம்ன்னு ஆசையா இருக்காம். அவருக்கேயிருந்தா அப்புறம் சின்னக் கிழவனுக்கு இருக்காதா. சினிமாக்குட்டியா கிடைக்கு மான்னு கேக்கானுக" என்றான். 'என்னாப்பா இந்த வயசிலயா' என்றோம் நாங்கள் இருவரும். ஸ்ரீ சிரித்துக்கொண்டே : "ஒரு கைப்பிடி உமியைத் தூக்கற அளவுக்கு சீத்துவம் (தெம்பு) இருக்கிற வரை எல்லாருக்கும் இந்த ஆசை விடாதுன்னு நம்ம ஊர்ல சொல்லுவாங்கல்லா அந்தக் கதைதான்." என்றான். உம்ம விஷயத்துக்காக வேண்டியாவது ஏதாவது ஏற்பாடு செய்யறேன்னேன். ஒன்றியம்தான் பணத்துக்குப் பொறுப்புன்னும் சொல்லீட்டு வந்திருக்கேன்." என்ற ஸ்ரீ, "எத்தனையோ பிள்ளைங்க என்னைச் சுத்திச்சுத்தி வந்தாலும் நான் ஒன்னைக்கூடத் தொட்டதே கிடையாது" என்று சிரித்தான். ஆம்.. 'ஸ்ரீ அவ்வளவு அழகாயிருப்பான்.

●

22
ஸ்டாப்பில் நிற்காத பஸ்கள்

புதிய ஊர், புதிய கிளை. ஒரு வகையில் வாழ்க்கையின் புதிய திருப்பம் அது என்றே சொல்ல வேண்டும். கிட்டத்தட்ட முப்பது வருட வாழ்க்கையில் இரண்டே இரண்டு வருடங்கள்தான் சொந்த பூமியை விட்டு வெளியூரில் இருந்திருக்கிறேன். அதிலும் எப்படா சனிக்கிழமை வரும் என்று காத்திருந்து ஊருக்கு ஓடி வந்துவிடுவேன். அது நடு இரவோ நடுப்பகலோ, எந்நேர மானாலும் சரி, எவ்வளவு பசித்தாலும், வயிறு நிறைந் திருந்தாலும் சரி, வீட்டுக்குள் நுழைந்தவுடன், மண் பானையில் பிடித்து வைத்திருக்கும் தாமிரபரணித் தண்ணீரை இரண்டு பெரிய தம்ளர் குடிப்பேன். அதற்குப் பெயரே ஐஸ் தம்ளர். அருமையான செம்புத்தம்ளர், உருண்டையான வடிவத்தில் கொஞ்சம் அழகிய வேலைப்பாடுடன் இருக்கும். சாப்பிடும்போதும் அதில் தண்ணீர் எடுத்து வைத்துக் கொண்டுதான் உட்காருவேன். அது எனக்குப் பிடித்தமான தம்ளர் என்று வீட்டில் எல்லோருக்கும் தெரியும் அதனாலேயே அதை இன்னும் விற்கவோ, அடகு வைக்கவோ செய்யாமல் இருக்கிறார்கள் என்று நினைத்துக் கொள்ளுவேன். தாமிரபரணித் தண்ணீரை மொண்டு மடக்மடக்கென்று குடிப்பேன். ஒருவாரப் பிரிவையும் ஆற்றிக் கொள்ளுகிற மாதிரி இருக்கும்.

இப்போது ஊரை விட்டு வந்தாயிற்று. சொந்த ஊருக்கும் இந்த ஊருக்கும் பெரிய தொலைவில்லை. அங்கே தாமிரபரணி யென்றால் இங்கே அருகில் குற்றாலம். ஆனாலும் அந்த ருசி குற்றாலம் தண்ணீருக்கு வராது. இதுவும் செழிப்பான ஊர்தான். காற்றும் குளுமையும் பிரமாதமாய் இருக்கும். சீசனுக்கு சீசன் குற்றாலம் வருவதற்கு அவ்வளவு பிரயாசையும் பிரியமும் காட்டியது போக, குற்றாலம் அருகிலேயே வருவோம் என்று நினைத்தே பார்த்ததில்லை. முதல் நாள் அலுவலகத்திற்குப் போனபோது மணி காலை ஒன்பது. யாருமே வந்திருக்கவில்லை. பஸ்வசதி அப்படித்தான். எட்டே முக்காலுக்கு ஒரு தனியார் பஸ் வரும். அதை விட்டால் ஒருமணி கழித்து ஒரு அரசு பஸ்; அது நின்றாலும் நிற்கும், அல்லது 'டாட்டா காட்டி விட்டுப் போனாலும் போய்விடும். "ஸ்டாப்பில் நிற்காத பஸ்கள்...." என்று ஒரு கதை கூட எழுதி வைத்திருந்தேன். பிரசுரமாகாத கதை. அதனால் எட்டேமுக்கால் பஸ்ஸில் ஏறி ஐம்பது பைசா டிக்கெட் எடுத்து இறங்கினேன். இறங்கியதும் ஒரு ஆள் அருகே வந்து ரகசியமாய் "அண்ணாச்சி, கடலை விதை வேணுமா" என்றான்... இது ஏதடா புதுப் பாஷையா இருக்கே, இந்த ஊர்ல 'அதுக்கு' இப்படிப் பேரா.... என்று நினைத்துக்கொண்டே அவனிடமே எங்கள் அலுவலகக் கிளை எங்கே இருக்கிறது என்று கேட்டேன். சார் அதுவா என்று வழியைச் சொன்னான். அங்கே யாருமே வந்திருக்கவில்லை. ஒரு வயதான ஆள் கதவுகளை சும்மா சாற்றி வைத்துக்கொண்டு சுத்தம் செய்துகொண்டிருந்தான். கதவைத் திறந்த அவனிடம் மேனேஜர் வரவில்லையா என்று கேட்டேன். அவன் பதிலே பேசவில்லை. காதை மறைத்து தலைப்பாகை கட்டியிருந்தார். நான் கேட்டது காதில் விழவில்லையோ என்று நினைத்தேன். நாலைந்து பள்ளிக்கூடப் பையன்கள், வாசலில் நின்றுகொண்டு, உள்ளே எட்டிப்பார்த்து, "ஏய்... கப்பல்.." என்று கத்திவிட்டு ஓடின. கிழவர், "போங்கலே ஒக்காள ஓளிகளா.." என்று தெருவில் இறங்கி வாரியல்க் கையுடன் விரட்டிக்கொண்டே போனார். ஆபீஸ் திறந்தே கிடந்தது.

மேனேஜர் வந்தார். அவருக்கு என்னைத் தெரிந்திருக்கிறது. நான் தலைமை அலுவலகத்திலிருந்துதான் மாற்றலாகி வந்திருக்கிறேன். அவர் தலைமை அலுவலகம் வரும்போது என்னைப் பார்த்திருக்கிறார் போல் இருந்தது. "சார் வாங்க, இன்னக்கி ஜாயின் பண்ணறீங்களா.." என்றார். ஆமாம் சார் என்றேன். அதற்குள் கிழவர் வாரியலுடன் உள்ளே வந்தார். பின்னாலேயே... "கப்பல்.. கப்பலோட்டிய தமிழன்... "என்று கேலிக்

குரல்கள்.... கிழவர் மறுபடி தெருவுக்கு இறங்க முயற்சிக்க... மேனேஜர் சத்தம் போட்டார். "ஆபீஸை திறந்துபோட்டுட்டு போகாதீரும் என்று சொல்லியிருக்கென்லா... இன்னம நீரு வேலைக்கு வேண்டாம் நின்னுக்கிடும்.." என்றார். கிழவர் உள்ளே போனார். பின்னாலிருந்து பார்க்கையில் தலைப்பாக்கட்டு, கப்பலோட்டிய தமிழன் போலவே இருந்தது... சிரிப்பு வந்தாலும்.. மனசுக்கு கொஞ்சம் கஷ்டமாகத்தான் இருந்தது. ஆனால் சின்னப் பையன்கள 'பட்டப்பேர்' வைக்கிற 'சுதந்திரத்தை', எந்த ஊரானாலும் ஒன்றும் செய்ய முடியாது என்றும் தோன்றியது. ஒவ்வொருவராக சக அலுவலர்கள் வந்தார்கள். அறிமுகப்படுத்திக் கொண்டோம். "எல்லாருமே நான் தலைமை அலுவலகக்காரன் என்கிற மாதிரி சற்று தூரமாகவே நிற்பது போலிருந்தது. "நானும் அடக்கி வாசிக்கிற முடிவோடுதான் வந்திருந்தேன்... ஆனால் பிறவிக்குணம் சும்மா இருக்குமா... என் 'கல்யாண குணங்களை' நானே வெளிச்சம் போட்டுக் காட்டி விட்டேன், கொஞ்ச நாளில்.

ஜோயல் நல்லையாதான், "ச்சே, சாரும் நம்ம கேஸ்தான் போல இருக்கு... நல்ல ஆளாத்தான் கொண்டாந்து போட்ருக் காங்க,", என்றார் சத்தமாக, ஒரு பின்மத்தியான வேளையில். அநேகமாக அன்றைய வேலைகள் முடிந்து, வீட்டுக்குப் புறப்படுகிற நேரம். என்னை அன்று காலையில் தூத்துக்குடியிலிருந்து பார்க்க வந்திருந்த நண்பர் ஒருவர், கையில் 'டெபோனீர்' இதழ் ஒன்றைக் கொண்டு வந்திருந்தார்... எழுபதுகளில் அது ரொம்ப பிரபலமான இதழ். அமெரிக்க 'ப்ளே பாய்' மாதிரி இந்திய ஆண்களுக்கான இதழ். அதில் நல்ல விஷயங்களும் வரும் என்று சொல்வார்கள். நாமெல்லாம் நடுப்பக்கம் படம் பாக்கறதோட சரி. ஒரு இந்திய அழகு கொழிக்கும் படங்களை எச்சில் ஒழுகப் பார்க்காதவர்கள் இருக்க முடியாது.

"சும்மா பஸ்ல படிக்கலாமேன்னு வாங்கினேன், சவம் இதை எங்க பஸ்ல வச்சு விரிச்சுப் படிக்க முடியும்.. இந்தா நீயே பாரு, படி, என்ன எழவும் செய்யி" என்று கொடுத்துவிட்டுப் போய் விட்டான். அதை நைசாக எடுத்து ஒரு பெரிய லெட்ஜருக்குள் வைத்துப் பார்த்துக்கொண்டிருந்தேன். சில நிறுவனங்களில் அலுவலர்களே புத்தக கிளப் நடத்துவார்கள். அதற்குப் பேரெல்லாம் கூட இருக்கும். நண்பர் ஒருவரின் வங்கியில் புத்தகக் கிளப் பெயர் "THE PAGES". அதற்கு ரப்பர் ஸ்டாம்ப் எல்லாம் இருக்கும். நண்பரின் டிசைனில் ஒரு புத்தகத்திற்குக் கண்ணாடி போட்டது போல் ஒரு ரப்பர் ஸ்டாம்ப் கூட உண்டு. அங்கே

டெபோனீர் இதழ்கள் எல்லாம் கூட வாங்குவார்கள். நண்பர் ‘கணையாழி’ வாங்கிப் போடுவார். ஆனால் அதை யாரும் எடுத்துப் போவதில்லை என்பது வேறு விஷயம். இப்போதும் கூட இதெல்லாம் இருக்கலாம். ஆனால் பெரும்பாலும் இவை ஏதாவது சண்டையினால், அற்பாயுளில் முடிந்து விடும். அநேகமாக சினிமா இதழ்களை முதலில் பெறுவதில்தான் சண்டை வரும்.

தலைமை அலுவலகத்திலும் நாங்கள் ஒரு புக் கிளப் நடத்தினோம். அதை முதலில் நடத்தியவர், ரொம்ப அழகாக நிர்வாகம் பண்ணினார். பத்து ரூபாய்க்கு ஏகப்பட்ட புத்தகங்கள் படிக்கலாம்.. அவர் பத்துப் பதினைந்து கிலோ மீட்டர் தள்ளியிருந்த ஊரிலிருந்து வருவார். அதனால் நாலரை மணிக்கு புத்தக விநியோகத்தை ரகசியமாக ஆரம்பித்து விடுவார். இது நிர்வாகத்தின் கழுகுக் கண்ணுக்கு தெரியாமலா போகும். கூப்பிட்டு விசாரித் தார்கள். நான்தான் யூனியன் கிளைச் செயலாளர். அதனால் என்னிடம், என்ன செய்யலாம் அவரை என்றார்கள். “நான் இதில் என்ன தவறு இருக்கிறது, வேண்டுமானால் ஐந்து மணிக்கு மேல் விநியோகம் செய்துகொள்ளுகிறோம்,” என்றேன். நான் அலுவலகத்திற்கு சில விளம்பர வாசகங்கள், வண்ணதாசனின் படங்களுடன் சில விளம்பரங்கள் எல்லாம் செய்து தந்திருந்தேன். அதனால், அந்த விசாரணை அதிகாரிக்கு என் மேல் ஒரு நல்ல அபிப்ராயம் உண்டு. பல அதிகாரிகளும் அதில் உறுப்பினர்கள் என்பதைச் சொல்லாமல் சொல்லிக்காட்டியதும். அலுவலக நேரம் முடிந்ததும் ஏதோ செய்து கொள்ளுங்கள்... என்றார்கள். அதனால் விநியோகப் பொறுப்பு என் தலையில் விழுந்தது.

என்னால் முடியவில்லை, ஐந்து அடித்ததும் பாதிப் பேர் ஓடி விடுவார்கள், அதனாலெல்லாம் கொஞ்ச நாளில் அதை ஊற்றி மூடிவிட்டோம். 120 பேருக்கு மேல் அங்கே உண்டு. பலமான யூனியன் உள்ள கிளை. மேதினம், யூனியன் ஆரம்ப தினம் என்றால் அலங்காரங்கள், கோஷங்கள் என்று அமர்க்களப் படுத்துவோம். யூனியன் ஃபௌன்டிங் டே அன்று வானம்பாடி பாணியில், ஒரு வருஷம் கவிதை எழுதி வாசித்தேன். அப்புறம் யாரும் ரிட்டயர் ஆனால் அதற்கும் கவிதை எழுத வேண்டும். தொழிற்சங்க நடவடிக்கைகளில் என் பங்களிப்பைப் பார்த்து, சேர்மனே, “எதற்கப்பா உனக்கு இந்த வம்பெல்லாம்.. பேசாம அதிகாரியாகிற வழியைப் பார்..” என்று சொல்லுவார். அதெல்லாம் கேட்க முடியுமா. இல்லை கேட்கும்படியாகத்தான் வளர்ந்திருக் கிறேனா. ஆனால் இந்தக் கிளைக்கு வந்தபின் சில புதிய

இளைஞர்கள் “என்ன சார் யூனியன்” என்று விட்டேற்றியாகக் கேட்டு சரியான ஒத்துழைப்புத் தராதபோது கஷ்டமாக இருக்கும். ஒரு இயக்கத்தைக் கட்டி வளர்ப்பது என்பது எவ்வளவு முக்கியமான காரியம். அதுவும் ஒரு தனியார் நிறுவனத்தில் போராடுவது அவ்வளவு எளிதல்ல. இன்றைய இளைஞர்கள் கூட அரசியல் ஈடுபாடு இல்லாமல் இருப்பதைப் பற்றி ஒரு மூத்த போராளி சமீபத்தில் சில ஆதங்கங்களைப் பகிர்ந்து கொண்டார்.

நல்லையா, நான் டெபோனீர் படிப்பதைப் பார்த்துவிட்டு மற்றவர்களிடம் சொன்னார், “சார் புத்தகம் படிக்கிறாரே. நம்ம இனம்தான் போலிருக்கு” என்று. “என்னது, புத்தகம் படிப்பாரா” என்று சிலர் கோரஸாகக் கேட்டார்கள். அப்புறம்தான் அவர்கள் அகராதியில், புத்தகம் என்றால் பெண்கள் என்று. அய்யயோ நான் உண்மையிலேயே தாள்ப்புலிதான் என்று விளக்க வேண்டிய திருந்தது. ஜோயல் நல்லையா எதைப்பற்றியும் கவலைப்படாத ஆள் என்று தெரிய வந்தது. அவர் பக்கத்துக் கிளைக்கு மாறுதல் ஆகிச் சென்ற பின்னரே நிறையத் தெரிய வந்தது. நான் வந்த சில மாதங்களிலேயே அவர் மாறுதலாகி விட்டார். மற்றவர்கள் சொல்லுவார்கள். ரொம்ப ஜாலியான ஆள் சார் என்று. மாதம் தவறாமல் கேரளா ப்ரோகிராம் ஒன்று போட்டுவிடுவாராம். கடன் வாங்க அஞ்சவே மாட்டார். அப்போது எம்.ஜி.ஆர் ஆட்சி. இரண்டாம் முறையாக முதல்வர் ஆகியிருந்தார். மது விலக்கு அமலில் இருந்தது. ஜோயல் கடனோ உடனோ வாங்கி இரண்டு மூன்று பேருடன் பக்கத்தில் புனலூர் சென்று விடுவார். அங்கே தாகம் தீர்ந்தபின் “புத்தம் புதிய புத்தகமாகப் படித்து விட்டு” வருவார்களாம். எல்லாரும் செலவைப் பங்கு போட்டுக் கொள்வார்கள். புத்தகச் செலவு அவர் மட்டும். அவர் மட்டும்தான் ‘புத்தகம்’ படிப்பார். மற்றவர்கள் சரக்கோடு சரி.

அப்புறம் மதுவிலக்கைத் தளர்த்தி 25 ரூபாய்க்கு ஒரு பெர்மிட் வாங்கினால் போதும், கூட்டுறவு அங்காடிகளில் சரக்கு கிடைக்கும், என்று கொண்டு வந்தார்கள். பேருக்குத்தான் பெர்மிட். எல்லோருக்கும் தாராளமாகக் கிடைக்க ஆரம்பித்துவிட்டது. அப்புறம் புனலூருக்குப் போவது குறைந்து விட்டது. கடன் கொடுத்தவர்கள் அவரைப் பார்க்க வரும்போது வேடிக்கையாக இருக்கும். ஒரு நாள் காலையில் நாங்கள் அலுவலகம் வந்து கொண்டிருந்தபோது, எதிரே ஒருவர் வந்தார். ஒரு நண்பரிடம், சார் ஜோயல் இருக்காரா என்றார். இருப்பாரே என்றார். “என்ன சார், கடையில ஜவுளி எடுத்த வகையில் பாக்கி இருக்கு,

முதலாளி கேட்டுக்கிட்டே இருக்காரு தரமாட்டேங்கிறாரே.. இன்னக்கி ‘சலுப்பை’ (கேவலமாக நடத்தி) இழுத்தாவது வசூல் பண்ணாம போக மாட்டேன்” என்று கூடவே நுழைந்தார். அவரைப் பார்க்கவே எனக்குச் சற்று பயமாக இருந்தது. நல்லையா கவிழ்ந்த தலையோடு சீட்டில் உட்கார்ந்து வேலை பார்த்துக் கொண்டிருந்தார். அவர் எதிரில் வந்து நின்றார், வந்தவர். நாங்கள் எல்லாம் அவரவர் சீட்டில் உட்கார்ந்து விட்டோம். ஜோயல் நிமிரவே இல்லை. வந்தவரும் கூப்பிடவும் இல்லாமல், பேசாமல் நின்றுகொண்டிருந்தார். பயங்கரமான தகராறு ஒன்று நடக்கப்போகிறது என்று பார்த்துக் கொண்டிருந்தால், ஒன்றுமே இல்லை.

கால் மணி நேரம் கழித்து, நல்லையா நிமிர்ந்து, என்ன வேண்டும் என்று தலையை மட்டும் அசைத்தபடி கேட்டார். “இல்லை.... ஐயா.... இந்தப் பாக்கியை வாங்கீட்டு வரச் சொன்னாரு..” என்று இழுத்தார். ஜோயல் கொஞ்சங்கூடப் பதறாமல் “யோவ்... அண்ணாச்சி, மனுஷன் எதுக்கு கடன் வாங்குதான்.... கையில இல்லாமத்தானெ கடன் வாங்குதான்.... இப்பவும் இல்லையே, இருந்தாத்தான் கொடுத்துருவேனே... முதலாளி என்ன தெரியாமலா இருக்காக..” சொல்லிவிட்டு தலையைக் கவிழ்ந்தவர்தான். நிமிரவே இல்லை. வந்தவர் அரை மணி நேரம் கழித்துப் பெட்டிப்பாம்பாக அடங்கிப் பேசாமல் போய்விட்டார். சாயந்தரம் அதற்கு எதிர்த்த கடையில் அமர்ந்து பேசிக் கொண்டிருந்தார். அவருக்கு எல்லாக் கடைக்காரர்களையும் தெரியும். எல்லாரிடமும் ஏதாவது வரவு செலவு இருக்கும். பஸ் கண்டக்டர், டிரைவரிடம் கூட கடன் சொல்லிவிட்டு இறங்கி விடுவார். கண்டக்டர் முணுமுணுப்பார், ஜோயலோ கண்டு கொள்ளவே மாட்டார். ஆனால் எங்காவது வழியில் கையைக் காட்டினால் கூட நிறுத்தி ஏற்றிக்கொள்ளுவார்கள். அவர் ராசி அப்படி.

இதை விடப் பெரிய விஷயம் நடந்தது. ஒருநாள் காலை பத்துப் பதினோருமணி இருக்கும். அலுவலகம் பரபரப்பாக இருந்தது. திடீரென்று ஒரு பெண் வந்தார். கொஞ்சம் மலையாள ஜாடை. நல்லையா தற்செயலாக பாத்ரூம் போய்விட்டு பின்புறமாக நின்று தம் அடித்துக்கொண்டிருந்தார். வந்தவள், ‘ஜோயல் எங்கே’ என்றாள். யாரும் பேசவில்லை.. கொஞ்சம் மனநிலை சரியில்லையோ என நினைக்கும்படி, கேட்டுக்கொண்டே இருந்தாள். “வரலை, லீவு” என்று ஒருவர் சொன்னார். அவரைப்

பிடித்துக்கொண்டாள்.. “அப்படீன்னு சொல்லச் சொன்னாரா.. எனக்குத் தெரியும் இன்னக்கி வந்திருக்காரு.. கூப்பிடுங்க...” என்று. “சொன்னாக் கேளும்மா, அவர் வரலை” என்று சற்று காட்டமாக அவர் சொன்னார். பட்டென்று சேலையை உருவி அவர் முகத்தில் எறிந்து விட்டு ஜம்பரும் பாவாடையுமாக நின்றாள். அவர் நல்ல சிகப்பாக இருப்பார், அவர் காது கன்னமெல்லாம் மேலும் சிவந்துவிட்டது. “யோவ் ஐயரா இருந்துகிட்டுப்.... பொய் சொல்லாதீரும்.. மரியாதையாக் கூப்பிடும்..” என்றாள். அவர், எம்மா நான் ஐயரில்லம்மா... என்று சொல்லிக்கொண்டே உள்ளே போய் விட்டார். அவருக்கு அடுத்த சீட், நான். கால் கையெல்லாம் வெடவெடவென்று நடுங்கியது. அவர் இருக்கும் வரை அவளது வாளிப்பான உடலை நான் ரகசியமாகப் பார்த்துக் கொண்டிருந்தேன். எனக்கு கிட்டத்தட்ட நேருக்கு நேர் வந்த போது, தலை தானாக கவிழ்ந்து விட்டது.

பார்க்காமப் போக மாட்டேன்.... என்று மாடிக்குச் செல்லும் படியில் அமர்ந்துகொண்டாள். அது மாடியில் எங்கள் டைனிங் ஹாலுக்குப் போகும் படிக்கட்டு. சேலை பக்கத்து சீட்டில் கிடந்தது. டார்க் ரோஸ் நிறச் சேலை. லைட் ரோஸில் சட்டை அணிந் திருந்தாள். அற்புதமான உடல். ஆனால் பார்க்கிறவர்கள் எல்லாம், தலையை பட் பட்டென்று கவிழ்ந்து கொண்டார்கள். ஜோயல் ஆபிஸுக்குள் வரவே இல்லை. மேனேஜர் பாடுதான் சங்கடமா யிருந்தது. போலீஸுக்குச் சொல்லலாமா என்று யோசித்துக் கொண்டிருந்தார். சுமார் ஒருமணி நேரம் அப்படியே அமர்ந் திருந்தாள். என்ன நினைத்தாளோ, மறுபடி, யோவ் சாமி, அந்த சேலையை எடுத்துப் போடுமென்றாள். அவர் விரல் நுனியால் எடுத்து கௌண்டர் மேலே போட்டார். சுற்றிக்கொண்டு கிளம்பிப் போனாள். நல்லையா ஒன்றுமே நடக்காதது போல சீட்டில் உட்கார்ந்து வேலையைப் பார்த்துக் கொண்டிருந்தார்.

அன்று சாயந்தரம் நாங்கள் கடை வீதி வழியாக நடந்து கொண்டிருந்தோம். ஒரு ஜவுளிக்கடையிலிருந்து, “அட்டென்ஷன் ப்ளீஸ்” என்று குரல் கேட்டது. ஜோயல்தான். அருகே ரோஸ் நிறச் சேலை கட்டிக்கொண்டு அவள். தலை நிறையப் பூ. அன்றைக்கு ஆஃபீஸ் வந்து பணம் கேட்க வந்தவர், புதிய சேலைகளைக் காட்டிக்கொண்டிருந்தார். “வாங்க காம்ரேட்” என்று கூப்பிட்டார்.... ஜவுளிக்கடை கல்லாவில் உட்கார்ந்திருந் தவரிடம் “அண்ணாச்சி, எல்லாம் நம்ம காம்ரேட்ஸ், சீனி தூக்கலா மூணு டீ சொல்லுங்க...” என்றார். அவரும் டீ வாங்கி

வரச் சொன்னார். ஏதோ துணிப் பொட்டலங்களுடன் கடையை விட்டுக் கிளம்பி, “அண்ணாச்சி, ஒன்னாந்தேதி ஆளை அனுப் பிருங்க.. எல்லாத்தையும், ‘சப்ஜாடா’ (முழுசா) செட்டில் பண்ணிரு வோம்...” என்றார். முதலாளி வாயெல்லாம் பல்லாக, “அதுக்கென்ன அனுப்பிருதேன்...” என்றார்.

கொஞ்ச நாளில் அவர் பக்கத்து கிளைக்கு மாறுதல் வாங்கிக் கொண்டு போய் விட்டார். தினமும் அவரைப் பற்றிப் பேசாமல் இருக்க மாட்டார்கள். அவரது மனைவிக்கும் அவருக்கும் நல்ல உறவு இல்லை. இவர் நன்றாக, புத்தகம் படிக்காமல், புனலூர் போகாமல், இருக்கும்போதே அவர் மதிக்க மாட்டாராம். அவர் மனைவிக்கு சொந்தத்தில் ஒரு ஸ்கூல் இருந்ததாம். நல்ல வசதி. ஆனால் ஜோயல் ஒரு நாள் கூட மனைவியைப் பற்றி ஆவலாதி சொல்லி நான் கேட்டதில்லை. சொல்லவும் மாட்டாராம். ஆனால் வேலையில் ரொம்ப கெட்டிக்காரர். அப்போது கால்குலேட்ட ரெல்லாம் கிடையாது. இரட்டை இலக்கமாகவே கூட்டிவிடுவாராம். அதாவது *43, 55, 14, 23, 89, 74, 15, 20, 14, 99...*

என்றால், அப்படியே, *43+55+14+*....... என்று கூட்டி விடுவாராம். *3, 5, 4, 3, 9, 4, 5, 0, 4, 9*........ என்று முதல் இலக்கத்தினைக் கூட்ட மாட்டாராம். எந்த சர்க்குலரைக் கேட்டாலும் சொல்லுவாராம்... அவருக்கு திடீரென்று ப்ரோமோஷன் கிடைத்தபோது அவரது இந்த பிரதாபங்களைப் பற்றிப் பேசிக்கொண்டிருந்தோம்.

ப்ரொமோஷன் ஆகி கொஞ்ச நாள்த்தான் ஆகியிருந்தது. காலையில் கிளையின் யூனியன் செயலாளருக்குப் ஃபோன் வந்திருப்பதாக மேனேஜர் சொன்னார். போய்ப் பேசினவர் அப்படியே வெளியே போய் கருப்பு ரிப்பன் வாங்கி வந்து, சிறிய துண்டாக வெட்டி எல்லோருக்கும் கொடுத்தார். என்ன என்று கேட்டபோது. யூனியன் தலைவர் சொன்னதாகச் சொன்னார் “ஜோயல் சார் கிட்னி ஃபெயிலியராகி இறந்து போயிட்டாராம்...” மௌனமாக எல்லோரும் பேட்ஜை அணிந்து கொண்டோம். அன்று மாலை வாயில்க் கூட்டம் போட்டு மௌன அஞ்சலி செலுத்திவிட்டு பஸ் ஸ்டாண்டுக்குப் போன போது.. பஸ் ஒன்று ஸ்டாப்பில் நிற்காமலே போனது.... ஜோயலைப் பார்த்தால் எப்போதும் நடுவழியில் கூட பஸ்ஸை நிறுத்துகிற டிரைவர்தான் ஓட்டிப் போனார்..

●

23

அதிசய ராகம்.....

ராமச்சந்திரன் என்கிற தாஸ், ராஜனின் நண்பன், அவரை எனக்கு அதிகம் பழக்கம் கிடையாது. அவர்கள் இருவரும் வேறு கல்லூரி, கட்டுப்பாட்டுக்குப் பேர் பெற்ற கல்லூரி. ராஜனின் பழக்கத்திற்குப் பின் அநேகமாக எங்கள் குழுவினரின் போக்கே மாறியது என்று சொல்லலாம். அவன் பாளையங்கோட்டைப் பகுதியில் இருந்து எங்கள் பகுதிக்கு மாற்றி வந்திருந்தான். அவனுக்குத் தோழிகள் அதிகம் என்பான். அதிகமோ இல்லையோ அநேகமாக, பொருட்காட்சிக்கு, டென் கமாண்ட்மெண்ட்ஸ், கிங் ஆஃப் கிங்ஸ் என்று கிறிஸ்துவ சினிமாக்களுக்கு வரும் பெண்கள் அவனைப் பார்த்தால் புன்னகைக்காமல் இருக்கமாட்டார்கள். முதலில் கதீட்ரல் சர்ச் பக்கம் இருந்தான். குலவாணிகர்புரம் சர்ச்சில் அவன் அப்பாவுக்கு வேலை. அவனது பெரியப்பா, மேரேஜ் கவுன்சலர். ஊசிக்கோபுரம் சர்ச்சுக்குத்தான் போவான்.

வாராந்திர ஞாயிற்றுக்கிழமை ஆராதனைக் கூட்டங்களுக்கு வரும் அவனையொத்த பெண்கள் அனைவரின் பெயரையும் சொல்லுவான்.. லில்லி (டார்லிங்), மரியா, மேபல், கமலா என்று சின்னப் பெயர்களாகச் சொல்லுவான். “ஏல உண்மையான பெயரா இல்லைன்னா.. நீ வச்ச பேரால, கூப்பிடச் சௌகரியமா ரெண்டு எழுத்து மூணு எழுத்துல நீயா சொல்லுதியா” என்று கேலி செய்வோம். அவனைக்

கொஞ்ச நாள் "ஏல மூன்றெழுத்து..." என்று கேலியாகக் கூப்பிடுவோம். ஒரு சமயம் அவனைப் பார்த்துச் சிரித்த ஒரு பெண்ணின் பெயரைக் கேட்டபோது "மாலா" என்றான். "வாடா மூனெழுத்து, இப்ப நான் மாலான்னு கூப்பிடுவேன் அவ திரும்பி உன்னைப் பார்க்கலேன்னா... மவனே உன்னைய சிலுவையிலேயே அறஞ்சிருவோம்".. என்று சொல்லிவிட்டு. "ஹை, மாலா"ன்னான் ஒருவன். அவள், அதே புன்னகையுடன் திரும்பினாள். எல்லோரும் ஒட்டுமொத்தமாகப் பயந்துபோய் "ஒன்னுமில்லை சிஸ்டர்" என்றதும், அவள் களுக்கென்று சிரித்து விட்டாள். அநேகமாக ராஜனின் வரவுக்குப் பின்னால்த்தான் நான் தியேட்டரில் காத்துக் கிடப்பதைவிட்டு "சைட்' அடிக்க ஆரம்பித்தேன் என்று சொல்லவேண்டும். அதுசமயம் வயதும் பத்தொன்பதைத் தாண்டியிருந்தது.

ராஜனின் நண்பனான ராமச்சந்திரன், எனக்கு சிறிதே அறிமுகம். ஒருநாள் பஸ்ஸ்டாப்பில், 'சாயங்காலத்து சசி'க்காக காத்துக்கொண்டு நின்றுகொண்டிருந்தபோது அவன் பாளை பஸ்ஸில் வந்து இறங்கினான். பின்னாலேயே ஒரு பெண், அவள் குடும்பத்தினருடன். என்னைப் பார்த்ததும் அவனே, "ஹலோ, பார்ட்னர்", என்றவன், சைகையிலும் கண்ணாலும் "கொஞ்சம் என்னுடன் வாங்களேன்" என்றான். பெண்ணும் அழகாயிருந்தது. சரி என்று கிளம்பினோம். நகரின் பெரிய ஜவுளிக்கடையினுள் போனார்கள். நாங்களும் போனோம். அங்கே அப்போதெல்லாம் செருப்பை வெளியே கழற்றிப் போட்டுவிட்டுத்தான் போக வேண்டும். வெளியே செருப்புகள் குவிந்திருக்கும். சமயத்தில் செருப்புகள் காணாமல்ப் போய் விடும். யாராவது அழகான புதுச் செருப்பு போட்டிருந்தால், "ஏல என்ன பெரிய ஜவுளிக் கடையில வாங்குனதா" என்று கிண்டலாகக் கேட்போம்..... "அங்க ஏதுல செருப்பு என்றால், அதான் வாசலில் கிடக்கிறத "லாத்தி"ட்டு (ஆட்டை போடுவது) வந்துட்டியான்னு கேட்காம்ல" என்று இன்னொருவன் சொல்லுவான். இதேமாதிரி, "ஏல செருப்பு நல்லாருக்கே எந்தக் கல்யாண வீட்டில "ஆத்துனது" என்போம்.. ஜவுளிக்கடையில் எனக்குத் தெரிந்த நண்பர்கள் பலர் இருந்தார்கள். "எட்டயபுரம்" குறுங்காவியத்தில் வருகிற 'சின்னச் சங்கரன்' உட்பட. அதனால் சும்மா அங்கே போவது சங்கடமா யில்லை. சின்னச் சங்கரன் கூடக் கேட்டான், "ஏல என்ன இந்த மாதிரி 'கலர்' பின்னால சுத்த ஆரம்பிச்சிட்டே," என்று. கொஞ்சம் அசடு வழிந்துவிட்டு வெளியே வந்தோம். குடும்பம் கோயிலுக்குள் நுழைந்தது. அப்போது கந்த சஷ்டிக்கு கொடியேறி

இருந்தது. அதனால் எப்போதும் அடைத்தே இருக்கும், வடக்குக் கோபுர வாசல் திறந்து இருந்தது. அங்கிருக்கும் லாரி ஓர்க் ஷாப்பை தற்காலிகமாகக் காலி செய்துவிடுவார்கள், அங்கே வைத்துத்தான் முருகனுக்கு, சூர சம்ஹாரம் முடிந்ததும் தெய்வானையை திருக் கல்யாணம் நடக்கும். வடக்குக் கோபுர வாசல் வழியாக உள்ளே போனோம்.

அப்போதுதான் முதன் முதலாக, “பார்ட்னர், என்னை தாஸ் என்றே கூப்பிடுங்கள்” என்றான் ராமச்சந்திரன். ”தாஸ்” என்பதைச் சற்று சத்தமாகச் சொன்னான். அதைக்கேட்டு அந்தப் பெண், லேசாகத் திரும்பியது. தாஸின் அப்பா திசையன்விளை பக்கத்தில் மிகப் பெரிய பணக்காரர். தாஸ் கோயிலுக்கே வந்தது கிடையாது போலிருக்கிறது. கோயில் சன்னதியில், திருநீறோ, சந்தனமோ எதைக் கொடுத்தாலும் வாயில் போட்டுக்கொண்டான். தீவாரனைத் தட்டில் பத்து ரூபாய் போட்டான். ஐயர் அசந்து போனார். அவர் சாமிக்குச் சாத்திய மாலையொன்றை அவனுக்குப் போட்டார். கூனிக் குறுகி அதைக் கழற்றி என்ன செய்ய என்றான். அந்தப் பெண் அவனைப் பார்த்து அடக்க மாட்டாமல் சிரித்தது. அவளது அம்மா “என்னடி சிரிப்பு” என்று அதட்டினாள்.

தாஸ் அதிகம் போனால் நான்கரை, நாலே முக்கால் அடிதான் இருப்பான். பி.ஏ இரண்டாம் ஆண்டு படிக்கிறவன் என்று சொல்ல முடியாது. ஏதோ ஹைஸ்கூலில் இருந்து அப்போதுதான் வெளியே வந்தவன் போலிருப்பான். கிட்டத்தட்ட பார்த்திவ் பட்டேல் மாதிரி இருப்பான். ஆள் சரியான கறுப்பு. மீசை, முளைக்கட்டா வேண்டாமா என்றிருக்கும். பெண் அவனைப் பார்த்து லேசாகக் கையசைத்தது. எனக்கு திகீர் என்றது. அவ்வளவு செக்கச்சிவப்பான, கொஞ்சம் பெரிய பெண்ணாகவே இருந்தது. அது எப்படி தாஸைப் பார்த்து கையசைக்கிறது என்று தோன்றியது. நாம் என்னடாவென்றால் ஏற்கெனவே பழகிய பெண்ணைக் கண்டே ‘சொல்லத்தான் நினைக்கிறேன்’ என்று பாடிக் காலத்தை கழிக்கிறோம். இங்கே விண்ணப்பம் போடாமலே வேலை கிடைக்கிறதே என்று நினைத்துக்கொண்டேன். கோயிலை விட்டு வெளியே வந்ததும். நான் அந்தக் குடும்பத்தின் பின்னால் தொடர்ந்தேன். தாஸ், கையைப் பிடித்து ரகசியமாய் அமுக்கி, “இதோட விட்டுரணும், ஏதோ நம்ம வேலையப் பார்க்க வந்த மாதிரி நைசா நழுவிரணும்’, என்றவன், “ஹாஸ்டலுக்கு நேரமாகிறது.. பக்கத்தில் எங்கே நல்லாச் சாப்பிடலாம்..” என்றான்.

நான், "இந்தா ராஜாவிலாஸ் நல்லா இருக்கும். இதைவிட ஆபிரகாம் ஓட்டல் நல்லா இருக்கும்" என்றேன். எதிரே இருந்த ராஜாவிலாஸுக்குள் விறுவிறுவென்று நுழைந்து, மளமளவென்று ஆர்டர் சொல்ல ஆரம்பித்தான். "சீக்கிரமா, ரெண்டுரெண்டு முட்டை போட்டு கொத்துபுரோட்டா, ரெண்டு கோழி வறுவல், ரெண்டு மட்டன் வறுவல்," என்று சொன்ன தோரணையே மூச்சை நிறுத்திவிட்டது. அதற்குள், இது என்னது நீலம் பழமா, ரெண்டு வெட்டி, தனி இலையில், ரெண்டு பேருக்கும் வையிங்க.. என்றான்.

பட்டறையிலிருந்தவர் பழத்தை வெட்டி எடுத்துக்கொண்டு அவரே கொண்டு வந்து தந்தார். நானெல்லாம் ஓட்டலுக்குப் போனால் கையில் ஒன்னரை ருபாய் வைத்துக்கொண்டு அதுவும் பையில் பத்திரமாக இருக்கிறதா என்று பத்துத் தரம் பார்த்துக் கொண்டு, ரெண்டு ரொட்டி சால்னா அல்லது ஒரு எம்ப்டி செட், மட்டன் வறுவல் என்று தின்றுவிட்டு, ஒரு மணிநேரம் கையையே மோந்து பார்த்து சாபல்யம் அடைகிற ஆள். அப்பொழுதுதான் அவனைப்பற்றிச் சொல்லுகிற கதைகள் எல்லாம் நினைவு வந்தது. அவன் அப்பா பெரிய பண்ணையார். தமிழ்நாட்டுக்கே வாழைப்பழம், காய், இலை என்று சப்ளை பண்ணுகிறவர். எல்லாம் சொந்த விவசாயம். ஏகப்பட்ட நஞ்சை, புஞ்சை.

நேரமானால் ஹாஸ்டலில் அனுமதிக்க மாட்டார்களென்று அவசர அவசரமாகச் சாப்பிட்டுவிட்டு எழுந்தான். பார்ட்னர் நீங்க மெதுவா சாப்பிட்டுட்டு வாங்க நான் போறேன் என்று கிளம்பி விட்டான். எனக்குச் சாப்பிட முடியாமல் 'திட்டு முட்டு' அடித்தது, திண்டாடித் திணறிச் சாப்பிட்டு முடித்தேன். நான் கடையை விட்டு வெளியே வரும்போது. முதலாளி கேட்டார், "தம்பி பார்சல் வேணும்னா கொடுக்கச் சொல்லிருக்காவ......" என்றார். ரெண்டு மாம்பழம் வேணும்னா பார்சல் வாங்கிக் கிடலாமான்னு தோன்றியது. அம்மாவுக்கு நீலம் பழம் என்றால் உயிர். அப்படியெல்லாம் வாங்கிக்கொடுத்திருந்தால், அந்தப் புண்ணியவதி எவ்வளவு சந்தோஷப்பட்டிருப்பாள். குறைந்தது அவளைத் திட்டாமலாவது இருந்திருக்கலாம், ஆனால் அதெல்லாம் பிற்காலத்தில்தான் நடந்தது. அம்மாவுக்கு, மாலை ஏழு மணிக்கு போத்தி ஓட்டலில், எல்லா ஸ்பெஷல் ஐட்டங்களும் தீர்ந்து போன பின்னர் போடும் ரவா உப்புமா ரொம்பப் பிடிக்கும். நிறைய டால்டா விட்டு லேசாக முந்திரி போட்டு, பூ மாதிரி உதிரியாய் இருக்கும். "என்னதாம்ழா பக்குவம் பண்ணுவானோ....

நம்ம உப்புமா கிண்டினா, கட்டி தட்டிப் போயிருது இல்லேன்னா நெளுநெளுன்னு ஆகீருது", என்பாள் அம்மா. அப்போது முகம் சற்று சந்தோஷமாய் இருக்கும். இதற்கு அவள் கொடுத்த விலை, அவளது சொத்து முழுவதும். சரி என்று இருந்த காசுக்கு உப்புமா வாங்கிப் போனேன். முன்பெல்லாம் ஓட்டலில் கணக்கு உண்டு. எவ்வளவு வேண்டுமானாலும் வாங்கலாம். விற்றுத் தின்ன வயலோ, சொத்தோ இல்லை, அதனால் இப்போ கணக்கெல்லாம் நிறுத்தியாகி விட்டது..

தாஸ் வந்ததையும் சென்றதையும் ராஜனிடம் சொன்னேன். "அவனுக்கென்னலே, உங்க வீட்டுச் சொத்தா, எங்க வீட்டுச் சொத்தா, ஊர் பூராவும் அவன் சொத்துதான்.நீ தின்னது போக, செலவுக்கு நூறு ரூபாய் கேட்டாலும் கொடுத்திருப்பான். நீ சொன்ன புள்ளைய கரெக்ட் பண்ண ரெண்டு மூணு வாரமா அலையுதான். அவனுக்குன்னு சிக்குது பாரு. உண்மையிலேயே கன்னி ராசின்னா அவனுக்குத்தான் பொருந்தும். ஒருத்திய கணக்கு வச்சுட்டான்னா அதிகம் போனா, பதினைந்து நாள்தான், புள்ளை மசிஞ்சுருதுடா...." என்ன மாயம்ன்னு கேட்டா, நான் என்னமாவது பண்ணறேனா, நீங்களும் கூடவேதானலெ இருக்கீங்க, அதுக வந்து விழுந்தா நான் என்ன பண்ணறது என்பானாம். "சரி ஒரு கதை தெரியுமா...." என்றான் ராஜன். "உன் ஃப்ரெண்டும்பியே... அந்தப் பெரிய இரும்பு வியாபாரி, ஆனந்தனா, அவன் தங்கச்சிய ப்ராக்கெட் போட்டு பத்து நாளாச்சு தெரியுமா," என்றான். கையில் உப்புமா சூடு ஆறிக் கொண்டிருந்தது. "இருடா வாரேன்" என்று அம்மாவிடம் உப்புமாவைக் கொடுத்துவிட்டு வந்தேன். அவள் பசியில் இருந்திருக்க வேண்டும், "கொடுப்பா.." என்று சந்தோஷமாய் வாங்கிக்கொண்டாள். அவள் வேறு. ஏதோ கேட்க வாயெடுத்தாள். நான் அதற்குள் ராஜனைப் பார்க்க தெருவிற்கு வந்துவிட்டேன்.

"என்னதுலே சொல்லுதே, யாருலெ, புஷ்பாவையா... சொல்லுற.. அவ இப்பதானல பி.யு.சி சேந்திருக்கா" என்றேன். புஷ்பராணி என்கிற புஷ்பா அப்படியிருப்பாள். அவள் கான்வெண்டில் படிக்கிறபோதே சற்று மீறின உடல் வாகுடன், தினமும் ஒருமணி நேரமாவது செலவழித்துச் செய்துகொண்ட தலையலங்காரமும் உடம்பையொட்டின யூனிஃபாரமுமாக பஸ்ஸில் எல்லோர் கண்ணையும் உறுத்துவாள். ஆனால் பயங்கர நெருப்பு. கண்டக்டர் கூட அவள் பக்கத்தில் போகாமல் தள்ளியே நின்று டிக்கெட் கேட்பான். பெரும்பாலும் அவளது தோழிகள்தான் டிக்கெட்

எடுப்பார்கள். பஸ்ஸிலும் அங்கே இங்கே திரும்ப மாட்டாள். அவள் அண்ணன் எனக்கு கல்லூரியில் இரண்டு வருடம் சீனியர். நான் பி.யு.சி படிக்கையில் அவன் பி.ஏ.இரண்டாம் ஆண்டு படித்தான். அப்போதே அவன் முகத்தையொட்டி, படிந்தமாதிரி தாடி வைத்திருப்பான். கதர் வேட்டியும் வெள்ளைச் சட்டையும் தான் போடுவான். என்னைப் போல் தவறாமல் முதல் நாள் தலைவர் படம் பார்க்க வந்துவிடுவான். அநேகமாக எனக்கு சமீபமாகத்தான் அமர்வான். இடைவேளையில் "படம் ஒண்ணும் ஒப்பேறாது போலிருக்கே.." என்றால் லேசாகச் சிரிப்பான். அவ்வளவுதான். ஹைரோடில் ஒரு பெரிய இடம் அவர்களுடையது தான். பெரிய காம்பவுண்ட், ஒரு லாரி திண்டாடி நுழைகிற அளவுக்கு, சிறிய வாசல். வாசலின் இரு புறமும் திண்ணை போல இருக்கும். அதைதாண்டி உள்ளே போனால் இதற்குள் இவ்வளவு பெரிய இடமா என்று நினைக்கத் தோன்றும்.அதை கடை, ஆபீஸ் என்று எந்தப் பெயராலும் கூடச் சொல்ல முடியாது. வெறும் கல்தான் பாவியிருக்கும்.

திண்ணையில் நாற்காலி கிடையாது தரையில் ஒரு காலை மடித்து ஒரு காலை தொங்கப் போட்டு, முன்னால் ஒரு கல்லாப்பெட்டி போட்டு அவன் அப்பா உட்கார்ந்திருப்பார். ஏதோ கோயிலில் அர்ச்சனைச் சீட்டுக் கொடுப்பவர்போல அமர்ந்திருப்பார். சட்டை கூடப் போட்டிருக்க மாட்டார். ஆனால் ஹைரோடில் அவரைக் கடக்கிற யாரும் அவரை ஒரு கும்பிடு போடாமல்ப் போக மாட்டார்கள். அவரும் மரியாதையாக இரண்டு கையாலும் கும்பிடுவார். ஜப்பானில் இருந்து இரும்பு இறக்குமதி செய்கிறார் என்றும், செய்தவர் என்றும் பேசுவார்கள். 'தருமர் அண்ட் கோ' என்று பாதி நியூஸ் பேப்பர் சைசில் ஒரு நீலக்கலர் எனாமல் போர்டு தொங்கும். அந்த இடம் அப்போதே கோடிக்கணக்கில் பெறும். இரண்டு மூன்று தியேட்டர்கள் கட்டலாம். அவ்வப்போது ஆனந்தன் அப்பாவின் இடத்தில் இருப்பான். அதே அமைதியுடன். அப்போது எங்களுக்கு ஒரு கனவு இருந்தது. எம்.ஜி.ஆரின் நூறாவது படம் வெளியாவதை முன்னிட்டு ஹைரோடில் ஒரு இடத்தில் ஒரு பஸ் ஸ்டாப்பில் ஒரு நிழற்குடை கட்டுவது என்று. அதற்கு நிதி பிரிக்க ஆனந்தனிடம் போனோம். வீட்டிலிருந்தான். என்னைத் தான் முன்னால் தள்ளி விட்டார்கள். நான் முந்திரிக் கொட்டை என்பது எல்லோருக்கும் தெரியும். புஷ்பாதான் வந்து என்ன வேண்டும் என்று கேட்டாள். அவளைப் பார்த்ததுமே ஜிலீர் என்றது. இது ஆனந்தனுக்கு என்ன வேண்டும் என்று

தோன்றியது. ஆனந்தன் சாரைப் பார்க்கவேண்டும் என்றோம். ஆனந்தன் வந்தார். அநேகமாக எல்லோரும் அந்த வீட்டின் முன்னாலும், தார்சாலிலுமாக நின்றுகொண்டிருந்தோம். ஆனந்தன் வந்ததும் எல்லோரும் தார்சாலை விட்டுக் கீழே இறங்கி, கிட்டத்தட்ட ஓடி விட ரெடியாயிருப்பது போல் வெளியே போய் நின்று கொண்டார்கள். என்னையும் அவனது கிளாஸ்மேட் மணியையும் தவிர, யாரும் அருகேயே இல்லை. விஷயத்தைச் சொன்னதும், “அப்பாட்ட கேக்கணும்.. அநேகமா கதை ஒப்பேறாது.. மணி...” என்றார்.

பொதுவாக “ஒளிவிளக்கு” (100வதுபடம்) பற்றிப் பேசிக் கொண்டிருந்துவிட்டு விட்டுக் கிளம்பினோம். எனக்கு ‘ச்சை’ என்றிருந்தது. மணி இதெல்லாம் நடக்காது என்று ஏற்கெனவே சொல்லிக்கொண்டிருந்தான். அதற்கப்புறம் வேறு வகைகளில் அதற்கு முயன்றோம். கொஞ்சம் நிதி சேர்கிற மாதிரி இருந்தது. கலெக்டரிடம் அனுமதி பெறவேண்டும் என்றார்கள். கலெக்டரோ, அந்த இடத்தில் பஸ் ஸ்டாப்பே கிடையாது என்று ஆர்.டி.ஓ சொல்றாரே என்று அனுமதி வழங்கவே மறுத்து விட்டார்.

நம்ம ஆட்சிதானே என்று போன தோழர்களிடம், எம்.எல்.ஏவும் கைவிரித்து விட்டார். கடைசியில் ஒரு மலர் மட்டும் வெளியிட்டோம். ஏகக் கடுப்பில் இருந்தார்கள் ரசிகர்கள். ஏற்கெனவே கட்சிக்கும் ரசிகர்களுக்கும் உரசல் ஆரம்பித்திருந்தது “கட்சியை வச்சு தொண்டனா, தொண்டனை வச்சு கட்சியா...” என்று ரசிகர்களிடையே பேச்சு நடைபெற்றுக் கொண்டிருந்தது அப்போது. பழைய, அரசியல் சார்பாக ஆரம்பிக்கப்பட்ட மன்றங்கள் போலில்லாமல், “என் அண்ணன் எம்.ஜி.ஆர் ரசிகர் மன்றம், “நம்நாடு எம்.ஜி.ஆர் ரசிகர் மன்றம்”, என ‘ரசிகர் மன்ற’ங் களாகவே, அரசியல் சார்பில்லாமல் ஆரம்பிக்கப்பட்டன. அதற் கேற்றார்ப்போல் அண்ணாவின் உடல் நிலையும் சீராயில்லை. ஆனால் நடந்ததெல்லாம் வேறு. அது வேற கதை..

இன்னும் ஆச்சரியம் தீரவில்லை, என்னது, புஷ்பா, தாஸ் பின்னால் அலைகிறாளா.. என்று ஆச்சரியம் தீரவில்லை. சீக்கிரமே தாஸ் ஹாஸ்டலை விட்டு வெளியேற்றப்பட்டு விட்டான். வாட்ச்மேனைப் பயமுறுத்தி நைட் ஷோ போவது ஃபாதருக்குத் தெரியவரவே, “ஹாஸ்டலை விட்டுப் போயிர்ரா.. ராஜா...” என்று கெஞ்சலும் மிரட்டலுமாக அனுப்பி விட்டார். நல்லதாப் போச்சு என்று தாஸ் வீடு எடுத்துத் தங்கினான். சமையலுக்கு,

வீட்டுப் பாதுகாப்புக்கு, என்று ஊரில் இருந்து ஆட்கள் புடை சூழ என்.ஜி.ஓ காலனியின் ஒதுக்குப்புறமான வீட்டில் தாஸின் ராஜ்யம் ஆரம்பமானது. ஆட்டத்திற்கு குறைவே கிடையாது, ஆனாலெப் படியோ மார்க் வாங்கி விடுவான். ''மார்க் போடலேன்னா... வாத்தியார் பாடுல்லா சங்கடம்” என்று கிண்டலடிப்பார்கள். வீட்டில் மூன்று பைக் நிற்கும். ஒன்றைக்கூட அவன் ஓட்ட மாட்டான். ஓட்டத்தெரியாது. இரண்டு பைக்குகள், அவனைக் கல்லூரியில் கொண்டுவிட, ஒன்று அவனுடன் தங்கியிருக்கும் அவனது மாமா பையன் ராஜேந்திரனுக்கு. அவனையும் வலுக் கட்டாயமாக ஹாஸ்டலில் இருந்து கூட்டி வந்துவிட்டான். அவன் உண்மையிலேயே நன்றாகப் படிப்பான்.

ஆனால் மச்சானைப் போலவே மன்மதராசந்தான் அவனும். நான், காலனி வீட்டிற்கு அதிகம் போனது கிடையாது. நிறைய நண்பர்கள் போவார்கள்.சனிக்கிழமையென்றால், சாட்டர்டே இல்லை வாட்டர்டே என்பார்கள். ஊரிலிருந்து சாராயம் வந்து விடுமாம். கோழிக்கறியும் சோறும் ஒரே கொண்டாட்டமாய் இருக்கும் என்பார்கள். ராஜன் குடிக்கமாட்டான். அப்போது பெரும்பாலும் யாருமே அதற்குப் பழகி இருக்கவில்லை. மதுவிலக்கு வேறு அமலில் இருந்தது. ராஜனின் வற்புறுத்தலின் பேரில் ஒரு நாள் நானும் போனேன். தாஸ், “பார்ட்னர் வாங்க” என்று வரவேற்றான். இருந்தாலும் அதில் ஒரு புதிய தோரணை இருந்தது. வீட்டிற்குப் பின்னால் புதைத்து வைத்திருந்த சாராய டின்னை எடுத்து வந்தார்கள், அவனது உதவியாளர்கள். பனியன், பச்சைபெல்ட் அணிந்திருந்தார்கள். பெல்ட்டில், பிச்சுவா என்கிற வளைந்த கத்தி. என் முகம் போகிற போக்கைப் பார்த்தே, வழக்கமாக வருகிற ஒன்றிரண்டு பேர், “செத்தான்... மாப்பிள்ளை” என்று கிண்டலடித்தார்கள். அந்தப் பாதுகாவலர்களிடம், “அண்ணாச்சியோவ் இந்தப் பய பக்கம் மட்டும் பாக்காதீங்க'' என்று கூறிச் சிரித்தார்கள். அவர்களிடம் லேசான முறுவல் மட்டுமே வெளிப்பட்டது. எண்ணெய் டின்னில் ஒட்டியிருந்த சகதியையெல்லாம் அவர்கள் லுங்கியால் துடைத்துவிட்டு, டின்னின் ஒரு மூலையில் கொஞ்சம் தீக்கங்கை அள்ளிக் கொணர்ந்து வைத்தார்கள். ஈயம் இழகும் வாசனை வந்தது. பட்டென்று கனலை கையாலேயே தள்ளினார்கள். டின்னை மூடியிருந்த சிறிய வட்ட மூடி தானாகவே டப்பென்று எழுந்தது. “லே, மக்கா பாத்துலே, கங்கு உள்ளே விழுந்துராம, பொறவு எல்லாம் பொகைஞ்சிரும்லே..” என்று இரண்டு ‘காவலர்களும்’

ஒருவருக்கொருவர் சொல்லிக்கொண்டார்கள். கதவையெல்லாம் இறுகச் சாத்தியிருந்தார்கள். தம்ளரில் இருப்பதே தெரியாத மாதிரி பன்னீர் போலிருந்தது சாராயம். ஏதோ கருப்புக்கலர் சேர்த்து, எனக்குக் கொஞ்சம் தந்தார்கள். ஒரே உறிஞ்சில் குடித்து விட்டு எதைத் தொட்டு நக்கினாலும் நாக்கில் மதமதர்ப்பு போகவில்லை. ஐந்து நிமிடம்தான் ஆகியிருக்கும். என்ன நடக்கிறதென ஒன்றுமே தெரியவில்லை. ஒரே கும்மாளமும் கேலியாகவும் இருந்தது. தாஸ், "அண்ணன்மாருங்களா, ஜன்னலைத் தொறந்து போடுங்க, எவனாவது வந்து கேட்டான்னா, இன்னொரு டின் இருக்குல்லா, அதை அவன் தலையில ஏத்தி விடுங்க மக்கா... சவம் பொசமுட்டிக்கிட்டு வருது..." என்பதெல்லாம் கனவில் கேட்பது போல் கேட்டது. இன்னொரு தம்ளர் சாப்பிட்ட மாதிரியும், சோறும் கோழியும் சாப்பிட்ட மாதிரியும் இருந்தது. சப்பிட்டேனா என்றும் தெரியவில்லை. படுத்து விட்டேன். அதற்கப்புறம், எல்லோரும் வேட்டியை அவிழ்த்து தலையில் கட்டிக் கொண்டு திருவனந்தபுரம் ரோட்டில் நடந்து, பயங்கரக் கலாட்டா என்று காலையில் ராஜன் சொன்னான். காலையில் எழுந்து எப்படியோ பஸ் பிடித்து, பதினோரு மணிக்கு வீட்டிற்குப் போன போதும் கூட நாக்கில் ருசியே வரவில்லை.

அதற்கப்புறம் அந்தப் பக்கமே திசை வைத்துப் படுக்கவில்லை. திடீரென்று ஒரு நாள் மாலை ராஜன் வீட்டுக்கு வந்து, "வாடா.. ஏதாவது சினிமாவுக்குப் போகலாம்.." என்று கட்டாயப்படுத்தினான். "கூட்டமில்லாத சினிமாவுக்குப் போகணும்..." என்றான். "தேடி 'குமரிக் கோட்டம்' என்று நினைவு. தியேட்டரில் கூட்டமே இல்லை. முதல் நாள் தவிர மற்ற நாளெல்லாம், தரை டிக்கெட்டிற்குப் போவதுதான் அப்பொழுதெல்லாம் வழக்கம். கவுண்டரில் கொஞ்சம் கூட்டமிருந்தது. தெரிந்த தியேட்டர்தான், சரி, உள்ளே போய் டிக்கெட் வாங்கலாம் என்று தியேட்டர் ஆஃபீஸுக்குப் போனோம். நான் உள்ளே போயிருந்தேன். வெளியே வந்தபோது ராஜன் யாரோ ஒரு பெண்ணுடன் பேசிக்கொண்டிருந்தான். அவள் கையில் ஒரு சூட்கேஸ். அவள் உடுத்தியிருந்த சேலையை எங்கோ பார்த்த ஞாபகம். சட்டென்று தெரிந்தது. புஷ்பா. நான் தள்ளியே நின்றுகொண்டேன். ராஜன் ஏதோ திண்டாடிக் கொண்டிருந்தான். இருவரும் பேசிக்கொண்டே அருகில் வந்தார்கள். நான் பட ஸ்டில்கள் வைத்திருந்த போர்டைப் பராக்குப் பார்த்தபடி இருந்தேன். அவள் ராஜனிடம் ஏதோ கெஞ்சிக் கொண்டிருந்தாள். யாரையோ பார்த்தவள் என் காலருகே பெட்டியை வைத்துவிட்டு, சற்று மறைந்து நின்றாள். ராஜனிடம்

என்னடா இது என்றேன். அவள் வீட்டைவிட்டு ஓடி வந்து விட்டாளாம். எப்படியாவது தாஸ் வீட்டிற்குக் கூட்டிப் போ, அங்கே வேலைக்காரியாகவாவது இருக்கிறேன் என்று டயலாக் பேசுகிறாள் என்றான். இவள் வருவாள் என்று தெரிந்துதான் நான் சினிமாவுக்குப் போகணும்ன்னேன் என்றான். அதான் வந்தாச்சே என்றேன். “போடா, நீ இங்கேதான் வருவேன்னு தெரிஞ்சிருக்கும்..” என்றான்.

“அது எப்படிடா” என்றேன் “நான் உன்னைப் பார்க்கப் போவதாக என் அம்மாட்ட சொல்லிட்டு வந்தேன்” என்றான். “அந்த மயிரு எனக்கென்னடா தெரியும்” என்றேன். அதற்குள் அவள் வந்து விட்டாள். வந்ததும் பெட்டியை வேகமாக எடுத்தாள். பெட்டி லேசாகத் திறந்தது. உள்ளே பூராவும் நகைகள்.... கருப்பு கலிக்கோ பைண்டிங் செய்த பைபிள்..... எனக்கு வியர்த்து விட்டது. தைரியத்தை வரவழைத்துக்கொண்டு, “இங்கே பாருங்க புஷ்பா, உங்க அண்ணனுக்குத் தெரிஞ்சா எங்க கதி என்ன ஆகும், வேணும்ன்னா நான் அவர்கிட்ட வந்து பேசறேன், நீங்க வீட்டுக்குப் போங்க...” என்றேன். அவள் என்னிடம் முகமே கொடுக்கவில்லை. அவளை அவ்வளவு அருகில் பார்க்கையில் என்னவெல்லாமோ தோன்றியது. என்ன நினைத்தாளோ இருவரிடமும் ஒன்றும் சொல்லாமல்... பெட்டியை எடுத்துக் கொண்டு கிளம்பிவிட்டாள். வேகமாகத் திரும்பும்போது அழுவது கேட்டது. அப்பொழுது கூட அவளது முடியலங்காரமும், இறுக்கமான ப்ராவும் கண்ணை உறுத்தியது.

படத்திற்குப் போகவில்லை.. “இந்தப் பிள்ளையவா வேண்டாங் கான், ஓங்க ஆளு, ரெண்டு பேருமே உங்க ஜாதிதானேடா” என்றேன். ராஜன் சொன்னான், “அவங்க அப்பாவைப் பற்றி உனக்குத் தெரியாதுடா.. அவனுக்கே ஏதோ செய்வினை வச்சுட்டார்டா.. தாஸோட, துவைக்காத, வேர்வை வாசம் வீசற சட்டையக் கொண்டு போய் ஏதோ ஏர்வாடி பக்கத்தில தங்கள்ன்னு ஒருத்தராம், அவர்ட்ட கொடுத்து, என்னவோ மாய வேலை யெல்லாம் பார்த்து இப்ப தாஸ் பெண்ணுன்னாலே திரும்பிக் கூடப் பாக்கமாட்டேங்கானாம்'', அவனோட மச்சான் ராஜேந்திரன் சொன்னான், “ஏல என்னடா இதெல்லாம்....நீ... எப்படிடா... இதுல சம்பந்தப்பட்டே” என்றேன். “தாஸுக்கும் உண்மையில் இவ மேல இஷ்டம்தாண்டா... அதனால நாந்தான் லெட்ட ரெல்லாம் பரிமாற வழி பண்ணினேன்..” என்றான். “சரி என்னன்னும் தொலையுங்க.. எனக்கு நாளைக்கு டெஸ்ட் இருக்கு படிக்கப் போறேன்'' என்று கிளம்பினேன். மனசுக்குள்

ஆனந்தனைத் தேடிப் போய் சொல்லி விடலாமா என்றிருந்தது. என்னன்னும் தொலையுதாங்க என்று எனக்கு நானே சொல்லிக் கொண்டாலும், புஷ்பாவின் முகத்தை மறந்து தூங்க நெடுநேரம் ஆயிற்று. காலம் எல்லாவற்றையும் மறக்கவைத்தது, என்னுடைய ராட்சசியைத் தவிர.

ஆறு, ஏழு மாதம் கழிந்திருக்கும். அன்றைக்கு மறுநாள் முதுகலை முதலாம் ஆண்டின் இறுதி ரிவிஷன் டெஸ்ட். மாடர்ன் அல்ஜிப்ரா. நானும் ஒரு நண்பனும் சேர்ந்து படித்துக்கொண்டிருந்தோம். படிப்பு ஓடவே இல்லை. மத்தியான நேரம், அந்த நண்பன் கேட்டான், "நீரு பார்க்காம இதுவரை, தலைவர் படம் ஏதாவது ரிலீஸாகியிருக்கா" என்றான். இல்லையே என்றேன். அப்ப கிளம்பும், இன்னக்கி 'நல்லநேரம்' ரிலீஸ் என்றான். புத்தகத்தைக் கடாசிவிட்டு படத்திற்குக் கிளம்பினோம். எல்லா டிக்கெட்டும் தீர்ந்து ஏ.சி பாக்ஸ் டிக்கெட் இருந்தது. கடைசி வரிசை. இருளில் பக்கத்தில் யார் என்று சரியாகத் தெரியவில்லை. இடைவேளையில்தான் புரிந்தது. முகம் நிறையத் தாடியுடன் ஆனந்தன் உட்கார்ந்திருந்தார். வழக்கமாக மெலிதாகச் சிரிப்பார்.. இன்று பார்த்ததாகக் கூடக் காட்டிக் கொள்ளவில்லை. நானும் வெளியே வந்து பழைய ரசிக நண்பர்களைப்பார்த்து உற்சாகமாகப் பேசிக் கொண்டிருந்தேன்.. "படம் எப்படி இருக்கு" என்று பஷீர் பாய் கேட்டார்.

அவர் படக்கம்பெனி ஒன்றின் ரெப்ரெசெண்டேடிவ். "இது என்ன உங்க கம்பெனி ரிலீஸா" என்றேன். "இல்லை, ரொம்ப நாளைக்கி அப்புறம், தேவர்பிலிம்ஸ் படத்தை எங்களிடம் தராமல் புதுக் கம்பெனிக்கு டிஸ்ட்ரிபூஷன் கொடுத்திருக்காங்க... அதுதான்.... என்னை படம் பார்த்துட்டு வரச் சொல்லி எங்க கம்பெனி மேனேஜர் அனுப்பினாரு..... படம் எப்படி", என்றார். "ஏன், ஹாத்தி மேரா சாத்தி ரீமேக்குன்னு நீங்க வாங்கப் பயந்திட்டீங்களா" என்றேன். "இல்லையில்லை... அதுவே, முத்து ராமன் சுந்தரராஜன் நடிச்ச 'தெய்வச்செயல்' படத்தை இந்தியில எடுத்தது, அது எங்க ரிலீஸ்தானே, இதுக்கு ரேட் ஜாஸ்தி கேட்டாங்க... அதுதான்" என்றார். "தெய்வச்செயல், டப்பிங், ரீமேக் எல்லாக் கதையும் தெரியும் பாய், ஆனா இந்தப் படம் நூறுநாள்தான்" என்றேன். "உண்மையாவாவே சொல்லுதீங்க, வே நீரு சொன்னா சரியா இருக்குமே வே" என்றார். நாங்கள் பேசிக்கொண்டிருந்த இடம் சற்றுக் குறுகலானது. அப்போது எங்களை உரசியபடி ஆனந்தன் போனார். அவர் சற்று தாண்டியதும்,

பஷீர் சொன்னார், "பாவம்.. இவரு தங்கைப்பொண்ணு யாரு கூடவோ ஓடிட்டு.." என்றார். மேல் விவரம் கேட்பதற்குள், படம் போட பெல் அடித்தார்கள். மீதிப்படம் பார்க்கவே தோன்றவில்லை.

முதல் வேலையாக சாயந்தரம் ராஜனைத் தேடிப் போனேன். அவன் இப்போது ஒரு மெடிக்கல் ஷாப் மேனேஜர். "என்னடா புஷ்பா, தாசைக் கட்டிக்கிட்டாளா" என்றேன். "இல்லை, ராஜேந்திரனைக் கட்டிக்கிட்டா..." என்றான். "அப்ப தாஸ்," என்றேன். "அவன் விவசாயம் பாக்கான், சாராயக்கடை லைசன்ஸ் எடுத்திருக்கான், விஸ்கி குடிக்கான்...." என்றான். ராஜனாலும் நிறையப் பேச முடியவில்லை. மெடிக்கல் கடையில் கூட்டமிருந்தது. நான் நகர்ந்தேன். ராஜேந்திரனின் அருகே இருந்து ராமச்சந்திரன் என்கிற தாசைப் பார்த்துக் கொண்டே இருக்கிறாளோ புஷ்பா என்று தோன்றியது.

யார் எப்படிப் போனால் என்ன, மறுநாள் ரிவிஷன் தேர்வு சுழித்துவிட்டது. தேர்வில் நான் நூற்றி ஐம்பதுக்கு பதின்மூன்று வாங்கியிருந்தேன். வகுப்புத் தோழி வசுமதி, "என்ன ஆச்சு உங்களுக்கு..." என்று அதிசயித்தாள். நான் அதிசய ராகம் ஆனந்த ராகம் என்று முணுமுணுத்தேன், வசுவுக்கு கேட்டதோ என்னவோ.

24

முகவரி

கல்யாணி அண்ணன் வீட்டில் உட்கார்ந்து எல்லோரும் 88 சீட்டு விளையாடிக் கொண்டிருந்தோம். திடீரென்று யாருக்கோ அது போரடிக்க, கேரம் விளையாட முடிவெடுத்தார்கள். எனக்கு கேரமும், கோலிக்காயும் சுத்தமாக வராது. மற்றதெல்லாமும் நன்றாக வரும் என்று அர்த்தமில்லை. கேரம் விளையாடுவதைச் சுற்றி நின்று பார்த்துக்கொண்டிருந்த பார்வையாளர்களில் ஒருவனாக இருந்தேன். திடீரென்று வண்ணதாசனின் அண்ணன் கணபதியண்ணன் சட்டை போட்டுக்கொண்டு கிளம்பினார்கள். அவர் எங்கள் விளையாட்டுக்களில் எல்லாம் கலந்து கொள்வ தில்லை. அப்போது அவர் பி.ஏ படித்துக்கொண்டிருந்தார். "என்னாப்பா, ஒன்னைய ஆட்டைக்கி சேக்கலையா.." என்றார். நான் எழுந்து நின்று "எனக்கு கேரம் தெரியாது" என்று அசடு வழிந்தேன்.. "எங்கூட வாரியா" என்றார்கள். சரி என்று கிளம்பினேன், "வீட்டுக்குப் போய் சட்டை போட்டுட்டு வா" என்றார்கள். "யாரை, சின்னப்பயலையா கூட்டீட்டுப் போறீங்க....." என்று யாரோ கிண்டலடித்தார்கள். நான் டிராயர் மட்டுமே போட்டிருந்ததேன். ஆறாம் வகுப்பு முழுப்பரீட்சை லீவு. என் வீடு ஏழு வீடு தள்ளியிருந்தது. அவரது வீடான அன்பகம். 21. E. என்றால் எங்கள் வீடு, குமரன் அகம் 28. வீட்டுக்குப் போகிற இடைவெளியில் அண்ணன் சொன்னார்கள், "கீழ ரத

வீதியில் தி.மு.க அலுவலகம் என்றிருக்கிறதாமே, அதன் கீழ்த்தான் ஒருவரைப் பார்க்கப் போகிறோம், அவர் 'தினமலர்' நாளிதழ் ஓவியர் அருணா என்றார்.

"ஆமா, வீரன் வேலுத்தம்பி சித்திரக்கதைக்கெல்லாம் படம் எல்லாம் போடுறாரே அவரா" என்றேன். ஆமா அவரேதான். என்றார். அவர் கார்ட்டூனும் போடுவார். தினமலர் அப்போது தென் மாவட்டங்களில் அதிகம் விற்பனையாகும் பத்திரிகை. தினத்தந்தி மதுரையிலிருந்து வந்து கொண்டிருந்தது, அதில் கன்னித்தீவு கிடத்தட்ட எண்ணூறு "அத்தியாயம்" வந்திருந்தது. தினமலரில் தளவாய் வேலுத்தம்பி கதையான வீரன் வேலுத்தம்பி வந்து கொண்டிருந்தது. அதற்கு ஓவியர் அருணா. "ஏதோ இன்று பெரிய மனுஷ தரிசனம் போலிருக்கிறது" என்று நினைத்துக் கொண்டு வீட்டிற்குப்போய் சட்டையை மாட்டியபடியே வெளியே வந்தேன். அக்காவோ யாரோ "தொரை எங்க இன்னேரத்தில சட்டையை மாட்டீட்டிக் கிளம்புதாரு..." என்றார்கள். "நான் கழக அலுவலகம் வரைக்கும் போய்விட்டு வாரேன்.." என்று நகர்ந்தேன். அப்பா "ஏல..." என்று சத்தமிடுவது தெருவில் இறங்கி விட்ட பின் கேட்டது.

கீழரதவீதியில் அப்பர் கிளாப்டன் ஸ்கூலுக்கு அடுத்து வடபுறம் "திராவிட முன்னேற்றக்கழக அலுவலகம்" என்று மாடியில் ஒரு போர்டு தொங்கும். உண்மையில் அங்கு எதுவும் அலுவலகம் இயங்கியதா என்றெல்லாம் தெரியாது. அதற்குக் கீழே ஒரு பழைய இரும்புக் கடை. உண்டு. ஒரு வேளை அவர் கட்சிக்காரராக இருந்திருக்கலாம். அங்கே போனதும் கணபதியண்ணன், "போ, போய்க் கேளு, ஆர்ட்டிஸ்ட் அருணா இருக்காரா என்று" என்றார். நான் ஒருவரிடம் போய் "ஆர்ட்டிஸ்ட் அருணா இருக்காரா..." என்று கேட்டேன். "நாந்தான் அருணா.. நீ யாருய்யா.." என்று அவர் கேட்கவும். அதே நேரத்தில் "அவர்தான் அருணா.." என்று அண்ணன் சொல்லவும் சரியாய் இருந்தது. அதில் "ஏய் என்னத்தையும் அதிகப் பிரசிங்கித்தனமா சொல்லிராதப்பா.." என்ற ஜாக்கிரதை தொனித்தது. நான் அப்போதெல்லாம் (இப்பவும் தான்) அப்படி "அ.பி" தான். அண்ணன் தன்னிடமுள்ள அவர் வரைந்த ஓவியங்களைக் காண்பித்துக் கொண்டிருந்தார். அவர், சேவியர் கல்லூரி மேகசீனில் வரைந்திருந்த சரஸ்வதி கோட்டோவியமும் ஒன்று. அருணா அதை வெகுவாகப் பாராட்டினார். அதைத் தான் வைத்துக்கொள்ளலாமா என்றும் கேட்டார். கணபதியண்ணன் மகிழ்ச்சியோடு சம்மதித்தார்.

அதில் ஒரு பாரதிதாசன் ஓவியமும் இருந்த நினைவு. அதையே நான் கோணல் மாணலாக வரைந்து ஸ்கூல் மேகசீனுக்கு, பிற்காலத்தில் கொடுத்தேன். ஸ்கூல் மேகசீனில் பாரதிதாசன் படத்தையெல்லாம் போடாத காலம் அது. இல்லையென்றாலும் போடக்கூடிய அளவு கொஞ்சங்கூட நன்றாகவும் இல்லை. அவர்கள் இருவரும் படத்தை 'ப்ளாக்" எடுப்பது எப்படி என்றெல்லாம் பேசிக்கொண்டிருந்தார்கள்." நீங்க இண்டியன் இங்கில் எதை வரைந்து எப்படிக் கசக்கிக் கொடுத்தாலும் அதை என்ன சைசில் வேண்டுமானாலும் ப்ளாக் எடுத்துக்கொள்ளலாம் என்றெல்லாம் விளக்கிக்கொண்டிருந்தார்.

நீங்கள் எந்த அளவிலும் வரையலாம் என்றெல்லாம் சொல்லிக் கொண்டிருந்தார். மறுநாள் நான் முதல் வேலையாக எட்டணாவுக்கு இண்டியன் இங்க் என்கிற ப்ளாக் இங்க் பாட்டில் ஒன்றும் தொட்டு எழுதுகிற 'நிப்' பேனாக்கட்டையொன்றும் வாங்கினேன். அன்பகத்தில் ப்ளாக் இங்க் கேக்கும் உண்டு. கணபதியண்ணனும். கல்யாணியண்ணனும் ப்ரஷ்ஷை தண்ணீரில் முக்கி அதில்த் தோய்த்து அருமையாக வரைவார்கள். எனக்கு ஒரு நாளும் ப்ரஷ்ஷால் வரையவோ எழுதவோ வந்ததே இல்லை. அந்த வருட சரஸ்வதி பூஜையன்று வந்த தினமலரில் அருணா ஒரு 'கருத்துப்படம்' போட்டிருந்தார். ஒரு சரஸ்வதி படம் போட்டு. கீழே "இன்று நாடெங்கும் சரஸ்வதி பூஜை கொண்டாடுகிறார்கள்", என்ற "கருத்தையும்" போட்டிருந்தார்கள். அது அப்படியே கணபதியண்ணன் வரைந்த படம்.

அவர்கள் வீட்டில் நான் கற்றுக்கொண்டவை எவ்வளவோ உண்டு. கணபதியண்ணன் மேஜைக்குள்ளும் சரி, கண்ணாடி ஸ்டாண்டிலும் சரி சாக்பீஸ் துண்டுகளுக்குப் பஞ்சமே இருக்காது. மாடியின் செங்கல் தரையிலும், முன் வெராந்தாவின் சிமெண்டுத் தரையிலும் கணபதியண்ணன், விகடன், குமுதம் இதழ்களில் வருகிற படங்கள் வரைந்து தள்ளிக்கொண்டே இருப்பார்கள். அங்கே வாராத பத்திரிகைகளே கிடையாது. கண்ணன் என்றொரு பத்திரிகை, அதில் சுப்பு, ரமணி என்று ஒருவரே வரையும் படங்கள் எனக்கு ரொம்பப் பிடிக்கும் வாண்டுமாமா, 'ஆர்.வி' ஆகியோரின் சித்திரக்கதைகள், எல்லோருக்குமே, ரொம்பப் பிடிக்கும். விகடனில் அப்போது இதயனின் நடைபாதை என்றொரு தொடர் வந்துகொண்டிருந்தது. அதில் வருகிற கோபுலுவின் படங்களை அவர் அப்படியே எந்தச் சிரமுமில்லாமல் வரைவார். அவருக்கு குமுதத்தில் வருகிற 'வர்ணம்' என்பவரின் வாஷ் டிராயிங் படங்கள் ரொம்பப் பிடிக்கும். அவருக்கு பாராட்டுக் கடிதங்கள் எழுதி பதிலெல்லாம் வரும். ஒரு போஸ்ட் கார்டில் வர்ணம்

ஒரு பெண்ணின் தோள்ப்பட்டை வரையிலான படத்தை வரைந்து அனுப்பியிருந்தார். கணபதி என்கிற தன் பெயரைக்கூட அவர், ‘வர்ணம்’, என்ன ஸ்டைலில் கையெழுத்துப் போடுவாரோ அதே போல், தன் படங்களின் கீழ்ப் போடுவார்.அவருக்கு சென்னை ஓவியக் கல்லூரியில் சேர்ந்து படிக்க வேண்டுமென்று பெரிய கனவு. ஏனோ அதை அவர்கள் வீட்டில் அனுமதிக்கவில்லை. லயோலாவில் எம்.ஏ சேர்ந்து படித்தார். அவருக்கு பி.பி ஸ்ரீனிவாஸ் குரலின் மீது அப்படியொரு காதல். “அன்புமனம் கனிந்த பின்னே அச்சம் தேவையா....” பாட்டு, எதிர் வீட்டு வானொலியில் ஒலிபரப்பினால் மாடியின் வெளிப்புறத்திற்கு வந்து நின்று கேட்பார். பாட்டு முடியும் வரை பேசவும் மாட்டார். பேச அனுமதிக்கவும் மாட்டார். பாசமலர் படத்தில் வருகிற “யார் யார் அவள் யாரோ..” பாட்டுக்காக என்னிடம் ஒரு அணா (ஆறு நயாபைசா) தந்து பாசமலர் பாட்டுப்புத்தகம் வாங்கி வரச் சொன்னார். அப்போது பாடல்களில் ஹம்மிங் பிரபலமாகியிருந்த விஸ்வநாதன் ராமமூர்த்தியின் பொற்காலம். ஓவியம் என்றில்லை அருமையான மரபுக் கவிஞர். நிறைய புத்தகங்கள் எழுதியிருக்கிறார். ஜிப்ரானை மொழிபெயர்த் திருக்கிறார். சமீபத்தில் குறுந்தொகைப் பாடல்களை எளிமையான கவி வடிவத்தில் தந்திருக்கிறார்.

அவருடன் லயோலாவில் படித்த நாக வேணுகோபாலன் என்றொரு நண்பரை சமீபத்தில் டில்லி தமிழ்ச்சங்க கருத்தரங்கு ஒன்றில் சந்தித்தேன். இரண்டாம் நாள் உணவு இடைவேளையின் போது ஒருவர் அவராகவே வந்து, “உங்களின் ‘நினைவின் தாழ் வாரங்கள்’ கட்டுரைகளை அந்திமழை ப்ளாக்கில் படிக்கிறேன், ரொம்ப நன்றாக இருக்கிறது”, என்றார். ஒரு ரசிகரைச் சந்திக்கிற வழக்கமான கூச்சம் கலந்த சந்தோஷ ஆர்வத்துடன் மட்டுமே அவரை எதிர்கொண்டேன். மிக ஒல்லியான உருவம். என்னை விட எட்டு வயது அதிகமிருக்கும்.ஃபுல் ஸூட்டிலிருந்தார். “ரொம்ப நன்றி....” என்று கொஞ்சம் மட்டுமே பேசினேன். அவர் என்னை விடுவதாயில்லை. “அது சரி, கலாப்ரியா, என்னை யார் என்று கேட்கமாட்டீர்களா....” என்று பதிலுக்குக் கூட காத்திராமல்,” நான் உங்க கணபதியண்ணனோட கிளாஸ்மேட், லயோலாவில் நாங்க இரண்டு ரெண்டு பேரும் ஒன்னாப் படிச்சோம், இந்தாங்க, நேற்று உங்களைப் பார்த்ததுமே ஒரு வேலை செஞ்சேன், அண்ணன், காலேஜ் மேகசீனில் எழுதிய ஒரு கட்டுரையின் நகலை ஜெராக்ஸ் பண்ணிக் கொண்டாந் திருக்கேன்”, என்று ஒரு ஜெராக்ஸ் பிரதியையும் ஒரு ஃபோட் டோவின் ஜெராக்ஸையும் தந்தார். “நீங்க எப்ப கணபதியண்ணனைப்

பார்ப்பீங்களோ, அப்ப கொடுங்க" என்றார். அதைக் கொடுத்து விட்டு என்னைத் தன் சின்ன உருவத்தால் கட்டிப் பிடித்துக் கொண்டார். புகைப்படத்தில் அவர் ஒரு பத்தாம் வகுப்பு மாணவர் போல உயரமான கணபதியண்ணனின் அருகே நின்று கொண் டிருந்தார். 'ஆளுக்கொரு வீடு' படத்தின் அன்பு மனம் கனிந்த பின்னே அச்சம் தேவையா..... 'பி.பி.ஸ்ரீனிவாஸ் பாட்டு, ஓவியம், கவிதை என்று நிறையப் பேசிக்கொண்டிருந்தார். அவர் மீதான மரியாதையை அதிகப்படுத்திக்கொண்டே இருந்தார். ஊருக்குப் போன பின் முதல் வேலையாக இதைக் கணபதியண்ணனுக்கு அனுப்ப வேண்டும் என்று நினைத்துக்கொண்டேன். டில்லிக் குளிர் விட்டவுடன் அந்த யோசனையும் மறைந்து போயிற்று.

சென்ற வாரம் இன்னொரு பயணத்திற்காக, டில்லிக்குக் கொண்டு சென்ற பெரிய சூட் கேஸை எடுத்தபோது அதிலேயே தங்கிவிட்ட அந்த ஜெராக்ஸ் நகல் கண்ணில் பட்டது. பயணம் கிளம்புகிற அவசரம். இரண்டு வரி நலம் விசாரித்து, ஒரு கடிதம் எழுதி, ஜெராக்ஸை இணைத்து, நினைவில் இருந்த அவரது ஆதம்பாக்க முகவரியையும் வீட்டு ஃபோன் நம்பரையும் எழுதி, ஒரு நண்பரிடம் கொடுத்து "எப்பா இதை ஒட்டி கூரியரில் சேர்த்து விடு.." என்று சொல்லிவிட்டுக் கிளம்பினேன். முந்தா நாள் கணபதியண்ணனிடமிருந்து கடிதம் வந்தது. "வேணு தந்தவைகளை அனுப்பி வைத்தற்கு ரொம்ப சந்தோஷம். அந்தக் கட்டுரை என்னிடம் கூட இல்லை. நீ முகவரி சரியாக எழுத வில்லை, ஃபோனில் விசாரித்து, கொண்டு வந்து தந்தார்கள் அவர்களுக்குப் புண்ணியம் சேரட்டும்..." என்று வழக்கம் போல இன்லண்ட் லெட்டரின் ஒரு இடத்தைக் கூட மிச்சம் வைக்காமல், எழுதி, ஒரு ஓரத்தில் வீட்டின் தெளிவான முழு முகவரியையும், செல் பேசி எண்ணையும், ஈ மெயில் முகவரியும் எழுதி இருந்தார்கள். தமிழ் பேசும் எந்த மூலையிலும் என் முகவரியைத் தெரிந்த ஒன்றிரண்டு பேராவது இருக்கிறார்கள்... என்றால் அதற்கு கணபதியண்ணன்தான் காரணம்.. அவருக்கு எழுத வேண்டும் என்று நினைத்துக்கொண்டிருந்தேன், ஒத்தி வைப்பதில் நாம்தான் கில்லாடிகளாயிற்றே... ஆனால் காலக்கணக்கன் எதையும் ஒத்தி வைப்பதேயில்லை.

நேற்று மதியம் ஒரு ஃபோன், "கணபதியண்ணன் மாரடைப்பில் திடீரென காலமானான், கோபால்.. முக்கால் மணி நேரமாச்சாம்..." என்று கட்டுப்படுத்த முடியாத அழுகையுடனான குரலில் வண்ணதாசனிடமிருந்து.

●

25

அக்கினி நட்சத்திரம்

அன்று வழக்கத்திற்கு மாறாக, பெண்கள் கல்லூரி டவுண் பஸ்ஸில், பாளை பஸ்ஸ்டாண்ட் வரை போய்விட்டோம். பொதுவாக ஜங்ஷனுடன் திரும்பி விடுவோம். இரண்டு காரணங்கள், ஒன்று நாங்கள் எங்கள் கல்லூரிக்குச் செல்ல வேண்டும் அது, எதிர்த் திசையில், மேற்கே இருந்தது. இன்னொன்று ஜங்ஷனில் 'செக்கிங் இன்ஸ்பெக்டர் சாமி' ஏறி விடுவார். அன்று வழக்கத்திற்கு மாறாக செக்கிங் ஐயர், டவுணிலேயே ஏறி விட்டார். அவரேயும், "என்ன தோழர் நீங்க வரலையா, சும்ம ஏறிக்குங்க.." என்று வேறு சொல்லிவிட்டார். அவர் சின்ன வயதுக்கரர்தான். சமீபமாக நன்றாகப் பழக ஆரம்பித்திருந்தார். பெரிய காரணம் ஒன்றுமில்லை, அவர் "டாவடிக்கிற" (கணக்குப் பண்ணுகிற) பெண், எங்கள் தெருவில் இருந்தது. அவளிடம் அது பற்றி விளையாட்டாகப் பேசியபோது, "நல்ல ஆளைச் சொன்னீங்க, முதல்ல அந்த ஆளைத் தினமும் குளிக்கச் சொல்லுங்கண்ணேன், ஒரே 'விவா'.. என்றாள். கக்கத்திலிருந்து கிளம்பும் விஷ வாயுவின் சுருக்கம் 'விவா'. 'விவா', 'ஹார்லிக்ஸ்' எல்லாம், உடலில் கப்படிக்கிற ஆண்களைப்பற்றி பெண்கள் அகராதியின் கலைச் சொற்கள். இதற்குப்பிறகு நாங்கள் உஷாராகி விட்டோம். எங்களுக்குள்ளேயே "மாப்பிள்ளை, இன்னக்கி விவா வா ஹார்லிக்ஸா..." என்று கேட்டுக் கொள்ளுவோம். அப்பொழுது பாடி ஸ்பிரே எல்லாம்

கிடையாது. "மாப்பிள்ளை, ஒரு கட்டி லைஃப்பாய் சோப்பும், அரைக்கட்டி சாண்டல் சோப்பும், எடுத்துட்டு குறுக்குத்துறைக்குப் போய், நல்லாத் தேய்ச்சுக் கரைச்சுக் குளிச்சுட்டு வா...." என்று கிண்டலடித்துக் கொள்ளுவோம். இதையே போய் ஒரு பெண்ணிடமும் சொல்லிவிட, விஷயம் சற்றுப் பெரிதாகி விட்டது. மேற்படி கலைச்சொல்லை என்னிடம் சொன்ன அன்னம்மா, "போங்கண்ணேன், உங்க கிட்ட சொன்னேன் பாருங்க" என்று கோபித்துக்கொண்டாள்.

அன்று பாளை பஸ்ஸ்டாண்ட் வரை சென்று விட்டோம். பஸ்ஸ்டாண்ட், காலை பத்துமணி நேரப் பரபரப்பெல்லாம் அடங்கி அமைதியாய் இருந்தது. பஸ்ஸ்டாண்டின் வெளிப்புறத்துக் கடைக்குப் போனோம். எதிரே கட்டபொம்மன் சிலை. பக்கத்துப் பள்ளியின் ஒரு பெண் தன் தந்தையுடன் குனிந்த தலை நிமிராமல் சென்றது. அப்போதுதான், அங்கே நின்று சிகரெட் பிடித்துக் கொண்டிருந்த அவன், சத்தமாகச் சொன்னான்.. "ஐயா கூட, கமுக்கமா, இந்தப் பூனையும் பாலைக் குடிக்குமாங்கிற மாதிரி போறதைப் பாரேன்... ஏல எவனாவது கொடுத்த லெட்டரோட ஹெச். எம் கிட்ட மாட்டிக்கிட்டாளா...." என்றான். அவன் சொன்னது அந்தத் தந்தைக்கும் கேட்டு அவர் திரும்பினார். "ஏல என்ன, ஐயா முறைக்காரே.." என்று சிகரெட் புகையை அவரை நோக்கி ஊதினான். அவரும் தலை குனிந்தபடி சென்றார். அதுதான் ஆறுமுகமாய் இருக்க வேண்டும் என்று நினைத்தேன். அவனைப் பற்றி நிறையக் கேள்விப்பட்டிருக்கிறேன். பயங்கரமான கோபக்காரன் கம் பாசக்காரன் என்று. ஒரு முறை பார்த்தும் இருக்கிறேன்.

மடித்துக்கட்டிய வேட்டி, தொடை தெரிய ரொம்பவும் கட்டையாகவே இருந்தது. வெள்ளைச் சட்டை. ஏறு நெற்றி. கறுகறுவெனச் சுருண்ட முடி. தடித்த ஃப்ரேம் போட்ட மூக்குக் கண்ணாடி. நல்ல சிகப்பு, என்பதை விட மஞ்சள் நிறம் எனலாம். பனியன் போடாத மார்பு நன்றாய்த் தெரிகிற மாதிரி சட்டைப் பட்டனில் கீழ் இரண்டை மட்டுமே போட்டிருந்தான். அவனைச் சுற்றி நாலைந்து பேர் நின்றுகொண்டிருந்தார்கள். கிட்டத்தட்ட என்னைப் போல ஒல்லியாய் ஒருவர். அவர் இருந்ததுதான் எனக்கு சற்று ஆசுவாசமாய் இருந்தது. நம்ம கூட சேத்தியா ஒரு ஆளு இருக்காரு என்கிற சமாதானம். ஆனால் அது வெகு நேரம் நீடிக்கவில்லை. என்னை அழைத்துச் சென்ற ராஜனிடம் ஆறுமுகம் கேட்டான், "ஏல பொந்துக்கண்ணா இது யாரு, இந்த

மூங்கில் கம்புக்குப் பின்னாலேயே ஒளிஞ்சுக்கு வாரு போல இருக்கு..." என்று அந்த வெற்றிலை பாக்குக் கடை முன்னால் போட்டிருந்த வேனல்ப் பந்தலின் மூங்கில் காலைக் காண்பித்துச் சொன்னான். அவன் நான் யார் என்று சொன்னான். "ஓஹ் அவரு மகனா... எங்க ஐயாவுக்கு அவரு ஃப்ரெண்டுல்லா..." என்றான். ஓல்லியான ஆளிடம், "சம்முவம் யார் தெரியுதா...." உத்தரவின்றி உள்ளே வா" படத்துக்கு முதல் நாளன்னிக்கி, நமக்குத் தராம இவருக்குத்தான் டிக்கெட்டைக் கொடுத்தான்.. அந்த மேனேஜர் ஞாவகமிருக்கா..." என்றான். ஸ்ரீதர் படத்திற்கு எப்போதுமே ஹைகிளாஸ் டிக்கெட்டிற்கு கூட்டம் இருக்கும். நாங்கள் மூன்று டிக்கெட் சொல்லி வைத்திருந்தோம். அதை எங்களுக்குத் தரப் போகையில் ஆறுமுகம் வந்து மேனேஜரிடம் டிக்கெட் கேட்டார்.. "டிக்கெட்டெல்லாம் ஆகிப்போச்சே" என்றார் அவர். "இந்தா, பொறவு என்னத்தை கையில வச்சுருக்கேரு..." என்றான். "இது இந்தத் தம்பி அப்பவே... முதலாளிகிட்ட சொன்னது.." என்றார். "அவரை அடுத்த ஷோவுக்கு வரச் சொல்லும்வே" என்று டிக்கெட்டைப் பிடுங்கினான்... நான், "அண்ணாச்சி.. முதலாளிகிட்ட சொல்லவா..." என்றேன். "முதலாளி புடுங்கிருவாரோ... நான் படம் பாக்கணும்....மேலெ போறேன் டிக்கெட்டைகுடுத்து அனுப்பும்...." என்று பற்றவைக்க எடுத்த சிகரெட்டைக் கசக்கி அவர் மேல் எறியாத குறையாய் வீசிவிட்டு நகர்ந்தான்.

மேனேஜர், "தம்பி நீங்க வேணும்ன்னா பெஞ்சு டிக்கெட்டுக்குப் போறீங்களா..." என்றார். சரி என்றேன். ஆனால் கூட வந்தவர்கள், "அது எதுக்கு, அவரை பெஞ்சுக்குப் போகச் சொல்லட்டுமே" என்றார்கள். மேனேஜர் "அவர் குணம் உங்களுக்குத் தெரியாது... முதலாளிக்கு ரொம்ப வேண்டியவரின்மகன்..." என்றார். எங்கிருந்தோ முதலாளி இதைக் கவனித்திருக்க வேண்டும். இரண்டு குரூப்பையும் அனுப்ப ஏற்பாடு செய்து விட்டார். முழுப்படமும் அவனுக்கு அருகாமையில் அமர்ந்துதான் பார்த்தோம். ஆனால் அப்படியொரு ரசாபாசம் நடந்ததாகவே காட்டிக்கொள்ளவில்லை. கோபமெல்லாம் போன இடமும் தெரியவில்லை.

அப்புறம் பாளைக் கல்லூரி நண்பர்களிடம் விசாரித்தோம். அப்போதுதான் ஆறுமுகம் பற்றித் தெரிய வந்தது. அன்று முகத்தையும் சரியாகக் கவனித்திருக்கவில்லை. ஆறுமுகம் ஒரு பெரிய தொழில் அதிபரின் 'சின்னவீட்டு'ப்பையன். அம்மாவின்

செல்லமும், ஒருவகைப் புறக்கணிப்பும், அவனைப் பெரிய முரடனாக ஆக்கியிருந்தது. அவன் அம்மா அவனைச் சிறுவயதில் ஒரு பெண்பிள்ளை போலவே அலங்காரம் செய்து வளர்ப்பாளாம். நிறைய கடுக்கண், தோடு என்று போட்டதினால் காதில் அவனுக்குப் பெரிய துவாரங்கள் இருக்கும். அதை வைத்தே அவனை நண்பர்கள் வட்டத்தில் கேலி செய்வார்களாம். ஆனால் 'சவத்துக்கு எப்ப கோவம் வருதுன்னே தெரியாது, ஒருதரம் காது துவாரம் பற்றி, 'பாம்படக் காது' என்று கிண்டலடிக்கையில், "ஆமா, பாக்கிறியால, இன்னும் ஒம்பது ஓட்டை இருக்கு..." என்று வேஷ்டியை நடுச் சந்தியில் வைத்து அவிழ்க்க முயன்று, அவனை சமாதானப்படுத்த பெரும் கஷ்டப்பட்டதாகச் சொல்வார்கள். அவன் பிஎஸ்சிதான் முதலில் சேர்ந்தான். லேபில் ஒரு பிஸிக்கல் பாலன்ஸ் சரியாக எடை காட்டவில்லை என்று லேப் அட்டெண் டரிடம் சொல்லியிருக்கிறான். பொதுவாக இந்த பௌதிகத்தராசு என்கிற பிஸிக்கல் பாலன்ஸ் அட்டெண்டருக்கும் டெமான்ஸ்ட் ரேட்டருக்கும்தான் சரியாக நிறுக்கும். நாம் பரிசோதனை செய்யும் போது சரியாகவே வராது. ஆனால் அட்டெண்டர்,அவர் பல தலைமுறைகளைக் கண்டவர், "ஏதோ ஆடத்தெரியாத தேவ.... யாளுக்கு தெருக் கோணல்ன்னாளாம்" என்று சொல்லி விட்டார் போலிருக்கிறது.. அவ்வளவுதான் தராசை அதன் கண்ணாடிப் பெட்டியோடு தூக்கி ஒரே போடு. "கிழட்டுக் கூ.... மவனே இதையே உன் தலையிலயே போட்டு உடைச்சிருப்பேன்... உங்க ஆத்தா செஞ்ச புண்ணியம் தப்பிச்சே.." என்று இரைந்துவிட்டு சோதனைச் சாலையை விட்டே வெளியே வந்து விட்டானாம்.

அப்புறம் ஒரு வாரம் காலேஜ் பக்கமே போகவில்லை. அவனது அப்பா நேரில் வந்து அட்டெண்டரிடம் மன்னிப்புக் கேட்டாராம். பிரின்சிபாலைச் சமாதானம் செய்து பி.ஏ வில் சேர்த்தாராம். அவனது அப்பா பெரிய தொழிலதிபர். அவருக்கு பல நிறுவனங்களில் பங்கு உண்டு. பஸ் கம்பெனி, ஸ்பின்னிங்மில், ரைஸ்மில், என்று அவரும் அவரது இரண்டு மூன்று சகோதரர்களும் பங்கு பெறாத நிறுவனங்களே கிடையாது. ஆனால் அவ்வளவு அமைதியானவர். என் அப்பாவுக்கு நல்ல சினேகிதர். முதலில் டவுண் மார்க்கெட்டையொட்டிய ஒரு தெருவில்த்தான் ஆறுமுகத்தின் அம்மாவும் அவனும் இருந்தார்கள். அது ஒரு நாட்டுக்கோட்டைச் செட்டியாரின் பெரிய வீடு. ஊரில் வங்கிகளே வந்திராத ஒரு காலத்தில் அங்கே பெரிய லேவாதேவி நடக்குமாம். அந்தி கவிகிற இரவில் சில்லரை நாணயங்களைக் கொட்டி எண்ணுகிற சத்தம் மார்க்கெட் வரை கேட்கும் என்பார்கள்.

அந்த வீட்டிற்கு நான் என் அப்பாவுடன் போயிருக்கிறேன். எங்கள் வயலில் வேலை பார்க்கும் சமுசாரியின் மகனுக்கு, புதிதாகத் தொடங்கியுள்ள மில்லில் ஒரு வேலைக்குச் சொல்வதற்காகப் போனார் அப்பா. அந்தத் தெருவின் மறுகோடி வழியாக ஜி. நாகராஜனின் ‘குறத்தி முடுக்கு'க்குப்போய் விடலாம். ஆறுமுகத்தின் அம்மாதான் வரவேற்றார்கள். அவர்களை நான் ஏற்கெனவே எங்கள் உறவினர் ஒருவரின் வீட்டில் வைத்து அடிக்கடிப் பார்ப்பேன். அது, உறவினரின் ‘சின்ன வீடு'.. ஆறுமுகத்தின் அம்மா அப்படி லட்சுமிகரமாக இருப்பார்கள். இதெல்லாம் கூட்டிக் கழித்துப் பின்னர் புரிந்துகொண்ட விஷயம்.

ஆனால் ஆறுமுகத்தின் ஒல்லி நண்பர் சம்முவத்துக்கு என்னை நன்றாகத் தெரிந்திருக்கிறது. அவர் செலக்‌ஷனுக்கு நேவி தேர்வாகி இருந்தார். அதனால்த்தான் என்னைப்போலவே அவர் ஒல்லி என்று நான் சமாதானமாகியது எவ்வளவு அபத்தம் என்று விளங்கியது. சம்முவம் ரொம்ப ஜாலியான பேர்வழி. அவர் கல்லூரிப் பெண்களையோ, ஸ்கூல் பிள்ளைகளையோ அவ்வளவு ரசிப்பதில்லை. “நமக்கு லைசன்ஸ் மாட்டிய அத்தைகள்தான் பிடிக்கும்” என்பார். அதுக்கு அவர் சொல்லும் காரணம் ஒத்துக் கொள்ளும்படியாக இருக்கும். “பாருங்க பிரதர், இந்த ரசனை நம்ம ரத்தத்திலேயே சாவித்திரி, தேவிகா பத்மினின்னு குண்டு குண்டு அத்தைகளாகவே, ரீபட்டன் கிராக்கிகளாகவே பார்த்துப் பார்த்து ஊறிப்போயிருக்கு...” என்பார். அவர் சொல்லுகிற அடல்ட்ஸ் ஒன்லி கதை களுக்காகவே அவர் பிரசித்தம். எனக்குத் தெரிந்த கதைகளில் அவர் சொன்னது இருபது கதைகளாகவாவது இருக்கும்.

நான் எப்போதாவது ஆறுமுகத்தைப் பார்ப்பேன். லேசாகச் சிரிப்பதுடன் சரி. நம்ம வாய் சும்மா இருக்காது. ஏற்கெனவே “நாளைக்கு வருகிற சண்டையை இன்னக்கே இழுத்துருவான்ப்பா...” என்று ரொம்ப நல்ல பேர் எனக்கு. ரொம்ப நாள் கழித்து அவரை ஒரு பிரபலமான தனியார் கார் நிறுவனத்தில் சந்தித்தேன். அங்கே அவர் வேலை பார்த்தார். நான் அங்கே வேலைக்கு முயன்று கொண்டிருந்தேன். அங்கே ஒரு யூனியன் தலைவர் கொஞ்சம் பழக்கம். அவரைப் பார்க்கப் போயிருந்தேன். அங்கே யூனியனுக்கெல்லாம் வேலையில்லை. எல்லாம் சரியாக நடக்கும். ஆனாலும் பெயருக்கு ஒரு யூனியன் உண்டு. அப்போது ஆறுமுகம் அவர் அருகில்த்தான் இருந்தார். “ப்ரதர் வாங்க..” என்று பேசிக் கொண்டிருந்தவர், திடீரென கொஞ்சம் இருங்க வந்திருதேன் என்று போய்விட்டார். அவர், அவரைக் காண்பித்து யூனியன்

தோழர் கேட்டார், ”தம்பி எப்படி, வேலையெல்லாம் நல்லாப் பாக்காராம் ஆனால் பாதி நாள் வரமாட்டேங்காரு....” என்றார். அவரைப் பற்றிய மற்ற விஷயங்களைச் சொன்னேன். அவர் கொஞ்சம் அன்புக்கு ஏங்குகிற மாதிரியுள்ளவர் என்று. இப்படியான வார்த்தைகளிலெல்லாம் சொல்லவில்லை. ஒரு விதமாகச் சொன்னேன். தோழர், “சரி உங்க கதைக்கும் அவர் அப்பாவையே சொல்லச் சொல்லுங்களேன்” என்றார். அவர் அப்பாவிடம் சொல்ல என் அப்பா இல்லை, சமீபத்தில்தான் இறந்து போயிருந்தார். அவர் இறந்துபோன அனுதாபததை வைத்து இன்னொரு இடத்தில் முயற்சி நடந்தது. எத்தனை பேரிடம்தான் போய் அப்பா பெயரைச் சொல்லிக் கேட்பது. அவர் சாகும்போதும் அவருக்கு உகந்த விதமாக நான் நடந்துகொள்ளவில்லை, என்ற உறுத்தல் வேறு இருந்தது. நிரந்தரமாவதற்கு 50க்கு 50 வாய்ப்புள்ள ஒரு தற்காலிக வேலையை விட்டு விட்டு நான் மேற்படிப்பு படிக்கப் போகாமலிருந்தால் அவர் இன்னும் கொஞ்ச காலமென்ன, நீண்ட காலமே உயிரோடு இருந்திருப்பார்.

எப்படியோ ஒரு வேலை கிடைத்து, கல்யாணமும் பண்ணிக் கொண்டு ஊருடனான 29 வருட உறவை விட்டு குற்றாலம் பக்கம் வந்து சேர்ந்தேன். ஒரு சனிக்கிழமை மத்தியானம் லீவு. குற்றாலம் போகலாமே என்று தென்காசியில், பஸ்ஸுக்கு நின்று கொண்டிருந்தேன். கூட்டம் நிறைய இருந்தது. நல்ல சீசன் வேறு. ஆறுமுகம் எதிரே வந்தார். கொஞ்சம் அழுக்கான உடைகள், களையில்லாத முகம்.. சட்டைப்பை கிழிந்திருந்தது. அது தெரியாதபடி ஒரு கையால் பொத்திக்கொண்டிருந்தார். “எங்க போறீங்க ப்ரதர், குற்றாலமா, எனக்கும் டிக்கெட் எடுங்க, யாரோ பணததைப் பாக்கெட் அடிச்சுட்டாங்க” என்றார். எப்போ என்றேன் இப்பத்தான் என்றார். போலிஸில் சொல்லுவோமா என்றேன். “அதெல்லாம் ஒன்றும் வேண்டாம்... உங்களால டிக்கெட் எடுக்க முடியுமா இல்லையா,” என்றார். அதற்கென்ன வாங்க போவோம் என்று பஸ்ஸுக்கு காத்திருந்தோம். நீங்க சிகரெட் பிடிப்பீங்கள்ளா, ரெண்டு சிகரெட் வாங்குங்க என்றார். காபி சாப்பிடறீங்களா என்றேன். “ம்ஹூம், என்று தலையை ஆட்டியபடியே.. “கேக்கறதை மட்டும் வாங்கித் தாங்க, குற்றாலம் வந்ததும் நம்மமில்லு பங்களா போய், காசு வாங்கி செட்டில் பண்ணிருதேன்...” என்றார். ஆள் இன்னமும் அப்படியேதான் இருக்கிறார் போல, வாயைக் கொடுத்து வம்பில் மாட்டிக் கொள்வானேன் என்று பேசாமல் இருந்தேன். ஆனாலும் ஆள்

சற்று முதிர்ச்சியாய் இருப்பது போலுமிருந்தது. பார்த்து எட்டு ஒன்பது வருடமிருக்கும்.

அடிபிடியுடன் பஸ்ஸில் ஏறினோம். அவர் ரொம்ப ஜாக்கிரதையாய் என்னை ஒட்டியபடியே நின்றார். இறங்கியதும் போக முயற்சித்த என்னை கையைப் பிடித்து இழுக்காத குறையாய், வாங்க பங்களாவுக்குப் போவோம் என்று அழைத்துக்கொண்டு போனார். அங்கே போனதும் வாட்ச்மேன் மாதிரியும் மேனேஜர் மாதிரியும் இருந்த ஒருவரிடம், ”எங்க ஐயா இருக்காராவே” என்றார். “முதலாளி நேற்றுப் போனவுக இன்னும். வரலை” என்றார். “அப்படியே போகச் சொல்லீரும்... சரி யார் பெர்மிட்டாவது இருக்கா” என்றார். அவர், “ஹி ஹி சித்தப்பா வாங்கி வச்சது, சரக்கு இருக்கு” என்றார். “பொறவு என்ன அதைக் கொண்டாரும், போய் சாப்பிட ஏதாவது வாங்கிட்டு வாரும்....” என்றார். “ப்ரதர் உக்காருங்க, நீங்க குளிக்கத்தானே போகணும்....” என்றார். நான் என் உறவினர் வீடு குற்றாலத்தில் இருப்பதைச் சொல்லவில்லை. “ஆமா, ஒரு குளியல் போட்டுட்டுப் போகவேண்டியதுதான்” என்றேன் அதற்குள் அவர் எதையெல்லாமோ வாங்கி வந்திருந்தார். இங்கே இருக்கிறதை எடும் என்றார். அவர் தயங்கியபடியே, “இல்லை சித்தப்பா வருவாங்க” என்றார்.” ஒரு கெட்ட வார்த்தையை சத்தமாக உதிர்த்துவிட்டு “ வே... அவன் யாரு எங்க அண்ணனா... அதான்வே ஒரிஜினல் வந்தா, சின்ன முதலாளி, மயிருன்னு கையைக் கட்டிக்கிட்டு நிப்பேரு... “எடுக்கேரா என்ன...” என்று மேஜையொன்றில் குத்தினார். ஒரு அழகான ‘ப்ளாக்நைட்’ விஸ்கி வந்தது. மடமட வென்று இரண்டு கிளாஸில் சரித்து என்னிடம் ஒன்றை நீட்டினார்... அவர் மடக்கென்று விழுங்கினார். நமக்கு எப்பவுமே கல்ப்புதான்.... என்றார். நீங்க மெதுவா சாப்பிடுங்க என்றார். எனக்கு இது என்னடா சிந்துபாத் தோளில் ஏறின கிழவன் கதையால்ல இருக்கு என்று தோன்றியது. ஆனால் விஸ்கி அழைத்தது. நான் ஒன்றை முடிப்பதற்குள் அவர் மூன்று தம்ளரைச் சரித்திருந்தார். ஒரு துண்டை எடுத்து முக்காடு போலப் போட்டுக் கொண்டு... அங்கிருந்த பெரிய கண்ணாடி முன்னால் நின்றார். பொம்பளை மாதிரி இருக்கேனா... என்று கேட்டு விட்டு கொஞ்சம் பெண்ணைப் போல் பாவனை பண்ணினார்.

திடீரென, “இப்படித்தான் எங்க அம்மா என்னைக் கெடுத்தா ப்ரதர்....” பிச்சைக்காரனாக்கூடப் பொறக்கலாம் வைப்பாட்டி

மகனாப் பொறக்கக்கூடாது ..” என்று என் தோளில் அடித்துப் பிடித்துக்கொண்டார். “உங்க ஐயா, சாரி அப்பாவுக்கு எங்க ஐயா நல்ல ஃப்ரெண்டு தெரியுமா..” என்றார். ”உங்க ஐயா எப்படி... நான் தப்பாப் பேசினா மன்னிச்சுருங்க..” என்று குழற ஆரம்பித்தார். தோளில் பிடி இறுகியது. அவருக்குள் எரியும் தீயின் வலிமை புரிந்தது. அதற்குள் வாசலில் கார் ஒன்று, நின்று போகும் சத்தம் கேட்டது. ”வாங்க ப்ரதர், ஒரிஜினல்ஸெல்லாம் வரும் நேரமாச்சு....” என்று சொல்லிவிட்டு எதிரே வந்த மேனேஜரிடம் “வேய் ஒரு ஆயிரம் ரூவா எடும். இங்க பாத்தேரா.. சட்டையெல்லாம் கிழிஞ்சுட்டு..” என்றார். அவர் ஒரு தாளை நீட்டி, “இந்த வவுச்சரில் ஒரு கையெழுத்துப் போடுங்க... முதலாளி கேப்பாக..” என்றார்.

“வவுச்சரா என்னவே இங்க என்ன பேங்கா, ஆஃபீஸா என்னவே நடக்கு..” சரி ரூவாயக் குடும் என்று தந்ததை வாங்கி கையில் சுருட்டிக்கொண்டே.. கையெழுத்துப் போட்டார். “ப்ரதர் ஒரு சட்டை எடுக்கணும் தேயளி இந்த ஊர்ல துண்டுதான் கிடைக்கும் சட்டை கிடைக்குமா தெரியலையே....” என்று தள்ளாடினார். எனக்கு இன்னொரு தம்ளர் சாப்பிட ஆசையாய் இருந்தது. அதைப் புரிந்துகொண்ட மேனேஜர்.. ஒரு தம்ளரில் கொஞ்சம் ஊற்றி தந்தார். நைசாக, “சார் இதில ஒரு சாட்சிக் கையெழுத்துப் போடுங்களேன்” என்று அதே தாளை நீட்டினார். அதிலே எதுவுமே எழுதியிருக்கவில்லை. நான் மறுத்தேன். அதற்குள் அறுமுகம். “என்னவே என் ஃப்ரென்டுகிட்ட என்ன மயிரு கையெழுத்து கேக்கேரு...” என்று தாளைப் பிடுங்கி கிழித்து எறிந்து விட்டு, என் தோளில் சாய்ந்தபடியே கிளம்பினார். எனக்கும் தப்பித்தோம்டா என்றிருந்தது.

நன்றாய் இருட்டி விட்டது எட்டு மணி இருக்கும்.வழியில் ஒரு கடையில் ஒரு சட்டை எடுத்துவிட்டு, மெயின் ஃபால்ஸை நோக்கிப் போனோம். அருவி பிரம்மாண்டமாய் மலை முழுமைக்கும் விழுந்துகொண்டிருந்தது. மின் வெளிச்சத்தில் அகலமான வெள்ளைத் திரையாய் விரிந்து கொட்டிக்கொண்டிருந்தது.

“பாருங்க ப்ரதர்... இதுக்கு ஒரிஜினல் மகனும் வப்பாட்டி மகனும் ஒண்ணுதான்..” என்று சொல்லியபடியே என் மேல், சட்டை வேஷ்டியை எறிந்து விட்டு துண்டை உடுத்துக்கொண்டு, அருவிக்குள் கலந்தான். அவனுக்குள் எரியும் தீயை அது அணைக்குமா என்று என்னை நானே கேட்டுக்கொண்டேன். அல்லது எனக்குள்ளிருந்த திரவம் கேட்டதோ என்னவோ.

●

26
உருள் பெருந்தேர்

அதே ரத வீதிதான், அதே தேர்தான். அதே தேரோட்டம்தான். ஆனாலும் வருடாவருடம், ஒவ்வொரு வயசுக்காரருக்கும் ஒவ்வொரு புது சந்தோஷத்தை அது தராமல் இருப்பதில்லை. அந்த வருடத் தேரோட்டத்துக்கு நான் தூத்துக்குடியிலிருந்து மாறுதல் ஆகி எங்கள் தலைமை அலுவலகத்தில் பணி புரிந்து வந்தேன். கீழரதவீதியில் அதுதான் உயர்ந்த கட்டிடம். 1800களின் இறுதியில் அதில்த்தான் திருநெல்வேலி முனிசிபாலிட்டியின் வரி வசூலிக்கும் ஒரு அலுவலகம் இயங்கி வந்ததாம். வ.உ.சி.யும் சுப்பிரமணிய சிவாவும் கைது செய்யப் பட்டதையொட்டி நிகழ்ந்த மாபெரும் போராட்டத்தில் அந்த அலுவலகம் தீக்கிரையானது. அப்புறம் அதை ஏலத்தில் விட்ட போது எங்கள் நிறுவனம் வாங்கி தன் அலுவலகம் ஆக்கிக் கொண்டது.

தேரை அந்த வருடம் எங்கள் சொந்த வீட்டில் நின்று பார்ப்பது போல் பார்த்தோம். ஏற்கெனவே தேரோட்டத்தை முன்னிட்டு. ரதவீதியின் குறுக்காகச் செல்லும் மின் வயர்களையெல்லாம் நீக்கி விடுவார்கள். அதனால் அலுவலகத்தில் சற்று இருட்டாக இருந்தது. நாங்கள் நாலைந்து பேர் மிக உயரமான மொட்டை மாடிக்கே சென்று திருட்டுத் தம் அடித்துக் கொண்டே தூரத்தில் பூதத்தான் முக்கில் சற்றே சாய்ந்து திரும்பும்

தேரை ரசித்துக் கொண்டிருந்தோம்." ஒஹ்ஹொ இதுக்குத்தான் கௌைக்காரியதரிசி (நான் தான்) தலைமையில் மொட்டை மாடிக்கே வந்தாச்சா, சாமி பாக்க இல்லையா..." என்று கேட்டுச் சிரித்தபடியே சுலோச்சனாரெட்டி வர அவளுடன் இரண்டு மூன்று பெண் அலுவலர்கள் வந்தார்கள். சுலோச்சனா, ஆந்திரா பக்கத்து தெலுங்குப் பெண். தமிழ்ப் பேச்சு சற்று முன்னப்பின்னத்தான் இருக்கும். அவள் சொன்னது 'கிழக்காரியதிரிசி' மாதிரி இருந்தது. என்னுடன் இருந்தவர்கள் சத்தமாகச் சிரித்தார்கள்... ஆனால் தமிழ் டைப் செய்வதில் அவள் வேகமும், சுத்தமும் யாருக்கும் வராது. பாவாடை தாவணிப் பருவத்தில், அதாவது நாங்கள் டிராயர் சட்டை அணியும் பருவம் நான் மதியம் சாப்பிட்டுவிட்டு ஹைஸ்கூலுக்குப் போகும் போது அவள் எதிரே அவளது ஸ்கூலுக்குப் போவாள். பளீரென்ற வெள்ளை, நீளமான சரோஜாதேவி இரட்டைச் சடை, ரிப்பன், சிரித்த முகம். அவளுடன் அவள் அக்காவும் வருவாள். அவள் மூக்குத்தி போட்டு, கொஞ்சம் நீள மூக்குடன் வேறொரு ஜாடையில் இருப்பாள். போலீஸ்ஸ்டேஷன் என்கிற கச்சேரி வாசல் அருகில் அவர்களைத் தவறாமல் பார்ப்போம். இவள் பெயரைத் தெரிந்து கொள்ள அதே ஸ்கூலில் படிக்கிற என் அக்காவிடம் பல வழிகளில் முயற்சி செய்திருக்கிறேன். "ஏலெ உனக்கு எதுக்கு அந்த வேலை..." என்று கண்டிப்பாகவோ நைசாகவோ தவிர்த்து விடுவாள். ஒருநாள் அவளே சொல்ல வேண்டியதாகி விட்டது.

அப்போதெல்லாம் ஒவ்வொரு ஸ்கூலிலும் அவர்களுக்குத் 'தோது'வான பாடப்புத்தககங்களை வைத்திருப்பார்கள். (சமச்சீரெல்லாம் கிடையாது!) எங்கள் பள்ளியில், பத்தாம் வகுப்புக்கு, அதுவரை இருந்த ஓரியண்ட் லாங்மன் கம்பெனி 'விஞ்ஞானப் புத்தகத்'தை மாற்றி விட்டு வேறொரு கம்பெனி புத்தகத்தை வைத்துவிட்டார்கள். அதனால் பதினோராம் வகுப்புக்குப் போன மாணவர்கள் தங்கள் பத்தாம் வகுப்பு பழைய சயின்ஸ் புத்தகத்தை பாதி விலைக்கு விற்க முடியவில்லை. வருடந்தோறும் பழைய புத்தகங்களை விற்கிற கதை ஸ்கூல் திறந்ததும் ஆரம்பித்து விடும். பாஸாகி விடுகிற தைரியமுள்ளவர்கள் பரீட்சை முடிந்ததுமே விற்றுத் தின்று விடுவார்கள். சிலர் தங்கள் புத்தகங்களை முனை மடியாமல் அப்படிப் பத்திரமாக வைத்திருப்பார்கள். அதற்கு முக்கால் விலை கேட்பார்கள். அவர்களுடைய நோட்டுகள், முக்கியமாக பயிற்சிகளில் உள்ள கணக்குகளைப் போட்ட, கணக்கு

நோட்டுகள் போனஸாக கிடைக்கும். அந்த ஓரியண்ட் லாங்மன் புத்தகம் அக்கா ஸ்கூலில் பாடமாக இருந்தது. பெரிய கோபாலின் புத்தகத்தை, அக்காவுக்கு நாலணாவுக்கு வாங்கிக் கொடுத்தேன். அதற்குப் பாதி விலை என்பது எட்டணா (ஐம்பது காசு). அவளது கிளாஸ்மேட் நிறையப் பேர் கேட்கவே நான் நாலணாவுக்கு வாங்கி எட்டணாவுக்கு விற்கிற 'வியாபாரம்' பார்த்தேன்.

என் 'வியாபாரத் தந்திரம்' நிறையப் பேருக்கு தெரிந்து விட அவரவர்கள் பக்கத்து வீட்டுப் பெண்களுக்கு இலவசமாகவோ, சலுகை விலையிலோ தர ஆரம்பித்து விட்டார்கள். கல்லூர்ப்பிள்ளை கடையில் இட்லி, எம்ப்டி பூரி, காராவடை தின்று விட்டு ஆயிரத்தில் ஒருவன், ஹல்லோ மிஸ்டர் ஜமீந்தார்... என்று பார்க்கிற யோகம் இரண்டு மூன்று முறையோடு கட் ஆகி விட்டது.. அப்போதுதான் அக்கா, ஒரு பெண்ணுக்கு சயன்ஸ்புத்தகம் தேவை என்றாள். அதுவும் ஸ்கூல் திறந்து கொஞ்ச நாட்கள் கழித்து. புத்தகம் கிடைக்கவேயில்லை. நானும் அசட்டையாயிருந்தேன். ஆனாலவள், "ஏல சுலோச் சனாவுக்குடா... அவ அக்காவும் அவளும் டென்த் தான் படிக்காங்க.. நம்ம மாதிரி, முதல்ல ரெண்டு பேருக்கும் ஒரு புக் போதும்ன்னு நெனைச்சு வாங்கலைடா..." என்றாள் அது யாரு சுலோச்சனான்னதும்தான் அவங்க குரூப் போட்டோவில் சுட்டிக் காண்பித்தாள். சரோஜாதேவி ரெட்டைச் சடை, சிரித்த முகம். காமிராவையே கூச வைக்கிற பளீர்... நிறம்.... அக்கா கேட்டது, ஒரு அந்தி கவியும் நேரம். என் சைக்கிளில் லைட் கூடக் கிடையாது. எடுத்துக்கொண்டு கிளம்பினேன்.

பதினோராம் வகுப்பு அண்ணன்மார் வீட்டுக்கெல்லாம் அந்த முன்னிருட்டில் படையெடுத்தேன். ஒரு வழியாக பழனிச்சாமியிடம் கிடைத்தது. பழனிச்சாமி கிட்டத்தட்ட ஒரு ரவுடிபோலப் பழகுவான். காது மடல்களில் பெரிய சதுர ஓட்டை இருக்கும். அவன் டிரில் க்ளாசில் வரிசையில் நிற்கையில் அந்த ஓட்டை வழியே, வெயில் அவன் முகத்தில் ஒரு சின்ன ஒளி வட்டமாய் விழுமாம். டிரில் சார் அடிக்கடி, அவனை, ஒரு ஸ்டெப் முன்னால் வரச்சொல்லி, 'ஒளிவட்ட'த்தைப் பார்த்துக் கிண்டலடிப்பாராம். ஒரு நாள், எல்லோரும் 'பழியாய்ப் பயப்படுகிற' அவரிடமே "யோவ் ஒரே கடி, உம்ம காதே இருக்காது" என்று சண்டைக்குப் போய் விட்டானாம். ரொம்பப் பிரமாதமாகப் படிப்பான். அவன் புத்தகத்தில் அடிக்கோடு

இடாத பக்கங்களே இருக்காது. அதனால்த்தான் அவன் புத்தகம் விலை போகவில்லையோ என்னவோ ஆனால் முக்கியமான வரிகளையே அடிக்கோடிட்டிருப்பான்.. அதை வாசித்தால் அப்படியே ஒரு நோட்ஸ் போல இருக்கும். பி.யு.சி முடித்ததுமே கால் நடைத்துறையில் வேலை கிடைத்தது. அபிஷேகப்பட்டியில் வேலை பார்த்தான். சம்பளம் வாங்கிய கையோடு எங்கள் தெருவுக்கு வந்து ஒரு நண்பனைக் கூட்டிக் கொண்டு போய் ரொட்டி சால்னா வாங்கிக் கொடுப்பான். ரெண்டு பேரும் அப்படிச் சேக்காளிகள். ஆனால் பாவிமட்டை யாரோ அதிகாரியிடம் சண்டை போட்டுக் கொண்டு பாலிடாலைக் குடித்து பொசுக்கென்று போய்விட்டான். மூதேவிக்கு இருபது வயசு கூட ஆகியிருக்காது. அதுவும் ஒரு தேரோட்டத்தன்றுதான். அன்றுகூட அவன் பாடையை தெற்கு ரதவீதி வழியாக எடுத்துப் போக பெரிய சிரமமாயிருந்தது. தேர் தெற்குரதவீதியில்த்தான் நின்றது. உடலை தேருக்கு முன்பாக எடுத்துப்போகக் கூடாது என்று வாதம் பண்ணிக் கொண்டிருந்தார்கள். பாடை சுமப்பவர்கள் தூக்கிக் கொண்டே நிற்க முடியாமல் கீழே வைத்து விட்டார்கள். அப்போதுதான் நானே பார்த்தேன் அட இது நம்ம பழனிச்சாமீல்லா என்று.' உடலை உட்காரவைத்து நாகம் குடை பிடிக்கிறமாதிரியுள்ள 'கோவிந்தா பாடை'யில் நாடியைக்கட்டியிருந்த துணியின் ஊடாக அவனது காது தெரியவில்லை. மற்றப்படி அவனது சதுரமான முக அமைப்பும் அகன்ற பல் வரிசையும்.... அவனை நன்றாக அடையாளம் காட்டிற்று. நெல்லையப்பர் அவனுக்குக் காட்சி கொடுப்பதாகத் தோன்றியது. ஒரு வழியாக பாப்புலர் டாக்கிஸ் வழியே செல்வது என்று பாடையைத் திருப்பி எடுத்துப் போனார்கள்.

சயன்ஸ் புத்தகம் வாங்கித் தந்து, பார்வையிலேயே தினமும் ஜொள்ளு விட்ட சுலோச்சனா இப்படி, 'என்னங்க காரியதரிசி...' என்று சிரிக்கச் சிரிக்கப் பேசுவாள் என்று நினைத்ததே கிடையாது. ஆனால் திருமணம் அவள் அழகை சற்றுப் பலி வாங்கியிருந்தது. அதுவும் சமீபத்தில்தான் நடந்தது என்றார்கள். சற்றே 'விட்டுப்பான வயிறு.' முன்கை மென்மயிர் தவிர எதுவும் தெரியாமல் இறுகச் சுற்றிய சேலை.... என்றாலும் எதற்கும் சிரிக்கிற சிரிப்பு மாறவேயில்லை. பெண் அலுவலர்களுக்கு என்று ஒரு தனி அறை. அங்கே எப்போதும் டைப் சத்தமும் லேசான சிரிப்பும் கேட்டுக் கொண்டே இருக்கும். 'பாய் மெஸஞ்ச'ரான பூமிநாதன் மட்டும் உள்ளே போக வர இருப்பான். புதிதாக வந்த ஒரு பெரிய அதிகாரியின்

கையெழுத்தை வாசிப்பது சற்றுக் கஷ்டம். சுலோச்சனா ஒரு கடிதத்தை தப்பாக அடித்துவிட்டாள். அவர் பிலுபிலுவென்று பிடித்துக் கொண்டார். அவள் அழுகையைக் கண்டு அலுவலகமே பொங்கி விட்டது. அதிகாரியிடம் போய் 'நியாயம்' கேட்கவேண்டிய சங்கடம் யூனியன் செயலாளரான எனக்கு. கூட்டமாகப் போய் அவர் அறை முன் நின்றதும் அவர் கொஞ்சம் ஆடிப் போய் விட்டார். அவரை கொஞ்சம் நன்றாகவே 'கடித்து வை' என்று யூனியன் தலைவர் என்னிடம் ரகசியமாகச் சொல்லியிருந்தார் வழக்கமான அசட்டுத் துணிச்சலுடன் நான் பேச்சை சற்றுக் காட்டமாக ஆரம்பித்தேன். அறைக்கு வெளியே நூறு பேர் நிற்கிற தைரியம். அவர் பெரிய வங்கியில் ஓய்வு பெற்று இங்கே வந்தவர்.

அவர் சாதுர்யமாய் ஒரே வார்த்தையில் மன்னிப்புக் கேட்டுவிட்டு. "இந்த மாதிரி 'மாஸ் டெபுடேஷன்' வருவது கூட தப்பு, தெரியுமா. இது க்ராஸ் மிஸ்காண்டக்ட்..... மற்றும் நோட்டீஸ் தராத ஸ்ட்ரைக் தெரியுமா," என்றார். "இல்லை நான் மட்டும்தான் வந்திருக்கிறேன். அவர்கள் மதிய உணவுக்குப் போகிறவர்கள், ஒரு ஆவலில் வெளியே நிற்கிறார்கள். ஆனால் அப்படியே தர்ணா செய்யச் சொன்னால்.. உட்கார்ந்தும் விடுவார்கள்." என்றேன். திரும்பவும் மன்னிப்புக் கேட்டவர் மாலையில் தனியே வந்து என்னைப் பார் என்றார். நான் வெளியே வந்து விட்டேன்.

அவர் மனிப்புக் கேட்டதாகச் சொன்னதும் ஒரு வெற்றிக் கூச்சல் போட்டுவிட்டு எல்லோரும் கலைந்தோம். அதிலிருந்து சுலோச்சனாவுக்கு என் மீது ஒரு மரியாதை. அதிகாரியும் கடிதங்களை என் மூலமாகவே கொடுத்து அனுப்பினார். தெரியாத வார்த்தை இருந்தால் நீயே சொல்லிக் கொடு என்ற உத்தரவுடன்.

தேர் கட்டிடம் அருகே வந்த போது சுலோச்சனா என் முன்னால் மிக அருகே நின்று கொண்டிருந்தாள். நான் அவள் முதுகையும், சூரியன் பட்டு மின்னும் தேரின் கலசத்தையும் பார்த்துக் கொண்டிருந்தேன். கீழே கூட்டத்தில் யாரோ சுருண்ட கூந்தலுடன் 'என் ராட்சசி' போலத் தெரிந்தாள். அவளெல்லாம் இந்த மாதிரிக் கூட்ட இடிபாடுகளென்றால் வரவே மாட்டாள். அவள் நினைப்பு வந்ததும் சுலோச்சனாவின் 'பளீர்' மறைந்து போனது. சுலோச்சனாவிடம் கேட்டேன், "உனக்கு சசியைத் தெரியுமில்லையா... உன்னுடன் படித்தாளே..." என்று

"உங்க ஸ்டோரியெல்லாம் தெரியும்." என்று ஆச்சரியத்தில் ஆழ்த்தி விட்டு "அந்தா நிற்கிறது அவளான்னு கேட்குது இல்லையா..." என்றாள். அசடு வழிவதைத் தவிர வேறென்ன செய்ய முடியும்." இப்பத்தான் வேலை கிடைச்சுட்டே....போய்ப் பார்த்து என்னான்னு கேட்டிர வேண்டியதுதானே என்று கேட்டுக் கொண்டே....." இறங்கி வந்தாள். தேர் எங்களைக் கடந்து போய் விட்டது. யார் கேட்க, யார் சொல்ல என்று மனசுள் குட்டியாய் ஒரு பெருமூச்சுப் புயல் ஓசையிட்டு மறைந்தது. "அடைய முடியாப் பொருளின் மீது ஆசை தீராது அபிமானம் மாறாது...." என்று பாட்டு வேறு கேட்டது. இனிமேல் இந்த நாளை எங்கே, எப்படித் தூக்கி நிறுத்த முடியும்.

ஏற்கெனவே மத்தியானம் வீட்டுக்கு சாப்பிடப் போவதில்லையென்று காலையிலேயே முடிவெடுத்திருந்தேன். அம்மாவுடன் சண்டை. அவள் எங்கே சண்டை போடுவாள்.. நான்தான், சம்பாதித்துப் போடுகிற திமிரில் ஏதோ சண்டை போட்டிருந்தேன். அப்படியொன்றும் பெரிதாய் சாம்பாதித்துக் கொட்டவில்லை. அரை மூடை அரிசி வாங்கிப் போடுகிறேன். நூறு நூற்றைம்பது ரூபாய்க்குள் வரும். சம்பளமும் *200 ரூபாய்* கைக்கு வந்தால் அதிகம். ஆனால் பாவம் ஏதோ ஓர் கையாலாகாத்தனம் சமயத்தில் தாறுமாறாக ஏசி விடுகிறேன். பக்கத்து வீட்டு கைலாச அண்ணன் கூடச் சொன்னான், "ஏய் சாமி, மாலை போட்டுருக்கும் போதாவது ஏசாம இருக்கக் கூடாதா..." என்று. நான் கேட்கவில்லை. ஆனால் "குருவியின் சத்தங்களற்ற நகர்ப்புறத்தில் அம்மாவை ஏசவென்றே பொழுது புலரும்...." என்று கவிதை வரிகள் மட்டும் டைரியில் எழுதி வைத்தேன். இன்றும் கூட, அதையெல்லாம் நினைத்தால், என் மனம் என்னையே அப்படிப் படுத்துகிறது.. அதென்ன தேரோட்டமா, மீண்டும் வர, நான் திருந்தி திரும்பவும் நல்லபடியாய் அவளை வைத்துக் கொள்ள. "செகம் பூராவும் ஆண்டு, திரும்பி நல்லாச் சாக..." அவளெங்கே திரும்பி வர, வாழ்க்கையும் காலமும் ஒரு முறை மட்டுமே ஓடுகிற மேகம். அதன் சித்திரங்கள் கூட ரேகை போலத்தான் ஒன்றைப் போல் ஒன்றிருப்பதில்லை.

சண்டை போட்ட கோபத்துடன் ஆஃபீஸ் வந்து கொண்டிருந்தேன். தேரோட்டத்துக்கான வெடிச்சத்தம் கேட்டுக் கொண்டிருந்தது. கோயிலுக்கு விரைந்து கொண்டிருந்த கூட்டத்தில், ஆனந்தனின் அம்மாவும் போய்க் கொண்டிருந்தாள்.

நான் அவர்களிடம் போய் “அம்மா இன்னக்கி மத்தியானம் வீட்டுக்குச் சாப்பிட வாரேன். ஏதாவது வச்சுருங்க என்றேன்.

“ஏம்ல மூதி... என்ன எழவு இழுத்துட்ட வீட்ல...” என்று சொல்லிவிட்டு நாக்கைக் கடித்துக் கொண்டாள்... சரி ரெண்டு ரூபா இருந்தாக் குடு... ரெண்டு வாழைக்காயாவது வாங்கிட்டுப் போறேன். நான் இன்னக்கி வெறும் பச்சரிசி வடிச்சு, தேங்காய் வருத்து துவையல் அரைக்கலாம்ன்னு நெனச்சுகிட்டு இருந்தென், தேரோட்டம் பாக்கத்தான போறோம்.ன்னு நாலணாவை முடிஞ்சுட்டு வந்தேன்...” என்று என் சட்டைப் பையைப் பார்த்தாள். அங்கே ஒரு சிகரெட் மட்டுமிருந்தது... “போ, மூதேவி என்னமோ துட்டு இல்லாமத்தான் சாப்பிட வாரேங்கியோ இல்லை கடைக சரியாத் திறந்திருக்காதுன்னு வாரியோ.. என்னவோ... ஆனா உங்களுக்கு இதை ஊதுறதுக்கு மட்டும் துட்டு வந்துரும்..” என்று சொல்லிக் கொண்டே அடுத்த வெடிச்சத்தம் கேட்டதும் “இன்னா வேட்டு போட்டுட்டான் தேர் இழுத்துருவாங்க நான் போறேன் என்று விரைந்து விட்டாள்.

ஆஃபீஸ் எல்லாவற்றையும் மறக்கடித்து விட்டது. ஆனால் சுலோச்சனா எதையோ நினைவு படுத்தி விட்டாள். அவளுடைய உறவுக்கார அம்மாள் எங்கள் பக்கத்து வீட்டில் இருக்கிறாள் அவள் என் “ஸ்டோரியை” சொல்லியிருப்பாளோ என்று நினைத்தபடியே ஆனந்தன் வீட்டுக்குப் போனேன். அங்கே கீழ்த்தார்சாலில் அரையடி அகலத்தில் ஒரு பெஞ்சு கிடக்கும். அதில் சபேசன் சுருண்டு படுத்துக்கிடந்தான். அவனை அப்போதே பார்த்தேன். தேரோட்டக் கூட்டத்தில் நடக்க முடியாமல் நடந்து கொண்டு இருந்தான். சவம் என்ன சரக்கை குடிச்சிருக்கானோ தெரியலையே என்று நினைத்தேன். ‘தோசை’யிடம்தான் வாங்கிச் சாப்பிட்டிருப்பான். சபேசனும் ஆனந்தனும் ஃப்ரெண்டு. சபேசன் என்னுடனும் படித்தவன்தான். பயங்கரமான எம்.ஜி.ஆர்.கோட்டி. அவர்கள் இருவரும் ஒரு ரசிகர் மன்றம் வைத்திருந்தார்கள். அதைப் பதிவும் செய்து வைத்திருந்த நினைவு. ஆனால் புதுப்படத்திற்கு மலர் தயாரிப்பதில், வசூல் நோட்டீஸ் அடிப்பதில், அவனுக்கும் எனக்கும் அடிக்கடி சண்டை வரும். ஆனந்தனிடம் நான் நன்றாகச் சேர்ந்து கொள்வேன். சபேசன் திடீரெனப் பேசுவான். திடீரெனப் பாராமுகம் காண்பிப்பான். இப்போது தலைவர் கட்சி ஆரம்பித்து சினிமாவெல்லாம் குறைந்து விட்டது. நானும் வேலை என்று கிடைத்துப் போய் விட்டேன்.

எம்.ஜி.ஆர் தனிக்கட்சி ஆரம்பித்தபோது சபேசன் சென்னைக்குப் போனான். சத்யா ஸ்டுடியோவில், தமிழகம் எங்கிருந்தும் வந்தவர்களுக்கெல்லாம் தேவர் சாப்பாடு பொங்கப் போட்டுக் கொண்டிருந்தார்கள். சாண்டோ சின்னப்பாத் தேவர் செலவு செய்து கொண்டிருந்தார். நல்ல நேரம் படத்திற்கு அடுத்து அவருக்கு ஒரு படம் செய்து தர எம்.ஜி.ஆர் ஒப்புக் கொண்டிருந்தார். ஆனால் செய்து தரவில்லை. சபேசன் இரண்டு நாட்கள் அங்கேயே பழிக்கிடை கிடந்தான். அவன் போன ரெண்டாம் நாள்தான் எம்.ஜி.ஆர் "அண்ணா தி.மு.க'' என்று புதிய கட்சியை ஆரம்பித்து இப்போதிருக்கும் கொடியை அறிமுகப்படுத்தினார். இங்கே ஜங்ஷனில் க்ளிமாக்ஸ் டெயிலர் கடை முன் கருப்புப் பின்னணியில் சிகப்புத்தாமரை பொறித்து ஒரு தனிக் கொடி ஏற்றியிருந்தார்கள் சில நண்பர்கள். அதே போல் மதுரையிலும் தனிக்கொடி ஏற்றியிருந்தார்கள். போலீஸ் வலை வீசி மன்றத் தோழர்களைப் பிடித்து வழக்குகள் போட்டுக் கொண்டிருந்தது. இளமதி மீதெல்லாம் வழக்குகள் போட்டு அலைய விட்டார்கள்.

சபேசன் ஏனோ அரசியலில் இறங்கவில்லை. ஆனால் இவன் எப்படி குடியில் விழுந்தான் என்றும் தெரியவில்லை. குடித்தால் பேசாமல் இந்த கையகலப் பெஞ்சில்வந்து படுத்து விடுவான். சாப்பிடவும் மாட்டான். அவன் வீடு கீழப் புதுத்தெரு. இது கனகராயன் தெரு. அதற்கு எதிர்த்தாற் போலத்தான் இன்று தேரும் பதிந்து நிற்கிறது. நான் அவனை எழுப்பி சாப்பிட வாடா என்றேன். என்னிடம் ஏதோ ஏசுகிற மாதிரிப் பேசிவிட்டு மறுபடி சுருண்டு விட்டான். அம்மா, "நீ வாடா, உனக்கு நேரமாகுது ரெண்டரைக்கு ஆஃபீஸ் போணும்ல்லா..." என்றாள். தேர் பார்த்து வரும் போது மார்க்கெட்டில் காய்கறி வாங்கி வந்திருப்பாள் போலிருக்கிறது அங்கே எங்கள் சிநேகிதர்கள் அதிகம். யாரும் ஆனந்தன் அம்மா என்றால் மார்க்கெட்டையே வேண்டுமானாலும் தருவார்கள். ஆனால் அவள் அதற்கு இடம் வைக்கமாட்டாள். சாம்பாரும் அவியலும் வைத்திருந்தாள். சாப்பிடும்போது அழுகையாய் வந்தது. "ஏம் மூதேவிகளா இப்படி வாரீங்க... உங்களுக்கெல்லாம் ஐயாமாருக்குத்தான் வாய்க்கலை, ஆத்தாமாருதான் இருக்கோமே.." "சரி அழாதே.. சைக்கிளில்த்தானே வந்திருக்கே சாப்பிட்டுட்டு வீட்டுக்கு ஒரு மிதியில போயி, சாப்பிட்டுட்டேன்னு உங்க அம்மாட்டச் சொல்லீட்டு மாத்திரம் வந்துரு.." என்றாள். நான் சத்தமாகவே அழுதேன். என்ன நினைத்தானோ சபேசனும் எழுந்து உட்கார்ந்து அழ ஆரம்பித்தான்.

நான் சுதாரித்துக் கொண்டு கை கழுவி விட்டு வீட்டுக்கு அவசரமாக மிதித்தேன். நடையோடத்தில் (நடைக் கூடம்) உட்கார்ந்திருந்த அம்மாவைச் சாப்பிடச் சொல்லி வளவில் வற்புறுத்திக் கொண்டிருந்தார்கள். என் தலையைப் பார்த்ததும் நகர்ந்து விட்டார்கள். "நான் சாப்பிட்டாச்சு..." என்று மட்டும் சொல்லி விட்டு வீட்டிற்குள் போய், டிக்ஷனரியைத் துழாவினேன் ஒரு ஒருரூபாய் நோட்டு கிடைத்தது. சைக்கிளில் ஒரே அழுத்து. பெட்டிக்கடையில் போய் நின்று சிகரெட் வாங்கி பற்ற வைத்தபடியே சற்றுத் தள்ளி நின்ற தேரைப் பார்த்துக் கொண்டிருந்தேன். ஜாக்கி வைத்து தூக்கிக் கொண்டிருந்தார்கள். ஒரு மூன்றடி உயர ஜாக்கி எப்படி இவ்வளவு பெரிய தேரை தூக்கி விடுகிறது என்று வியந்து கொண்டிருந்தேன். சபேசன் கொஞ்சம் தள்ளாடியபடி அருகே வந்து, "மாப்பிளை ஒரு சிகரெட் வாங்குலெ.." என்றான். நான் பைக்குள்ளிருந்த ஒன்றை எடுத்து நீட்டினேன்.